Colloquial
Vietnamese

Revised Edition

Nguyễn Đình Hoà

Southern Illinois University Press
Carbondale and Edwardsville

Feffer & Simons, Inc.
London and Amsterdam

Library of Congress Cataloging in Publication Data

Nguyên Đình Hoà, 1924-
   Colloquial Vietnamese.

    1. Vietnamese language—Spoken Vietnamese.
I. Title.
PL4373.N39   1974   495.9'22   74-5132
ISBN 0-8093-0685-9
ISBN 0-8093-0686-7 (pbk.)

TABLE OF CONTENTS

PREFACE
TO THE REVISED EDITION

The 1971 edition of *Colloquial Vietnamese*, now out of print, had the benefit of numerous comments from students and teachers of the language as well as constructive remarks from linguists and foreign language teachers in their published reviews or personal communications. It thus has gained much from these concerned friends, who deserve the author's sincere thanks.

In this new edition, all the typographical errors have been eliminated as far as it is humanly possible. A sprinkling of colloquial locutions, idiomatic expressions, proverbs and sayings has been added on several pages, thus enabling maximum utilization of space.

The author wishes to reiterate his indebtedness to his former teachers and his colleagues, and above all to his students--both in Vietnam and in the United States of America--who in one way or another have kindly pointed out to him salient features of this textbook in particular and of Vietnamese language teaching in general. Their sophistication has taught the textbook writer far more than he could anticipate that users of the text would learn.

Nguyen Dinh-Hoa
Director
Center for Vietnamese Studies

December 1973

Colloquial Vietnamese has been designed to serve as a textbook for second-year or intermediate-level students of the Vietnamese language. Like *Speak Vietnamese* it is based on the speech of (educated) people conversing in daily life, and not on the formal language found in public speeches or literary works.

Since language learning is basically guided imitation, or even mimicry, a native speaker of Vietnamese is to serve as drill instructor to tutor the students by providing an authentic model for them to imitate. Statements on how the language operates are included in Part 4, Grammar Notes, in each of the fifteen lessons.

As in the beginning textbook, each lesson is divided into six parts, as follows:

Part 1. Conversation. This part presents several dialogues, with each unit covering a particular social situation. The free translation which appears on the left is intended to reflect the colloquial nature of the Vietnamese utterances, which are to be learned as whole sentences.

The students should try to memorize each dialogue thoroughly by direct imitation of the native tutor in class and by repeated use of tapes in the language laboratory or at home.

Part 2. Vocabulary. This list contains all the new words introduced in the lesson and arranged alphabetically for easy reference. A combined glossary of all vocabulary items introduced in *Speak Vietnamese* and *Colloquial Vietnamese* is provided at the end of this book.

Part 3. Pattern Drills. Here the new grammatical constructions discussed in the Grammar notes (Part 4) are rehearsed through systematic substitution drills, transformation drills and response drills aimed at developing fluency and automaticity.

Part 4. Grammar Notes. New grammatical constructions as well as significant lexical items are discussed in the notes, which the students are expected to study at home so as to allow the tutor to devote all class time to the drills.

Part 5. <u>Pronunciation</u>. The practices here are designed to help the students improve their skills in listening, contrasting, recognizing and imitating new sounds or combinations of sounds in both the northern and southern dialects.

Part 6. <u>Translation</u>. This section recapitulates the model sentences introduced in the lesson and provided the students with a chance to review them by trying to give the English equivalents, and <u>not</u> to translate word for word.

Part 7. <u>"What would you say" Test</u>. Finally this exercise is aimed at checking the student's ability to respond speedily to a language situation through using the right form within a multiple choice, matching the utterances with their English equivalents, or simply providing the appropriate Vietnamese sentences.

The first draft of this sequence to *Speak Vietnamese* was started some ten years ago in Saigon, where Vietnamese colleagues at the University of Saigon Faculty of Letters (Professors Nguyen-Khac-Kham, Le-Van-Ly, and Le-Ngoc-Tru) and American colleagues at the Summer Institute of Linguistics (notably Professors Richard S. Pittman, David Thomas and David Blood) gave the author both encouragement and enlightenment. Later the lesson materials contained in that version were considerably expanded at the University of Washington during the academic year 1965-66, then completed at the University of Hawaii during the summer of 1966 with the help of Mrs. Marie Maxwell and Miss Annette Fukuda. Several Vietnamese friends in Honolulu and Washington, D.C. contributed many ideas and checked the corpus to make sure only colloquialisms have been introduced. The author owes special thanks to Miss Pham-Thi-Thuy, Mr. Nguyen-Huu-Ai and Dr. Vu-Tam-Ich.

At Southern Illinois University, where the final typescript was prepared, the author has benefited immensely from discussions of theoretical points with Professors Patricia Carrell, Aristotle Katranides, Charles Parish and James E. Redden. To these colleagues as well as to Mrs. Huynh-Van-Quang and Mr. Pham-The-Hung, the two highly sophisticated teaching assistants at the Center for Vietnamese Studies, the author's deep gratitude is herein expressed. Finally he is indebted to Miss Nguyen-Thi-Hong-Phan and Miss Nguyen-Hong-Cuc for sharing so competently the difficult task of preparing the camera-ready manuscript.

This intermediate text in the spoken language of Vietnam is dedicated to Professors Murray B. Emeneau, R. B. Jones, Jr. and Laurence C. Thompson--the three pioneers in the field of Vietnamese linguistics in the U.S.A.

Nguyen Dinh Hoa

xii

Colloquial
Vietnamese

RESULTATIVE VERBS. SINO—VIETNAMESE NUMERALS

CONVERSATION

(Kiếm nhà)

_____Unit I_____

QUẢNG:

1. *Hello..Hello..Could you speak a little louder?* A-lô, a-lô. Xin ông nói to lên một tí..

2. *Who's speaking, please?* Ai đấy ạ?

3. *I can't hear you.* Tôi nghe không rõ.

4. *Could you speak a little louder, please?* Xin ông nói lớn lên một chút.

BROWN:

5. *Is that Mr. Quang?* Ông Quảng đấy à?

6. *This is Bang--I mean Brown.* Bảng đây, tôi là Brown đây.

7. *I'm a student of Mr. Nam's.* Tôi là học trò ông Nam đây mà.

QUẢNG:

8. *Oh yes, I thought it was someone else.* A, tưởng ai!

9. *Good morning, Mr. Brown-- or rather Brother Bang.* Chào ông Brown. À, chào anh Bảng.

BẢNG:

10. *I haven't seen you for ages.* Lâu lắm không gặp anh.

11. *If you are free, can I drop by to see you?* Anh có rảnh cho tôi lại chơi.

QUẢNG:

12. *By all means, come over now.* Vâng, mời anh lại đi.

-1-

_____ Unit 2 _____

BẢNG:

13.   *How have you been?*   Dạo này thế nào?

QUẢNG:

14.   *Thanks, we're all well.*   Cảm ơn anh, chúng tôi mạnh cả.
15.   *We've been busy these few*   Mấy ngày nay chúng tôi bận tìm
      days looking for a house.   nhà, anh ạ.
16.   *We hunted high and low,*   Tìm ngược tìm suôi vẫn không
      but couldn't find anything.   thấy.

BẢNG:

17.   *Is that so?*   Thế à?
18.   *Why do you have to move?*   Tại sao anh phải dọn?
19.   *Is the landlord trying to*   Chủ nhà đuổi sao?
      chase you out?

QUẢNG:

20.   *No, he merely raised the*   Ấy, chủ nhà tăng thêm tiền
      rent.   phố.
21.   *Besides, the weather is so*   Và lại trời nóng thế này mà
      hot and there is no window   buồng ngủ các cháu không có
      in our children's room.   cửa sổ.
22.   *And mine is full of mos-*   Buồng tôi thì những muỗi là
      quitoes.   muỗi.
23.   *You simply can't stand it*   Không có màn không chịu nổi.
      without the net.

BẢNG:

24.   *I see, your house is sort*   Ừ, cái nhà anh xa bờ sông, mà
      of far from the river, and   nóng lắm.
      it's quite warm there.
25.   *Well, how many rooms do you*   Thế anh cần mấy buồng?
      need?

QUẢNG:

26.   *Let me see...*   Xem nào...
27.   *Perhaps a living room, a*   Có lẽ phải một phòng khách,
      dining room, three bedrooms,   một phòng ăn, ba phòng ngủ,
      the kitchen, the bathroom,   bếp, nhà tắm, cầu tiêu.
      the toilet.

BẰNG:

28. *The rent in Saigon seems very high.*
29. *As high as in the States, isn't it?*

Tiền thuê nhà ở Saigon hình như mắc lắm.
Mắc bằng bên Mỹ ấy nhỉ?

QUẢNG:

30. *It's not very high, unless you want to rent a villa.*
31. *But before you move in, you will have to pay a lot of "transfer money."*

Không đắt lắm, trừ phi anh muốn thuê vi-la.
Nhưng muốn dọn vào, phải sang nhiều tiền lắm.

BẰNG:

32. *Beg your pardon?*

Anh nói gì?

QUẢNG:

33. *"Transfer money" is the money you give to a tenant so that he moves out to let you in.*

"Sang nhà" là đưa tiền cho người thuê họ dọn đi để mình dọn đến.

BẰNG:

34. *Oh, in the States, we call that "key money."*

À, ở bên Mỹ chúng tôi gọi là tiền "thìa khoá."

QUẢNG:

35. *Do you?*

Thế hở?

_____Unit 3_____

BẰNG:

36. *How many children do you have altogether?*

Thế anh có mấy cháu tất cả nhỉ?

QUẢNG:

37. *Three. The two little ones*

Chúng tôi được ba cháu.

can sleep in one room, but our oldest boy has to have his own room.	Hai đứa bé ngủ chung một buồng được, còn thằng lớn phải có phòng riêng.

BANG:

38. *His name is Tung, isn't it?*	Cháu lớn tên là Tùng, phải không?

QUANG:

39. *Yes, the other two names are Truc and Cuc.*	Vâng, hai cháu kia là Trúc và Cúc.

BANG:

40. *They all sound very nice, but are Greek to me.*	Tên nghe hay quá nhỉ, nhưng tôi nghe như vịt nghe sấm thôi.

QUANG:

41. *Well,* **Tùng** *means 'thông-- pine tree.'*	Tùng nghĩã là cây thông, 'pine tree' ấy mà.
42. *Trúc 'tre-- bamboo tree'*	Trúc là cây tre 'bamboo tree'
43. *And Cúc means 'cúc--chrysan-themum.'*	Và Cúc là hoa cúc 'chrysan-themum'.

BANG:

44. *How interesting!*	A, hay quá nhỉ!
45. *How old is Tung?*	Thế cháu Tùng năm nay mười mấy?

QUANG:

46. *He's thirteen.*	Cháu nó mười ba.

BẢNG:

47. *Thirteen--and such a tall boy.*	Mười ba mà cao quá.
48. *The other day I ran across him at the movie theater, but for a while didn't recognize him.*	Hôm nọ tôi gặp ở rạp hát bóng nhận không ra.
49. *What grade is he in?*	Cháu học lớp nào rồi nhỉ?

QUẢNG:

50. *Grade 6.*   Dạ, học lớp Đệ-lục ạ.

BẢNG:

51. *Which school?*   Trường nào?

QUẢNG:

52. *Chu-van-An High School.*   Trường trung-học Chu-văn-An.

53. *Truc, who is 8, is still*   Thằng cháu Trúc lên tám còn học
    in primary school.   tiểu-học.

54. *And Cuc is only 3 1/2, so*   Còn cháu Cúc thì mới được ba
    she is not in school yet.   năm rưởi, chưa đi học.

_____ Unit 4 _____

BẢNG:

55. *Where's your father now?*   Ông thân của anh bây giờ ở đâu?

QUẢNG:

56. *He's in Dalat.*   Dạ, thầy tôi ở Đà lạt.

BẢNG:

57. *Is your mother well?*   Cụ bà có mạnh không?

QUẢNG:

58. *Yes, thank you. She's*   Cám ơn anh, mẹ tôi dạo này khỏe.
    fine these days.

59. *Her eyes are getting weaker.*   Nhưng mắt bà cụ kém, phải đeo kính.

60. *Without her glasses she*   Chứ không thì không nhìn thấy
    can't see anything.   gì cả.

61. *Also her teeth are getting*   Mà bà cụ độ này răng lại yếu,
    weak, so she cannot chew   không ăn trầu được nữa.
    betel any more.

BẢNG:

62. *Shall we go and have some*   Này, hôm nào rảnh chúng ta rủ
    noddles with Nam when you   anh Nam đi ăn phở chứ?
    are free?

- 5 -

QUẢNG:

63. *O.K. I'll call you next*   Vâng, để dọn nhà xong tôi sẽ
    week after I move.   kêu anh.

VOCABULARY

a-lô	PH	*hello (on the phone)*
bát*	NUM	*eight (=tám)*
bếp	N	*kitchen*
bờ	N	*side*
bờ sông	N	*riverside*
buồng ngủ	N	*bedroom*
cao	SV	*to be tall (≠thấp)*
cầu-tiêu	N	*toilet*
cụ bà	N	*your mother*
cụ ông	N	*your father*
cúc	N	*chrysanthemum*
cửu*	NUM	*nine (=chín)*
chìa. khoá	N	*key (=thìa khoá)*
chủ nhà	N	*landlord*
bà chủ nhà	N	*landlady*
ông chủ nhà	N	*landlord*
chung	A	*together*
dọn đến	VP	*to move in. Cf. dọn đi*
dọn đi	VP	*to move out. Cf. dọn đến*
dọn ra	VP	*to move out. Cf. dọn vào*
dọn vào	VP	*to move in. Cf. dọn ra*
dọn vô	VP	*to move in. Cf. dọn ra*
đệ-	PRE	*-th*
đệ-bát	NUM	*8th; Grade 8*
đệ-.cửu.	NUM	*9th; Grade 9*
đệ-lục.	NUM	*6th; Grade 6*
đệ-ngũ	NUM	*5th; Grade 5*
đệ-nhất	NUM	*1st; Grade 1*

đệ-nhị	NUM	*2nd; Grade 2*
đệ-tam	NUM	*3rd; Grade 3*
đệ-tứ	NUM	*4th; Grade 4*
đệ-thập	NUM	*10th; Grade 10th*
đệ-thất	NUM	*7th; Grade 7*
độ này	NP	*these days*
đuổi	V	*to chase*
giảm	V	*to decrease, cut down, reduce (≠tăng)*
hát bóng	N	*moving pictures, movies*
rạp hát bóng	N	*movie theater*
kêu		*to call (=gọi)*
kém	SV	*to be weak*
kiếm	V	*to look for (=tìm)*
kiếm thấy	V	*to find*
kiếm ra	V	*to find*
kính	N	*eyeglasses, spectacles*
đeo kính	V	*to wear glasses*
lục*	NUM	*six (=sáu)*
màn.	N	*mosquito net (CL cái) (=mùng)*
mắc	SV	*to be expensive (=đắt)*
mắt	N	*eye (CL con)*
mẹ	N	*mother (CL người, bà)*
một tí	NP	*a little bit*
muỗi	N	*mosquito (CL con)*
nói lớn	NP	*to speak loudly (=được)*
nói to	VP	*to speak loudly*
nổi	RV	*to be able (=được)*
ngũ*	NUM	*five (=năm)*
ngược	V	*to go up a river, go upstream (≠suôi)*
tìm ngược tìm suôi	NP	*to hunt high and low*
nhà tắm	N	*bathroom*
nhận	V	*to recognize*
nhận ra	V	*to recognize*
nhất*	NUM	*one (=một)*
nhị	NUM	*two (=hai)*

ông thân	N	*father*
phòng (buồng)	N	*room*
phòng ăn	N	*dining room*
phòng khách	N	*living room*
phòng ngủ	N	*bedroom*
rảnh	SV	*to be free*
rạp	N	*theater*
rạp hát	N	*theater*
rạp hát bóng	N	*movie theater*
răng	N	*tooth, teeth* (CL cái)
rủ	V	*to ask, invite*
sang	V	*to transfer (house) so as to collect key money; to get (house) by paying key money.*
sông	N	*river* (CL con)
suôi	V	*to go down a river* (≠ ngược)
tìm ngược tìm suôi		*to hunt high and low*
tam*	NUM	*three* (= ba)
tăng	V	*to increase, raise* (≠ giảm)
tiền phố	N	*house rent*
tiền thuê nhà	N	*house rent*
tiểu-học	N	*primary education*
tùng*	N	*pine tree* (= thông)
tứ*	NUM	*four* (= bốn)
thầy	N	*father*
thầy mẹ	N	*parents*
thấp	SV	*to be short, low*
thập*	NUM	*ten* (= mười)
thất*	NUM	*seven* (= bảy)
thìa khoá	N	*key* (= chìa khoá)
thông	N	*pine tree* (CL cây). Cf. tùng
trầu.	N	*betel*
ăn trầu.	VP	*to chew betel*
tre	N	*bamboo tree* (CL cây). Cf. trúc
trời	N	(= giời)
trúc*	N	*bamboo* (= tre)

trung-học	N	secondary education
trừ phi	PH	unless
trường	N	school
trường đại-học	N	college, university
trường tiểu-học	N	grade school
trường trung-học	N	high school
và lại		besides
vi-la	N	villa
vô	V	to enter, go into; to go in / in, into

PATTERN DRILLS

A. RESULTATIVE VERBS

> Tôi nghe không rõ.
> *I didn't hear clearly.*
>
> Tôi kiếm không thấy.
> *I looked but couldn't find.*

(1) Tôi nghe rõ.   *I heard it clearly.*
Anh có nghe rõ không?   *Did you hear it clearly?*
Tôi không nghe rõ.   *I didn't hear it clearly.*
Anh nghe có rõ không?   *Could you hear it clearly?*
Tôi nghe không rõ.   *I listened, but couldn't hear it*
                                                 clearly.

(2) Tôi tìm thấy rồi.   *I found it.*
Anh có tìm thấy không?   *Did you find it?*
Tôi tìm thấy rồi.   *I found it.*
Tôi không tìm thấy.   *I didn't find it.*
Tôi tìm không thấy.   *I looked, but couldn't find it.*

(2a) Tôi kiếm thấy rồi.   *I found it.*
Anh có kiếm thấy không?   *Did you find it?*
Tôi kiếm thấy rồi.   *I found it.*
Tôi không kiếm thấy.   *I didn't find it.*
Tôi kiếm không thấy.   *I looked, but couldn't find it.*

(3) Tôi nhận ra em Tùng.   *I recognized little Tùng.*
     Cô có nhận ra em Tung không? *Did you recognize little*
                                   Tung?

     Tôi nhận ra rồi.   *I recognized him.*
     Tôi không nhận ra em đó.   *I didn't recognize him.*
     Tôi không nhận ra vì em cao   *I didn't recognize him,*
     quá.   *because he is so tall.*

(4) Bà cụ có nhìn thấy cái gì   *Does the old lady see any-*
     không?   *thing?*
     Bà cụ không nhìn thấy cái   *She doesn't see anything.*
     gì cả.
     Bà cụ nhìn không thấy cái   *She can't see anything.*
     gì cả.

(5) Muỗi thế này anh có chịu   *So many mosquitoes, can you*
     nổi không?   *stand it?*
     Tôi không chịu nổi.   *I can't stand it.*
     Muỗi thế này, anh chịu có   *So many mosquitoes, can you*
     nổi không?   *stand it?*
     Tôi chịu không nổi.   *I can't stand it.*

                    B. EMPHATIC DRILL

                 ┌────────────────────────────┐
                 │ Nhũng muỗi là muỗi!   │
                 └────────────────────────────┘

Given: Answer:
Buồng tôi nhiều muỗi.   (A) Buồng tôi bao nhiêu là muỗi!
                              (B) Buồng tôi nhũng muỗi là muỗi.

Buồng này nhiều bàn.   (A) Buồng này bao nhiêu là bàn!
                              (B) Buồng này nhũng bàn là bàn.

     1. Buồng này nhiều ghế.
     2. Nhà này nhiều cửa.
     3. Đường Lê-Lợi nhiều hiệu sách. (tiệm sách)
     4. Hiệu này nhiều đồng hồ. (tiệm)
     5. Ông Xuân có nhiều con.
     6. Ông Chân nhiều con giai. (con trai)
     7. Ông bà Hy nhiều con gái.
     8. Saigon nhiều mưa.

          Cười người chớ có cười lâu,
          Cười người hôm trước, hôm sau người cười.

9.   Vườn Bách-Thảo nhiều hoa. (bông)
10. Sông này nhiều cá.
11. Bát canh này nhiều thịt.
12. Thư-viện này nhiều sách.
13. Vi-la này nhiều cây me.
14. Cốc ca-phê này nhiều sữa.
15. Cụ ấy nhiều cháu nội.
16. Chuyến này ông ấy chụp nhiều ảnh. (hình)
17. Quả dưa này nhiều nước.
18. Bát này nhiều đường.
19. Cây me ấy nhiều quả. (trái)
20. Trước cửa nhà dây thép nhiều ô-tô.
21. Buồng tối nhiều muỗi.
22. Ông chủ nhà ấy nhiều tiền.
23. Vào nhà ông ấy thấy nhiều sách.
24. Vào nhà ấy buổi tối thấy nhiều màn.
25. Khu ấy nhiều vi-la.

C. SINO-VIETNAMESE NUMERALS

Given:

nhất là một

Answer:

(A) Nhất là mấy?
(B) Nhất là một.
(C) Đúng.

1.   nhị là hai
2.   tam là ba
3.   tứ là bốn
4.   ngũ là năm
5.   lục là sáu
6.   thất là bảy
7.   bát là tám
8.   cửu là chín
9.   thập là mười
10. nhất là một
11. lục là sáu
12. tam là ba
13. nhị là hai
14. thất là bảy
15. tứ là bốn
16. cửu là chín
17. ngũ là năm
18. thập là mười
19. bát là tám
20. nhất là một

-11-

D. SOME DEFINITIONS

Given: Answer:

Tiếng Anh, đến, come   (A) Tiếng Anh gọi đến là gì?
                               (B) Tiếng Anh gọi đến là come.
                               (C) Come nghĩa là đến.

Người Mỹ, Bộ Ngoại-giao   (A) Người Mỹ kêu Bộ Ngoại-giao của họ
của họ, Department of   là gì?
State   (B) Người Mỹ kêu Bộ Ngoại-giao của họ
                                    là Department of State.
                               (C) Department of State nghĩa là
                                    Bộ Ngoại-giao của Mỹ.

1. Tiếng Anh, mùa xuân, spring
2. Tiếng Việt, key money, tiền sang nhà
3. Người Mỹ, Bộ Ngoại-giao, Department of State
4. Người Việt, San Francisco, Cựu-Kim-Sơn
5. Người ta còn gọi, ô-tô, xe hơi
6. Người Việt gọi, Botanical Gardens, vườn bách-thảo
7. Tiếng Việt, unless, trừ phi
8. Tiếng Việt, muốn uống nước, khát nước
9. Tiếng Việt, dictation, ám-tả
10. Tiếng Anh, tự-vị hay tự-điển, dictionary
11. Trước người ta, Đài-Loan, Formosa
12. Tiếng Việt-Nam, em giai của bố mình, chú
13. Tiếng Việt-Nam, em giai của mẹ mình, cậu
14. Tiếng Việt-Nam, vợ của chú mình, thím
15. Tiếng Việt-Nam, vợ của cậu mình, mợ
16. Tiếng Việt-Nam, coffee, cà-phê
17. Tiếng Anh, đại-học, college hay university
18. Tiếng Việt, boulevard hay avenue, đại-lộ
19. Tiếng Việt, home hay family, gia-đình
20. Người Việt-Nam chúng ta, passport, giấy thông-hành
21. Tiếng Việt-Nam gọi, Hong Kong, Hương-Cảng hay Hồng-Công
22. Tiếng Anh, tới, come

E. NEGATION

(N.B. Không (or chẳng, chả) negates all verbs except là.
        Không phải negates the equative verb là.)

Tôi không đi,   *I am not going.*
Tôi không phải là người Mỹ.   *I am not American.*

-12-

Given: Answer:

Tôi là người Anh. (người Mỹ)   (A) Tôi không phải là người Anh.
                                    (B) Ông không phải là người Anh
                                         thì là người gì?
                                    (A) Tôi là người Mỹ, chứ không
                                         phải là người Anh.

Ông ấy có bút máy. (bút chì)   (A) Ông ấy không có bút máy.
                                    (B) Ông ấy không có bút máy, thì
                                         có bút gì?
                                    (A) Ông ấy có bút chì, chứ không
                                         có bút máy.

1. Các cô ấy đếm được bằng tiếng Việt-Nam. (tiếng Pháp)
2. Ông Kim có ba cái bút máy. (hai cái bút máy)
3. Anh này có bút chì xanh. (bút chì đỏ)
4. Hôm nay ông ấy đi làm. (đi chơi)
5. Cô Thu thích đi học. (đi làm)
6. Ông Fox là chủ tiệm ăn. (chủ tiệm sách)
7. Đồng hồ nhà dậy thép đúng. (đồng hồ nhà ga)
8. Ông Xuân làm ở Bộ Kinh-tế. (Bộ Ngoại-giao)
9. Cô ấy đi về Mỹ hôm mùng hai tháng chạp. (hôm hăm chín tháng
    giêng)
10. Họ đi bằng tàu thuỷ. (máy bay)
11. Đi xe hơi thích. (xe lửa)
12. Các ông ấy học tiếng Việt-Nam ở Hoa-thịnh-đốn. (Monterey)
13. Bọn cô ấy gọi kem. (bánh ngọt)
14. Nó ăn kem dừa. (kem dứa)
15. Mấy ông ấy thích cà-phê. (nước chè)
16. Họ đứng chỗ này. (chỗ kia)
17. Anh ấy ở thư-viện về. (nhà dậy thép)
18. Anh mua sơ-mi xanh. (sơ-mi trắng)
19. Tôi có bật lửa. (diêm)
20. Họ định đi mua giày. (bít tất)
21. Ông Vạn là thợ may. (thợ giặt)
22. Ông Toàn là bác nó. (chú)
23. Bà Trinh là thím thằng Tám. (mợ)
24. Cô Thanh về Mỹ hôm mùng 2. (hôm 26)
25. Cô ấy đi bằng máy bay. (tàu thuỷ)
26. Ông ấy muốn ăn cơm Mỹ. (cơm Việt-Nam)
27. Cô ấy, cần đi mua hoa. (hoa quả)
28. Ông Bằng thích thịt bò xào. (cá hấp)
29. Ông ấy dùng được ớt. (nước mắm)
30. Chúng tôi muốn đi bằng xe đạp. (xe hơi)

F. FINAL PARTICLE "SAO"

> Chủ nhà đuổi à?
>
> Chủ nhà đuổi sao?

Given:

Chủ nhà đuổi à?
Anh không đi làm à?
Anh nghe không rõ à?
Ông không mệt à?

Answer:

Chủ nhà đuổi sao?
Anh không đi làm sao?
Anh nghe không rõ sao?
Ông không mệt sao?

1. Cô không bận lắm à?
2. Anh chưa đem à?
3. Họ không biết tiếng Pháp à?
4. Tôi không đọc đúng à?
5. Hôm nay ông không đi làm à?
6. Ông chưa gặp cô Green à?
7. Cô ấy sắp về nước à?
8. Cô ấy chưa bảo anh à?
9. Bà không biết à?
10. Bà Hill ốm à?
11. Em không có đồng hồ à?
12. Người này là bạn anh à?
13. Ômêga là đồng hồ Mỹ à?
14. Ông ấy chưa có vợ à?
15. Chín giờ rồi à?
16. Ông không thích mùa mưa à?
17. Ông không mời cô Thu à?
18. Cái máy ảnh này chỉ có mười hai đô-la thôi à?
19. Chưa xong à?
20. Cô không phải trả à?
21. Ông không có máy quay phim à?
22. Cô không thích thịt bò xào cà-chua à?

Ăn trông nồi, ngồi trông hướng.

Ăn đi trước, lội nước đi sau.

Ăn tìm đến, đánh nhau tìm đi.

23. Canh nhạt quá à?
24. Ông không có chuối à?
25. Các ông không hiểu à?
26. Hết phần rồi à?
27. Anh đánh mất cái xe đạp cũ à?
28. Sau đó ông đi Nhật ngay à?
29. Anh chưa lấy được giấy thông-hành à?
30. Ông cần vặn quạt à?
31. Trong túi không có à?
32. Trong ngăn kéo cũng không có à?
33. Ông Thu vẫn còn bên ấy à?
34. Họ không có xà-phòng à?
35. Bây giờ còn đi ăn phở à?
36. Cây đó là cây me à?
37. Đến nơi rồi à?
38. Lạc đường à?
39. Bài nói chuyện không cần học thuộc lòng à?

GRAMMAR NOTES

I.I. <u>Dialects of Vietnamese</u>. The language of Vietnam consists of three major dialects: northern, central, and southern. You have been studying the northern dialect, which is commonly thought of as being the basis for literary Vietnamese. From now on you will be exposed to the southern dialect as well as the northern dialect.

The southern dialect of Vietnamese, often referred to as Saigonese, differs only slightly from the Hanoi dialect, presented in the fifteen lessons of <u>Speak Vietnamese</u>.

Comparisons will be made, whenever they are pertinent, regarding pronunciation and vocabulary. In Part V, differences in pronunciation will be pointed out in each drill. Differences in vocabulary will be discussed from time to time in this section.

	<u>Northern</u>	<u>Southern</u>
to look	tìm	kiếm
a little bit	một tí	một chút
house rent	tiền thuê nhà	tiền phố

expensive	đắt	mắc
movies	chớp bóng	hát bóng
to call	gọi	kêu

1.2. <u>Resultative verbs</u>. We have already seen some resultative verbs, as in đứng lên, đứng dậy, 'stand up', ngồi xuống, 'sit down', mở ra, 'open'. Here are some more examples taken from Part I (conversation) of this lesson:

Xin ông nói to lện một tí.	*Could you speak a little*
Tôi nghe không rõ.	*louder? I can't hear you.*

Note the difference between:

Tôi nghe không rõ.	*I tried, but couldn't hear*
	it clearly.
and	
Tôi không nghe rõ.	*I couldn't hear it clearly.*
Xin ông nói lớn lên một chút.	*Could you speak a little louder?*
Tìm ngược tìm suôi vẫn không thấy.	*We hunted high and low, but couldn't find anything.*
Không có màn không chịu nổi.	*You simply can't stand it without the nets.*
Không nhìn thấy gì cả.	*She can't see anything.*
Không ăn trầu được nữa.	*She can't chew betel anymore.*

1.3. <u>Sino-Vietnamese numerals</u>. Nhất, nhị, tam, tứ, ngũ, lục, thất, bát, cửu, thập are the Sino-Vietnamese numerals corresponding respectively to một, hai, ba, bốn, năm, sáu, bảy, tám, chín, mười.

The same nhất is used in the ordinal phrase thứ nhất 'first', whereas nhị becomes nhì in thứ nhì 'second' (thứ hai); and tứ becomes tư in thứ tư 'fourth' (thứ bốn).

Combinations similar to the native Vietnamese ones yield the higher numbers:

thập nhất	*eleven*	Cf.	mười một
thập nhị	*twelve*	Cf.	mười hai
thập tam	*thirteen*	Cf.	mười ba

thập tứ~	*fourteen*	Cf.	mười bốn
thập ngũ	*fifteen*	Cf.	mười lăm
thập lục	*sixteen*	Cf.	mười sáu
thập thất	*seventeen*	Cf.	mười bảy
thập bật	*eighteen*	Cf.	mười tám
thập cửu	*nineteen*	Cf.	mười chín
nhị thập	*twenty*	Cf.	hai mươi
nhị thập nhất	*twenty-one*	Cf.	hai mươi mốt
tam thập nhị	*thirty-two*	Cf.	ba mươi hai
etc...			

Note that there is no change in the tone of individual numerals.

I.4. <u>Sino-Vietnamese numerals</u>. Sino-Vietnamese numerals take the prefix đệ-'th' (thứ) in ordinal constructions.

đệ-nhất	*first*	Cf.	thứ nhất
đệ-nhị	*second*	Cf.	thứ nhì, thứ hai
đệ-tam	*third*	Cf.	thứ ba
đệ-tứ~	*fourth*	Cf.	thứ tư, thứ bốn
đệ-ngũ	*fifth*	Cf.	thứ năm
đệ-lục	*sixth*	Cf.	thứ sáu
đệ-thất	*seventh*	Cf.	thứ bảy
đệ-bật	*eighth*	Cf.	thứ tám
đệ-cửu	*ninth*	Cf.	thứ chín
đệ-thập	*tenth*	Cf.	thứ mười

I.5. <u>Numbering of school grades</u>*. Primary education (tiểu-học) in Vietnam comprises five years. The five grades are called in ascending order.

Lớp Năm	*First Grade*
Lớp Tư	*Second Grade*
Lớp Ba	*Third Grade*
Lớp Nhì	*Fourth Grade*
Lớp Nhất	*Fifth Grade*

Secondary education (trung-học) consists of seven years, again numbered from the lowest grade:

<u>Trung-học Đệ Nhất cấp</u>   <u>First Cycle</u>

Lớp Đệ Thất	*Grade 7 – Sixth Grade*
Lớp Đệ Lục	*Grade 6 – Seventh Grade*
Lớp Đệ Ngũ	*Grade 5 – Eighth Grade*
Lớp Đệ Tứ	*Grade 4 – Ninth Grade*

---

*A presidential decree issued on December 1,1969 changed this to a consolidated system of twelve grades, called Grades 1 through 12.

Trung-học Đệ Nhị cấp   Second Cycle

   Lớp Đệ Tam   Grade 3 - Tenth Grade
   Lớp Đệ Nhị   Grade 2 - Eleventh Grade
   Lớp Đệ Nhất   Grade 1 - Twelfth Grade

1.6.   <u>Kinship terms used as personal pronouns</u>. One refers to
one's own children as the hearer's nephews and nieces
(cháu), and the hearer also reponds as their 'uncle' or
'aunt' (bác or chú or cô):

21. Buồng ngủ các cháu không   *Our children's bedroom*
     có cửa sổ.   *doesn't have any windows.*

36. Thế anh có mấy cháu tất   *How many children do you have*
     cả nhỉ?   *altogether?*

37. Chúng tôi được ba cháu.   *We have three children.*

38. Cháu lớn tên là Tùng,   *The name of your eldest son*
     phải không?   *is Tung, isn't it?*

39. Hai cháu kia là Trúc   *The other two (of our chil-*
     và Cúc.   *dren) are named Truc and Cuc.*

45. Thế cháu Tùng năm nay   *How old is Tung?*
     mười mấy?

46. Cháu nó mười ba.   *He's thirteen.*

49. Cháu học lớp nào rồi nhỉ?   *What grade is he in?*

53. Thằng cháu Trúc lên tám   *Truc who is 8 is still in*
     còn học tiểu-học.   *primary school.*

54. Còn cháu Cúc thì mới   *And Cuc is only 3 1/2 so*
     được ba năm rưỡi chưa   *she's not in school yet.*
     đi học.

1.7.   <u>Kinship terms</u>. Mr. Quang obviously is a northerner: he
uses the pair thầy-mẹ 'father-mother'. In sentences 59
and 61, he also refers to his mother as bà cụ, whose male
counterpart would be ông cụ (Cf. 'the old man').

Mr. Brown, on the other hand, very politely refers to
Mr. Quang's father as ông thân của anh (sentence 55).
Bà thân is the polite form for 'mother'. Other appro-
priate terms are cụ ông ('great-grandfather') for 'your
father' and cụ bà ('great-grandmother') for 'your mother'.

1.8. <u>Similes</u>. The Vietnamese language makes abundant use of
similes and cliches. When one does not understand the
meaning of something, one compares oneself to 'a duck
hearing thunder', <u>vịt nghe sấm</u>.

Other examples:

bẩn như lợn	*dirty as a pig*
ngu như chết	*sleep like a log*
cay như ớt	*hot as red pepper*
nhanh như chớp	*fast as lightning*
nhanh như điện	*fast as electricity*
nặng như chì	*heavy as lead*

1.9. <u>...đi...lại</u>. <u>Again and again</u>. In sentence 16, we have the
expression tìm ngược tìm suôi, which has been freely trans-
lated 'hunted high and low'. Vietnamese speakers frequent-
ly employ such parallel constructions, which are actually
made up of a head verb used twice, each time followed by
a co-verb or adverb of direction

học <u>đi</u> học <u>lại</u>	*study over and over again*
nói <u>đi</u> nói <u>lại</u>	*say it over and over again*
nhắc <u>đi</u> nhắc <u>lại</u>	*repeat again and again*
đi <u>đi</u> lại <u>lại</u>	*walk back and forth*
tìm <u>ngược</u> tìm <u>suôi</u>	*hunt high and low*

1.10. <u>Final particle 'sao'</u>. We have seen the interrogative forms
Sao..., Tại sao..., Vì sao...? In this lesson the final
particle <u>sao</u> expresses surprise, disbelief on the part
of the speaker.

Chủ nhà đuổi sao?	*Is the landlord trying to*
	chase you out?

It is different from the question forms <u>Sao, Tại sao, Vì</u>
<u>sao</u> found in such queries as:

Sao anh phải dọn?	*Why do you have to move?*
Tại sao anh phải dọn?	*same*
Vì sao anh phải dọn?	*same*

Contrast:

Vì sao vậy?	*Why so? How come?*
Tại sao vậy?	*same*
Sao vậy?	*same*
Vậy sao?	*Is that so?*

Vì sao anh không đi làm?	*Why aren't you going to work?*
Tại sao anh không đi làm?	*same*
Sao anh không đi làm?	*same*
Anh không đi làm sao?	*Aren't you going to work?*
Vì sao bả ở đó một mình?	*Why does she stay there by herself?*
Tại sao bả ở đó một mình?	*Why does she stay there by herself?*
Sao bả ở đó một mình?	*same*
Bả ở đó một mình sao?	*Does she stay there all by herself?*
Vì sao ông không bảo ông Tấm?	*Why didn't you tell Mr. Tam?*
Tại sao ông không bảo ông Tấm?	*same*
Sao ông không bảo ông Tấm?	*same*
Ông không bảo ông Tấm sao?	*Didn't you tell Mr. Tam?*
Vì sao sáng nay ông ở nhà?	*Why are you staying home this morning?*
Tại sao sáng nay ông ở nhà?	*same*
Sao sáng nay ông ở nhà?	*same*
Sáng nay ông ở nhà sao?	*Are you staying home this morning?*
Vì sao cô không chờ ông Kim?	*Why didn't you wait for Mr. Kim?*
Tại sao cô không chờ ông Kim?	*same*
Sao cô không chờ ông Kim?	*same*
Cô không chờ ông Kim sao?	*Aren't you going to wait for Mr. Kim?*
Vì sao hôm nay cháu không đi học?	*Why aren't you going to school today?*
Tại sao hôm nay cháu không đi học?	*same*
Sao hôm nay cháu không đi học?	*same*
Hôm nay cháu không đi học sao?	*Aren't you going to school today?*

PRONUNCIATION

Practice I. Tone Drill. (The numbers I through 6 represent res-
pectively the mid level, high rising, low falling, low rising,
high broken and low broken tones).

141	Anh Cả đâu?	*Where's Eldest Brother?*
142	Anh Cả đó?	*He's right there.*
143	Ăn cả nào?	*Let's all eat, shall we?*
144	Anh Cả hỏi.	*Eldest Brother asked about it.*
145	Ai bảo đỗ?	*Who said he had passed the exam?*
146	Anh Cả bận.	*Eldest Brother is busy.*

151	Cô Mỹ đậu?	*Where's Miss My?*
152	Cô Mỹ đó.	*There's Miss My.*
153	Cô Mỹ nào?	*Which Miss My?*
154	Ai cũng hỏi.	*Everyone asked about it.*
155	Ai cũng rõ.	*Everyone knows.*
156	Tôi cũng bận.	*I'm busy, too.*
161	Anh đợi ai?	*Who are you waiting for?*
162	Anh đợi chứ?	*Are you going to wait?*
163	Anh bận à?	*Are you busy?*
164	Anh bận hở?	*Are you busy?*
165	Tôi đợi mãi.	*I waited and waited.*
166	Mua tự-vị.	*To buy a dictionary.*

Practice 2. Initial consonant s- in Saigonese*. The Saigon dialect has the sound /š/ in words spelled with an initial s- (and pronounced /s/ in the northern dialect). This sound is like the sh- in English "shoe" though a little farther back in the mouth.

sách	*book*	sau	*after*
sang	*chic*	sáu	*six*
sáng	*bright*	sắc	*sharp*
sao	*star*	sắp	*about to*
sào	*to stir-fry*	sắt	*iron*
sấm	*thunder*	sơn	*to paint*
sẽ	*will*	sửa soạn	*to prepare*
số	*number*	sữa	*milk*
sở	*office*	sức	*force*
sợ	*afraid*	suôi	*downstream*

Practice 3. Initial consonant tr- in Saigonese.* The Saigon dialect also has the sound /ʈ/ in words spelled with initial tr- (and pronounced /c/ in the Hanoi dialect). This sound is not like tr- in English 'tree' or 'try', but it is a retroflex stop in which the tongue-tip is curled upward.

trò	*student*	trường	*school*
trời	*sky*	trầu	*betel*
trừ	*except*	trung	*middle*
trúc	*bamboo*	trung-học	*high school*
		học trò	*student*

---

*Initial consonant x- is pronounced /s/ in both dialects.
**Initial consonant ch- is pronounced /c/ in both dialects.

<u>Practice 4.</u> <u>Final -iêu in Saigonese</u>.* The Saigon dialect has the final (or rhyme) /-iw/ in words spelled with -<u>iêu</u> (pronounced /-iʌw/ in the northern dialect).

yêu	*to love*	chiều	*afternoon*
điếu	*pipe*	thiếu	*insufficient*
điều	*thing, matter*	biểu	*to present*
hiểu	*to understand*	miếu	*temple*
hiệu	*store*	diều	*kite*
kiểu	*model, design*	liều	*daring*
nhiều	*much, many*	siêu	*to transcend*

<u>Practice 5.</u> <u>Final -ươu in Saigonese</u>.** The Saigon dialect has the final (or rhyme) /ứw/ in words spelled with -<u>ươu</u> (pronounced /ừʌw or iʌw/ in the northern dialect).

rượu	*alcohol, wine*	hươu	*roe, deer*
bướu	*hump*	nướu	*gum ridge*

    * The difference between <u>iu</u> and -<u>iêu</u> is neutralized.
  ** The difference between -<u>ưu</u> and -<u>ươu</u> is neutralized.

thứ tư	*fourth, Wednesday*
thứ-tự	*order, sequence*
thư-từ	*correspondence, mail*
Tứ-thư	*the Four Books*
từ từ	*slowly, gently*
tự-tử	*to commit suicide*
sư tử	*lion*
Tư-tư	*Tzu-Ssu*
mười	*ten*
mười mươi	*one hundred percent*
mười người	*ten persons*
cười người	*to laugh at people*
người cười	*people laugh (at you)*

Cười người hôm trước hôm sau người cười.
He who laughs last laughs best.

TRANSLATION

Listen once, then write down. Hand in translation later.

(A) 1. Ông Brown là học trò ông Nam. 2. Tên Việt-Nam của ông
ấy là Bang. 3. Ông Bang là người Mỹ, chứ không phải là
người Anh. 4. Ông Bang nói tiếng Việt-Nam hay lắm.
5. Ông ấy phải ra nhà dây thép bỏ thư, rồi đi cạo đầu
vì tóc ông ấy dài quá. 6. Đi mua giầy xong, ông ấy kêu
dậy nói cho ông Quang. 7. Ông Quang không nghe rõ,
bảo: "Xin ông nói lớn lên một chút". 8. Ông Bang bảo:
"Lâu lắm không gặp ông. Ông có rảnh cho tôi lại chơi."
9. Ông Quang mời ông Brown lại chơi nhà ông.

(B) 1. Mấy ngày nay ông bà Quang bận đi kiếm nhà. 2. Kiếm
ngược kiếm suôi vẫn không thấy. 3. Tại sao ông bà ấy phải
dọn? 4. Chủ nhà đuổi hay sao? 5. Chủ nhà tăng tiền thuê
nhà. 6. Và lại cái nhà ấy nóng lắm và nhiều muỗi lạ muỗi.
7. Ông bà ấy muốn thuê một cái nhà lớn, nhiều cửa sổ.
8. Nhà tôi có một phòng khách, một phòng ăn và một phòng
ngủ. 9. Tiền phố ở Saigon có lẽ mắc hơn bên Mỹ ấy nhỉ!
10. Không đắt lắm, trừ phi ông muốn thuê vi-la lớn.
11. Muốn dọn vào phải sang nhiều tiền lắm, nghĩa là phải
đưa tiền cho người thuê họ dọn đi để mình dọn đến.

(C) 1. Ông bà Quang có mấy cháu tất cả? 2. Ông bà ấy được ba
cháu, hai trai một gái. 3. Cậu Tùng năm nay mười ba tuổi. 4.
Mười ba mà cao quá. 5. Cậu ấy học lớp Đệ-Lục ở trường trung
học Chu-Văn-An. 6. Cậu Trúc lên tám còn học tiểu-học.
7. Em Cúc mới được ba tuổi rưỡi nên chưa đi học.

(D) 1. Ông thân của ông Quang bây giờ ở đâu? 2. Cụ ấy bây giờ
ở Đalat. 3. Dạo này cụ bà có mạnh không? 4. Dạo này cụ
bà mạnh, nhưng mắt kém phải đeo kính. 5. Không đeo kính
thì không nhìn thấy gì cả. 6. Bà cụ còn ăn trầu được không?
7. Không, răng cụ ấy yếu, nên không ăn trầu được nữa.
8. Ông Brown bảo hôm nào rảnh sẽ rủ ông Nam đi ăn phở.
9. Ông Quang bảo dọn nhà xong sẽ kêu điện-thoại cho ông
Brown.

"WHAT WOULD YOU SAY" TEST

1. Here's a question : <u>Anh tìm thấy cái ô đó ở đâu?</u> "Where did you find that umbrella?" Give the following answers in Vietnamese:

    a. in that classroom
    b. in Saigon
    c. in San Francisco
    d. near that door
    e. in the post office
    f. in Mr. Brown's bookstore
    g. in the store next to the movie theater
    h. under that tamarind tree
    i. on the desk in the kitchen
    j. at the place where they eat lunch
    k. in the Botanical Gardens
    l. in the little house behind the railroad station
    m. in the Quang-Lac Restaurant
    n. under the chair
    o. in the park beside the Đong-A Hotel
    p. in front of the university library

2. <u>Anh gặp cô Green bao giờ?</u> "When did you see Miss Green?" Give the following answers in Vietnamese:

    a. yesterday
    b. day before yesterday
    c. a few days ago
    d. I haven't seen her these few days
    e. a week ago
    f. probably last year
    g. a long time ago
    h. when I was in New York
    i. at that time I was still a student in America
    j. two weeks after I left Dalat by car

3. <u>Mai anh làm gì?</u> "What are you doing tomorrow?"

    a. I'm not doing anything
    b. I'm moving to a new house
    c. going to the movies
    d. I think I'll go to the library
    e. I'll be home all day
    f. buying books on Le-Loi Street
    g. buy a new bicycle
    h. look for a second-hand movie camera
    i. I'll be taking my children to the Botanical Gardens

4. Nhiều sách thế này, làm sao bán hết được? "There are so many books, how can you sell them all?"

    a. Very easy
    b. Very hard
    c. I haven't decided to sell them all
    d. I don't know how to sell books
    e. The more readers, the more books I can sell
    f. Not a single student comes to buy books here
    g. Those who work in this bookstore have all gone home for dinner

5. Quyển sách này viết bao giờ? "When was this book written?"

    a. I don't know
    b. Nobody knows
    c. Who knows?
    d. Which one?
    e. That one?
    f. May be Mr. Thuận knows
    g. My teacher says that it was written three years ago this is 1964
    i. It must have been written in 1951
    j. No, it was 1861
    k. Not correct, I'm sorry. 1951

6. Các anh nói ai? "Whom are you talking about?"

    a. We were talking about that American
    b. That American whose Vietnamese name is Bang
    c. That Vietnamese gentleman named Kim, who sells Swiss watches
    d. The one who just came in the classroom
    e. The fat man who is standing in front of the library
    f. The woman who just got up
    g. The boy who is standing to the right of that woman
    h. The boys who are looking at the newspaper
    i. The man who just opened the window and turned off the fan
    j. The man who can eat hot stuff and use chopsticks
    k. The student who just translated this lesson into Vietnamese

Học ăn, học nói; học gói, học mở.

Nói có sách, mách có chứng.

THIRD-PERSON PRONOUNS. MOVABLE ADVERBIALS

CONVERSATION
(Nghỉ Hè)

_____ Unit I _____

BẰNG:

1. *What time did you go to bed last night? How come you look so sleepy?*

Hôm qua mấy giờ mới đi ngủ mà trông còn ngái ngủ thế?

KIM:

2. *Well, we had dinner at a friend's house, and we didn't get home until way past eleven.*

Ấy, chúng tôi ăn cơm thết nhà người bạn, mãi đến 11 giờ hơn mới về.

3. *We didn't go to bed until two o'clock.*

Hai giờ mới đi ngủ.

4. *I'm so sleepy.*

Buồn ngủ quá!

BẰNG:

5. *Do you plan to go and see Mr. Linh off?*

Hôm nay ông có định đi tiễn ông Linh không?

KIM:

6. *Yes, we do.*

Có.

Mrs. KIM:

7. *Which Linh?*

Linh nào nhỉ?

KHANG:

8. *Mr. Linh the engineer in the Ministry of Agriculture.*

Linh làm kỹ-sư Bộ Canh-nông ấy mà.

9. *You have met him!*

Chị gặp rồi còn chi nữa.

BẰNG:

10. *You know, he's rather chubby.*

Linh người mập ấy mà.

- 26 -

Mrs. KIM:

11. *Oh! I remember now.*　　　　　À, tôi nhớ rồi.

12. *The man with a mustache, is*　Cái ông để râu Huê-Kỳ chứ gì?
    that right?

KIM:

13. *That's right.*　　　　　　　　Đúng đấy.

14. *He is going to France and*　　Ông sắp được sang Pháp với
    America to study for six　　sang Mỹ học sáu tháng cùng
    months together with a　　　 phái-đoàn nhân-viên Bộ Y-tế và
    delegation from the Health　Công-chánh.
    Ministry and the Ministry
    of Public Works.

KHANG:

15. *He was my brother's school-*　Lão ta ngày trước là bạn học
    mate.　　　　　　　　　　　　của anh tôi đấy.

KIM:

16. *Was he?*　　　　　　　　　　　Thế à?

_____Unit 2_____

KHANG:

17. *Are your children on vaca-*　Các cháu nghỉ hè rồi chứ?
    tion now?

KIM:

18. *Yes, they went to Vung*　　　Vậng, các cháu ra Vũng Tàu
    Tau.　　　　　　　　　　　　cả rồi.

19. *Cap St-Jacques, you know!*　Cấp ấy mà!

KHANG:

20. *Look at Mr. Buoi and his*　　Kìa, vợ chồng Ông Bưởi đi đâu
    wife! Where are they　　　　mà phóng ghê thế kia?
    going in such a hurry?

KIM:

21. *We heard that they are going*   Nghe nói đi Nhatrang.
    to Nha Trang.

KHANG:

22. *Are they going to the station*   Họ đi ra ga đáp xe lửa hay
    to catch a train or are they   là chạy thi với xe lửa?
    racing against it?

Mrs. KIM:

23. *No, they are not heading*   Ra ga đâu có đi lối đó.
    for the railroad station.

24. *They are going to the bus*   Họ ra bến xe đò chớ.
    station.

KIM:

25. *Who on earth can tell?*   Nào ai biết được?

_____ Unit 3 _____

KIM:

26. *Would you care for some*   Nước chanh quả chứ?
    lemonade?

Mrs. KIM:

27. *Lemonade this early in the*   Sáng sớm thế này mà uống chanh
    morning? The best way of   quả, đau bụng chết.
    having a stomachache.

BANG:

28. *Give me some black coffee,*   Xin bà cho tôi cà-phê đen đi.
    please.

29. *By the way, were there many*   Này, hôm ông Chúc ở Pháp về,
    people out there to meet   có nhiều người đi đón không?
    Mr. Chuc when he returned
    from France?

KIM:

30. *Oh, lots of his nephews and*   Toàn cháu chất gì đó.
    nieces, I think.

31. *Say, is there any interest-*   Thế nào, tin thể-thao hôm nay
    ing sport news today?   có gì lạ không?

BẰNG:

32. *The Japanese won two world*   Có tin Nhật đoạt hai giải vô-
    championships in table   địch thế-giới về bóng bàn.
    tennis.

KHANG:

33. *Is that so?*   Thế à?

BẰNG:

34. *In the final, West Germany*   Vào chung-kết, Tây-Đức thua
    lost to Tokyo 5 to 2.   Nhật 5 bàn gở 2.

35. *May I have a cigarette?*   Cho tôi xin điếu thuốc lá.

KHANG:

36. *Sure, you may.*   Đây mời anh.

37. *They just beat Korea last*   Họ vừa được Đại-Hàn tuần trước
    week, didn't they?   phải không?

BẰNG:

38. *Right.*   Phải rồi.

---------------------Unit 4---------------------

KIM:

39. *Say, I have a riddle for*   Này tôi đố ông Bảng câu này
    you, Mr. Bang.   nhé.

40. *A woman says to an old man:*   Một người đàn bà bảo với một
                                 ông cụ già:

41. *'Your wife's younger brother*   "Em vợ cụ là cậu chồng tôi."
    is my husband's uncle.'

42. *What is the relationship*   Thế thì người đàn bà ấy có họ
    between the woman and the   gì với ông cụ già đó?
    old man?

BẰNG:

43. *I give up.*   Tôi chịu.

44. *I can't figure out.*   Nghĩ mãi không ra.

KIM:

45. *Here's what it is. It's*   Đây nhé! Đâu có khó!
    easy.

46. *The woman is that old*   Người đàn bà ấy là nàng dâu
    man's nàng dâu, isn't   ông cụ già, chứ còn gì nữa.
    she?

BANG:

47. *What does "nàng dâu" mean ?*   "Nàng dâu" là gì?

KIM:

48. *It means 'daughter-in-law.'*   Là con dâu, daughter-in-law.

BANG:

49. *What's the word for 'son-*   Thế "son-in-law" là gì?
    in-law?'

KIM:

50. *The word for 'son-in-law'*   Chàng rể hay là con rể.
    is "con rể" or "chàng rể."

VOCABULARY

bàn	CL	*game*
bạn học	N	*schoolmate, classmate*
bến	N	*landing place, pier (bến tàu), station, terminal (bến xe)*
bóng bàn	N	*table tennis, pingpong*
bụng	N	*belly, stomach, tummy*
canh-nông	N	*agriculture*
Bộ Canh-nông		*Ministry of Agriculture, Ministry of Rural Affairs*
Cấp	N	*Cap Saint-Jacques*
công-chánh	N	*public works*
Bộ Công-chánh		*Ministry of Public Works*

chàng	N	*fellow, guy, lad*
chàng rể	N	*son-in-law*
cháu chắt	N	*grandchildren and great-grandchildren*
chạy thi	V	*to race, have a race*
chắt	N	*great-grandchild*
chi	PR	*what (= gì)*
chú rể	N	*bridegroom*
chung-kết	N	*finale*
dâu	N	*daughter-in-law*
con dâu		*daughter-in-law*
cô dâu		*bride*
nàng dâu		*daughter-in-law*
Đại-Hàn	N	*(Great) Korea*
đàn bà	N	*woman*
đàn ông	N	*man*
đáp	V	*to take (boat, train, etc.)*
đoạt	V	*to seize, win (prize)*
đón	V	*to meet (on arrival)*
đố	V	*to challenge*
câu đố	N	*riddle*
Đông-Đức	N	*East Germany*
được	V	*to win; to win over, defeat, beat (≠thua)*
gỡ	V	*to win back, get back money lost in gambling; score lost in game*
ghê	SV	*to be awful, be terrible / awfully, terribly*
giải	N	*prize*
giải vô-địch	N	*championship*
kỹ-sư	N	*engineer*
lạ	SV	*to be strange, be new*
lão ta	N	*that old guy*
lối	N	*direction, way; path, trail*
mập	SV	*to be fat, chubby, plump (≠ ốm)*
nàng	N	*gal, lass*
nàng dâu	N	*daughter-in-law*
ngái ngủ	SV	*to be still sleepy; to look still sleepy*
nghỉ hè	V-O	*to have or take one's summer vacation*
nhân-viên	N	*personnel, staff; staff member, employee*
ốm	SV	*to be thin, be skinny (≠ mập)*
phái-đoàn	N	*delegation*
phóng	V	*to speed*
râu	N	*beard, mustache (CL bộ)*
râu Huê-Kỳ	N	*mustache*
rể	N	*son-in-law*
chàng rể	N	*son-in-law*
chú rể	N	*bridegroom*
con rể	N	*son-in-law*

sớm	SV	*to be early*
Tây-Đức	N	*West Germany*
thế-giới	N	*the world*
thể-thao	N	*sport (CL môn)*
thết	V	*to treat, entertain*
ăn cơm thết		*to be entertained at dinner*
thua	V	*to lose; to be defeated by (≠ được)*
tin	N	*news*
tiễn	V	*to see (somebody) off*
vô-địch	SV/N	*to be unequalled, be a champion / champion (CL nhà)*
giải vô-địch		*championship*
xe đò	N	*bus xe buýt*
bến xe đò	N	*bus terminal, bus depot*
y-tế	N	*public health, sanitation*
Bộ Y-tế	N	*Ministry of Public Health*
toàn	A	*nothing but*

PATTERN DRILLS

A. MỚI 'ONLY THEN'

> Mấy giờ mới đi ngủ?
> *What time did you go to bed?*
>
> Mười một giờ mới về.
> *We didn't get home until eleven.*
>
> Hai giờ mới đi ngủ.
> *We didn't go to bed until 2 o'clock.*

Given: Answer:

Mấy giờ mới đi ngủ?   Mãi đến mấy giờ mới đi ngủ?
Mấy giờ mới ăn cơm?   Mãi đến mấy giờ mới ăn cơm?
Tám giờ mới ăn cơm.   Mãi đến tám giờ mới ăn cơm.

1. Chín giờ mới ăn cơm.
2. Mười một giờ mới xong.
3. Mười một giờ rưỡi mới về.
4. Một giờ mới ngủ.
5. Mấy giờ mới đi ngủ?
6. Mười hai giờ mới đi ngủ.
7. Mấy giờ mới ăn điểm-tâm?

8. Chín giờ mới ăn điểm-tâm.
9. Một giờ mới ăn cơm trưa.
10. Chín giờ mới ăn cơm tối.
11. Bây giờ mới nhớ ra.
12. Bây giờ mới nhớ ra.
13. Bây giờ mới nhớ ra.
14. Sáu giờ mới đi tiễn ông Linh.
15. Tháng sáu mới đi.
16. Tháng tám mới về.
17. Tám giờ mới đi học.
18. Tám rưỡi mới đi làm.
19. Sáu rưỡi mới ở sở về.
20. Tháng năm mới bắt đầu nghỉ hè.
21. Thứ bảy mới ra Cấp.
22. Tuần sau mới đi Nha-Trang.
23. Mấy giờ mới ra ga?
24. Gần mười giờ mới ra ga.
25. Bây giờ xe đò mới chạy.
26. Chủ nhật này ông Chúc mới ở Pháp về.
27. Mai tôi mới đi Huế.
28. Hôm nay ông ấy mới tới.
29. Chín giờ họ mới rảnh.
30. Thứ ba tiệm đó mới mở cửa.

B. UNLESS

Không đắt lắm trừ phi anh muốn thuê vi-la

Given:

Không đắt lắm, nhưng nếu muốn
thuê vi-la thì đắt lắm.

Answer:

Không đắt lắm, trừ phi muốn thuê
vi-la.

Không rõ, nhưng nếu ông nói
lớn lên một chút thì rõ.

Không rõ, trừ phi ông nói lớn
lên một chút.

1. Không phải dọn nhà, nhưng nếu chủ nhà đuổi thì phải dọn.
2. Không phải dọn, nhưng nếu chủ nhà tăng tiền phố thì phải
    dọn.
3. Không chịu nổi, nhưng nếu có màn thì chịu nổi.
4. Tôi không hiểu, nhưng nếu giáo-sư cắt-nghĩa thì tôi hiểu.
5. Không mắc lắm, nhưng nếu anh muốn mua đồng-hồ Thụy-Sĩ thì
    mắc lắm.

6. Tôi không nhắc lại, nhưng nếu (mà) ông không hiểu thì tôi sẽ nhắc lại.
7. Chúng tôi sẽ không ghé Hương-Cảng, nhưng nếu có cần mua thứ gì thì chúng tôi sẽ ghé đó.
8. Tôi không đi Chợ-Lớn, nhưng nếu các anh đi thì tôi cũng đi.
9. Ba ấy không định mua giày, nhưng nếu nó rẻ thì cũng đi.
10. Sợ lạc đường, nhưng nếu có ông chỉ đường thì không sợ.
11. Không lạc đường, nhưng nếu ông không chỉ đường thì lạc đường.
12. Không chết, nhưng nếu chảy nhiều máu quá thì chết.
13. Không hiểu, nhưng nếu ông cho thí-dụ thì hiểu.
14. Không hiểu, nhưng nếu tra tự-vị thì hiểu.
15. Không muốn lấy vợ, nhưng nếu có việc làm nhiều tiền thì mới lấy vợ.

C. CÒN GÌ NỮA: CÒN CHI NỮA

> Chị gặp rồi.
> Chị gặp rồi còn chi nữa.

Given:

Chị gặp rồi.
Hôm qua anh ăn cơm thết rồi.

Answer:

Chị gặp rồi còn chi nữa.
Hôm qua anh ăn cơm thết rồi còn chi nữa.

1. Ông ấy sang Pháp rồi.
2. Ông sang Mỹ rồi.
3. Các ông học sáu tháng rồi.
4. Các ông học tiếng Việt sáu tháng rồi.
5. Các cháu nghỉ hè rồi.
6. Họ ra Vũng Tàu cả rồi.
7. Đi Nha-Trang rồi.
8. Đi ra ga rồi.
9. Họ ra bến xe đò rồi.
10. Tôi uống nước chanh rồi.
11. Tôi uống cà-phê rồi.
12. Tôi uống hai tách cà-phê rồi.
13. Chị đếm rồi.
14. Tôi đếm đi đếm lại rồi.
15. Các ông học bài này rồi.
16. Chúng tôi học bài thứ 15 rồi.
17. Ông bà Pruett sắp về nước rồi.
18. Chúng tôi hỏi thăm cô Thu rồi.
19. Tôi giới-thiệu anh với cô ấy rồi.

20. Mời ông ấy hai lần rồi.
21. Cô ấy khỏi ốm rồi.
22. Ông Xuân có vợ rồi.
23. Sáu giờ kém mười rồi.
24. Chụp năm cái rồi.
25. Xong rồi.
26. Cô ấy về Mỹ hôm mùng 2 tháng chạp rồi.
27. Bà ấy về đến Cựu-Kim-Sơn rồi.
28. Tôi bỏ cái thư ấy rồi.
29. Hôm qua cạo đầu rồi.
30. Gọi cả bạn rồi.
31. Tôi ăn đủ rồi.
32. Tôi chợ đường rồi.
33. Đóng cửa và tắt đèn rồi.
34. Tôi đánh mất cái xe cũ rồi.
35. Bắt đầu mưa rồi.
36. Ông ấy dọn đến Trần-Hưng-Đạo rồi.
37. Tôi đã báo anh hai ba lần rồi.
38. Vừa mới ăn cơm rồi.
39. Ướt cả bàn giấy rồi.
40. Sắp đến Tết rồi.

D.   ADVERBIAL OF TIME

> Lão ta ngày trước là bạn học của anh tôi.
> Ngày trước lão ta là bạn học của anh tôi.

Given: Answer:
Tôi dạo này hay ho.   Dạo này tôi hay ho.
Tôi mỗi ngày phải một bao là ít.   Mỗi ngày tôi phải một bao là ít.

1. Ông ấy về đây dạo Tết năm ngoái.
2. Ông ấy bây giờ ở đâu?
3. Ông ấy lúc đầu ở Đường Tự-Do.
4. Ông ấy lúc mới về phải ở khách-sạn.
5. Ông bà ấy bây giờ dọn đến Trần-Hưng-Đạo rồi.
6. Chúng ta bây giờ phải học ôn.
7. Ông bà hôm nay có bận lắm không?
8. Cô Thu dạo này thế nào?
9. Cô ấy chủ nhật trước bị cảm.
10. Giời hôm nay đẹp quá nhỉ!
11. Mưa rào đêm hôm qua mát quá nhỉ!
12. Chúng tôi mấy ngày nay bận tìm nhà.
13. Cháu Tung năm nay mười mấy?
14. Ông Thân của anh bây giờ ở đâu?
15. Mẹ tôi dạo này khoẻ.

16. Anh có định đi tiễn ông Linh hôm nay không?
17. Lão ta ngày trước là bạn học của tôi.
18. Tin thể-thao hôm nay có chi lạ không?
19. Họ vừa hạ Việt-Nam tuần trước.

E. NEGATIVE ĐÂU CÓ!

> Ra ga không đi lối đó!
> Ra ga không có đi lối đó!
> Ra ga đâu có đi lối đó!

Given: Answer:

Không khó.   (A) Không có khó!
                                (B) Đâu có khó!

1.   Không mệt lắm.
2.   Họ không bận lắm.
3.   Chúng tôi không đếm.
4.   Không đúng.
5.   Tiếng Việt-Nam không khó lắm.
6.   Mấy tuần nay tôi không gặp cô ấy.
7.   Bà ấy không buồn.
8.   Tôi không có thì giờ.
9.   Ông ấy không phải là người Anh.
10. Ông Xuân không làm ở Bộ Kinh-tế.
11. Hôm nay không chụp ảnh được.
12. Tôi không thích mua mưa.
13. Vườn Bách-Thảo không xa.
14. Ông ấy không mời cô Thu.
15. Tôi không biết rõ hôm nào.
16. Cô ấy không phải trả.
17. Đa-Lạt không xa lắm.
18. Tôi không có máy quay phim.
19. Tôi nói tiếng Việt-Nam không giỏi.
20. Tôi không ăn được ớt.
21. Nó không no.
22. Cá hấp này không ngon.
23. Bát canh này không nóng lắm.
24. Nước mắm này không cay.
25. Thịt bò này không mặn.
26. Trứng tráng này không nhạt.
27. Chúng tôi không ăn bánh ngọt.
28. Nó không thích kem.

29.   Tôi không sợ cà-phê.
30.   Người Việt-Nam không cho chanh với sữa vào nước chè.
31.   Bà ấy không hiểu.
32.   Chúng tôi không học thuộc lòng.
33.   Chúng nó không thuộc bài.
34.   Giời không mưa.
35.   Cô ấy không đem theo nhiều quần áo.
36.   Ở Hồng-Công hàng Mỹ không rẻ lắm.
37.   Tôi không có tiền.
38.   Tôi không quên cái gì.
39.   Ông ấy không gọi dây nói.
40.   Không cần quạt.
41.   Tôi không hút thuốc lá nữa.
42.   Tôi không có bật lửa.
43.   Tôi không nhìn thấy họ.
44.   Anh ấy không định đi Chợ-Lớn.
45.   Cô ấy không viết thư cho ông ấy.

F.   THIRD-PERSON PRONOUNS

> Tên ông là gì?
> *What's your name?*
>
> Tên ông là gì?
> *What's his name?*

Given: Answer:

Anh ở phòng nào?   Anh ở phòng nào?
Hôm qua mấy giờ ông mới đi ngủ?   Hôm qua mấy giờ ông mới đi ngủ?

1.   Cô ăn cơm thết nhà người bạn, phải không?
2.   Ông nghe không rõ.
3.   Anh là học trò ông Nam.
4.   Lâu lắm tôi không gặp anh.
5.   Ông có phải dọn nhà không?
6.   Bà tăng tiền phố nhiều quá.
7.   Cô ở xa bờ sông.
8.   Anh cần mấy buồng?
9.   Ông muốn thuê vi-la.

Gọi dạ, bảo vâng.

Đi thưa, về trình.

-37-

10. Anh nói gì?
11. Chị được mấy cháu tất cả nhỉ?
12. Để dọn nhà xong tôi sẽ kêu anh.
13. Ông có định đi Mỹ không?
14. Ông có qua Pháp không?
15. Lão tạ ngay trước là bạn học của anh mà!
16. Bà phải ra bến xe đó chớ!
17. Tôi biết cô thích cà-phê đen.
18. Cô chưa học bài đó à?
19. Ông chưa học bài thứ 16 sao?
20. Hôm nay bà không đi làm sao?
21. Mấy tuần nay tôi không gặp cô.
22. Ông biết không?
23. Anh làm chủ hiệu sách.
24. Tôi quên chưa hỏi bà,
25. Cô là người Pháp, phải không?
26. Ông nói tiếng Việt-Nam hay lắm.
27. Ông có vợ chưa?
28. Tôi muốn đưa anh đến vườn Bách-Thảo.
29. Tại sao ông không mời cô Thu cùng đi?
30. Hôm nào thì cô về đến Cựu-Kim-Sơn?
31. Cô đâu có phải trả.
32. Anh có thể đi nhanh chậm tùy ý.
33. Bây giờ đụng tôi sẽ gặp ông ở hiệu ăn.
34. Cô cho chúng tôi một đĩa thịt bò xào cà chua.
35. Bà dùng đũa được chứ?

GRAMMAR NOTES

2.1. Third-Person Pronouns. Phrases such as ông ấy, bà ấy,
       cô ấy, anh ấy, chị ấy, etc...have interesting equivalents
       in Saigonese. What happens is that the tone of each of
       these kinship terms (Ông, bà, cô, anh, chị, etc.) which
       are used as second-person pronouns is changed systematical-
       ly to the low rising tone (hỏi) to denote a third person
       just mentioned or referred to:

       ông   you > ổng   he   (=ông ấy   *that gentleman*)
       bà   you > bả   she   (=bà ấy   *that lady*   )
       cô   you > cỏ   she   (=cô ấy   *that young lady*)
       anh   you > ảnh   he   (=anh ấy   *that fellow*   )
       chị   you > chỉ   she   (=chị ấy   *that gal*   )

The exceptions are bác, chú, cháu, con.

2.2. <u>MỚI, 'then and only then'</u>. We have seen that mới means that
the action denoted by the main verb does not take place
until or unless some condition is fulfilled. This lesson
contains some more examples of that helping verb:

Hôm qua mấy giờ mới đi ngủ?   *What time did you (finally) go*
                               to bed last night?

Mãi đến 11 giờ hơn mới về.   *We didn't get home until way*
                               past eleven.

Hai giờ mới đi ngủ.   *We didn't go to bed until two*
                               o'clock.

Chủ nhật ổng mới đi.   *He won't go until Sunday.*

Hôm nay cổ mới đến.   *She didn't (or won't) come*
                               until today.

Cô Hai không ngoan, cô Ba   *Miss Hai isn't well-behaved.*
mới ngoan.   *Only Miss Ba is.*

2.3. <u>CHỨ</u>. We have seen that the conjunction chứ 'and (not), but
(not)' joins two clauses, the second of which is in sharp
contrast with the first or states an opposite proposition:

Cô Thanh, là người Mỹ, chứ   *Miss Thanh is American, and*
không phải là người Việt-   *not Vietnamese (as you may*
Nam.   *think).*

Ông Brown là người Anh chứ   *Mr. Brown is English, not*
không phải là người Mỹ.   *American.*

Bà Tâm hiểu tiếng Pháp chứ   *Mrs. Tam understands French*
không hiểu tiếng Anh.   *but doesn't understand*
                               English.

2.4. <u>NHƯNG</u>. We have seen that the conjunction nhưng 'but, yet'
begins a clause which is at variance with what one would
expect. It is optionally followed by mà:

Nghe hay quá, nhưng (mà)   *They all sound very nice, but*
tôi nghe như vịt nghe sấm   *still are Greek to me.*
thôi.

Khoẻ nhưng (mà) mắt kém.   *She's fine, but her eyesight*
                               is getting weaker.

2.5. <u>MÀ</u>. We have seen that the conjunction mà 'and yet, but
strangely, but interestingly' introduces a clause whose
content is strongly at variance with what one would expect.

Mười ba mà cao quá.   *Thirteen--yet so tall.*

Trời nóng thế này mà buồng ngủ các cháu không có cửa sổ.	*The weather is so hot, yet there is no window in our children's room.*
Sáng sớm, thế này mà uống chanh quá à?	*Lemonade, this early in the morning?*

PRONUNCIATION

Practice 6. Initial consonant ho- and hu- in Saigonese. The Saigon dialect has the sound /w/ in words spelled with an initial hu- or ho- (pronounced /hw-/ in the northern dialect). This sound is like the w- in English war, way, W.A.C., win, etc.

hoa	*flower*
Huế	*the city of Hue*
hoặc	*or*
huyền	*falling (tone)*

Practice 7. Final -ươi in Saigonese. The Saigon dialect has the final (or rhyme) /-ưy/ in words spelled with -ươi (pronounced /-ɯʌy/ in the northern dialect).

dưới	*under, below*	tươi	*fresh*
rưới	*and a half*	cười	*to laugh, smile*
tưới	*to water, irrigate*	bưởi	*pomelo*
cưới	*to wed*	đười-ươi	*orang-utan*
lười	*lazy*	mười	*ten*
lưỡi	*tongue*	-mươi	*ten*
		người	*man, person*

Practice 8. Final -iêm in Saigonese. The Saigon dialect has the final (or rhyme) /-im/ in words spelled with -iêm (pronounced /-iʌm/ in the northern dialect).

hiếm	*rare*	kiểm-soát	*to control*
điềm	*omen*	khiêm-tốn	*modest*
xiêm	*skirt*	nghiêm	*stern*
tiệm	*store*	liềm	*sickle*
tiệm ăn	*restaurant*	tìm-kiếm	*to hunt for*

Ao sâu, tốt cá.

Trứng khôn hơn vịt.

Anh em như chân tay.

Practice 9. Final -iêp in Saigonese. The Saigon dialect has the
final (or rhyme) /-ip/ in words spelled with -iêp pronounced
/-iʌp/ in the northern dialect).

tiếp	*to receive*	nghề-nghiệp	*occupation*
kiếp	*life, existence*	khiếp	*gee whiz*
thiếp	*concubine*	hiếp	*to oppress, rape*
thiệp	*greeting card*	hiệp	*to unite*
nhiếp-ảnh	*photography*	thông-điệp	*message*

Practice 10. Final -iên in Saigonese. The Saigon dialect has the
final (or rhyme) /-iʌn/ in words spelled with -iên (pronounced
/-iʌn/ in the northern dialect)

yên	*safe*	tiền	*money*
biên	*to note down*	tiền phố	*rent*
điện	*electricity*	tiền thuê nhà	*rent*
hiện	*at present*	nhân-viên	*staff*
hiện bây giờ	*at present*	tiễn	*to see...off*
hiện giờ	*at present*		
hiện nay	*at present*		

TRANSLATION

(Listen once, then write down. Hand in translation later).

(A) 1. Hôm qua ông bà Kim ăn cơm thết ở nhà người bạn.
2. Mấy giờ ông bà ấy mới về? 3. Mãi đến 11 giờ hơn.
4. Mấy giờ mới đi ngủ? 5. Hai giờ mới đi ngủ. 6. Hôm
nay ông Kim có buồn ngủ không? 7. Có, trông ông ấy còn
ngái ngủ lắm. 8. Ông Bang và ông Kim có đi tiễn ông Linh
không? 9. Có, hai ông định đi tiễn ông Linh. 10. Ông
Linh làm gì? 11. Ông Linh làm kỹ-sư Bộ Canh-nông. 12. Ông
Linh người thế nào? 13. Ông người đậy-đà và đẹ rau Huệ-Kỳ.
14. Ông đi đâu? 15. Ông sang Pháp với sang Mỹ học sáu tháng.
16. Đi với ai? 17. Đi với phái-đoàn nhân-viên Bộ Y-tế và
Bộ Công-chánh. 18. Ngay trước ông Linh là bạn học của anh
ông Khang.

(B) 1. Con ông Kim nghỉ hè chưa? 2. Chúng nó nghỉ hè rồi.
3. Chúng nó ra Vũng-Tàu cả rồi. 4. Vợ chồng ông Bưởi phóng
xe ghê quá. 5. Ông bà ấy ra ga đáp xe lửa đi Nha-trang, phải
không? 6. Ông bà ấy đi xe lửa hay đi xe đò? 7. Nghe nói
ông bà ấy đi Nha-trang nghỉ hè. 8. Ra bến xe đò đi lối nào?
9. Nào ai biết được!

Ba tháng biết lẫy, bẩy tháng biết bò,
Chín tháng lò-dò biết đi.

(C) 1. Ông Kim mời ông Brown uống nước chanh quả. 2. Bà Kim
bảo: 'Sáng sớm thế này mà uống chanh quả đau bụng chết.'
3. Ông Brown xin một tách ca-phê đen. 4. Ông Brown hỏi hôm
ông Chục ở Pháp về có nhiều người đi đón không? 5. Ông Kim
giả lời rằng có nhiều người lắm, toàn cháu chắt gì đó.
6. Tin thể-thao hôm nay có gì lạ? 7. Có tin Nhật đoạt giải
vô-địch thế-giới về bóng bàn. 8. Tuần trước họ vừa hạ Đại-
Hàn. 9. Tuần này họ bị Đại-Hàn hạ. 10. Nhật thua Việt-
Nam 4 bàn gỡ 2.

(D) Câu đố. Một người đàn bà bảo với một ông cụ già: 'Em vợ cụ
là cậu chồng tôi'. Vậy người đàn bà ấy có họ gì với ông cụ
già?

Trả lời: người đàn bà ấy là nàng dâu ông cụ già.

"WHAT WOULD YOU SAY" TEST

1. Here's a question:

Hôm qua mấy giờ ông mới đi ra ga? 'What time did you go to
the station last night?' Give the following answers in
Vietnamese:

   a. Not until way past eleven.
   b. Not until two o'clock.
   c. After having dinner at a friend's house.
   d. After talking to Mr. Linh.
   e. After going to the bus station.
   f. After buying a watch.

2. You inquire about Miss Green's health and say:

   a. Cô không đối sao?
   b. Cô ấy mạnh khỏe như thường chứ?
   c. Cô ấy ra nhà dây thép chưa?
   d. Chủ nhật trước cô ấy bị cảm, bây giờ khỏi chưa?
   e. Hôm nay cô ấy bận học thi, phải không?
   f. Dạo này cô ấy còn hút thuốc lá không?
   g. Tại sao cô ấy phải dọn nhà?

3. You and a friend are walking along the street.

   a. You ask him whether he has been very busy.
   b. He says he's been rather busy lately.

c. You ask him what Mr. Fox is doing.
d. He says Mr. Fox is now the manager of a bookstore in San Francisco.
e. You ask him whether he has seen Miss Thu lately.
f. He says he just saw her yesterday.

4. You and a friend are having coffee in a tearoom.

a. He asks you whether Mr. Ha is married.
b. You say that Mr. Ha isn't married.
c. He asks, "Isn't Mr. Xuan married?"
d. You say Mr. Xuan is married and has four children.
e. He asks where Mr. Xuan is working.
f. You say Mr. Xuan works in the Foreign Ministry and Mr. Ha in the Ministry of Economy.
g. He asks whether you are hungry or not.
h. You say you are very hungry and it's already ten minutes to nine.
i. You suggest that the two of you eat dinner at Quang Lac Restaurant, the one that has a red sign with white (Chinese) characters on it.

5. You and a friend are having noodles somewhere in Saigon.

a. You ask him whether Mr. Bac (his brother) is still in England.
b. He says he (Mr. Bac) came back to Saigon last year around Tet time.
c. You ask where Mr. Bac is living now.
d. He says that when Mr. Bac just arrived he had to stay in the Continental Hotel.
e. Then Mr. Bac moved to Le-Loi Street, near the railroad station.
f. Mr. Bac is now living at 222 Tran Hung Ðao Street.
g. But Mr. Bac's landlord wants to raise the rent.
h. Moverover, the children's bedroom doesn't have any window.
i. Mr. Bac's room is full of mosquitoes.
j. Mr. Bac cannot stand it without the mosquito net.
k. The house is far from the office.
l. So Mr. Bac has to move again.

Ăn to, nói lớn.

Ăn cây nào, rào cây ấy.

Ăn có nhai, nói có nghĩ.

REDUPLICATIONS

CONVERSATION

(Đi chợ)

_____Unit I_____

MRS. THOMAS:
1. *Where are you going?*   Bà đi đâu đấy?

MRS. HOA:
2. *I'm going to the market.*   Tôi đi chợ.
3. *Would you like to go, too?*   Bà đi không?

MRS. THOMAS:
4. *Which market?*   Chợ nào?

MRS. HOA:
5. *The Central Market.*   Chợ Bến-Thành.

MRS. THOMAS:
6. *What're you going to buy?*   Đi chợ mua cái chi?

MRS. HOA:
7. *I need some embroideries.*   Tôi cần mua ít đồ thêu.
8. *And you?*   Còn bà?

MRS. THOMAS:
9. *I want to buy a pair of*   Tôi cần mua một đôi guốc, một
wooden shoes, a pair of   đôi giày cho Peter, và mấy
shoes for Peter, and also   thước vải cho Mary nữa.
a few yards of cloth for
Mary.

MRS. HOA:
10. *Here, in this shoe store*   Đây, tiệm giầy này bán rẻ lắm.
things are very cheap.

         Của rẻ là của ôi,
         Của đầy nồi là của không ngon.

         Con hư tại mẹ, cháu hư tại bà.

11. The pair of tennis shoes   Đôi giầy ten-nít mà tôi mua
     which I got for my kid   cho cháu hôm nọ rẻ rẻ là!
     the other day cost
     practically nothing.

12. We know the manager.   Chúng tôi quen ông chủ.

_____Unit 2_____

BOTH LADIES:
13. Hello!   Chào ông chủ!

SHOPOWNER:
14. Good afternoon, ladies!   Chào hai bà!

MRS. HOA:
15. How is business these days?   Dạo nầy ông có phát-tài không?

SHOPOWNER:
16. Pretty good, thank you.   Cũng khá, cám ơn bà.

17. Please come in.   Mời hai bà vào.

18. Sit down, please.   Mời hai bà ngồi chơi.

MRS. THOMAS:
19. I want this style of shoes   Tôi muốn mua đôi giầy kiểu
     for him.   nầy cho cháu.

SHOPOWNER:
20. Try this pair.   Em đi thử đôi nầy.

MRS. THOMAS:
21. They're a little tight.   Đôi nầy hơi chật.

PETER:
22. These are too large.   Đôi nầy rộng quá.

Một tiền gà, ba tiền thóc.

Giặc đến nhà, đàn bà phải đánh.

Chưa mua thì nói rằng hèn,
Đến khi mua được vừa khen vừa mừng.

Ăn có nơi, làm có chỗ.

SHOPOWNER:
23. *Does this pair fit?*   Đôi này vừa không?

PETER:
24. *They fit very well.*   Đôi này vừa lắm.

MRS. THOMAS:
25. *How much is this pair of*   Đôi guốc này bao nhiêu tiền?
     wooden shoes?

SHOPOWNER:
26. *I'll take a hundred and*   Xin bà một trăm hai mươi đồng.
     twenty.   (or xin bà trăm hai).

MRS. THOMAS:
27. *Why so expensive?*   Sao mắc thế?
28. *Gee! I forgot my money.*   Chết. Tôi quên tiền.

MRS. HOA:
29. *Never mind.*   Không sao.
30. *I have some with me.*   Tôi có đây.

MRS. THOMAS:
31. *Let me borrow three*   Bà cho tôi vay ba trăm.
     hundred.
32. *When we get back home I'll*   Về nhà tôi trả.
     pay it back.
33. *How much is it together?*   Tất cả bao nhiêu ông?

SHOPOWNER:
34. *130 for the shoes, 120 for*   Đôi giày trăm ba, đôi guốc trăm
     the clogs: that makes 250.   hai: thế là hai trăm rưỡi.

MRS. THOMAS:
35. *You have to give me back*   Ông thối lại tôi năm chục.
     fifty.

_____Unit 3_____

MRS. THOMAS:
36. *Shall we now go inside the*   Bây giờ ta đi vào chợ kiếm đồ
     market to look for embroi-   thêu chứ?
     deries?

MRS. HOA:
37. *There are no embroideries*   Trong đó làm gì có đồ thêu!
    in there.
38. *Only fruit, meat, fish,*   Chỉ có trái cây, thịt, cá, rau
    vegetables, chinaware   với bát đĩa xoong chảo thôi.
    and pots and pans.

MRS. THOMAS:
39. *The market surely is*   Hôm nay thứ bảy chợ đông quá
    crowded today--Saturday.   nhỉ!

MRS. HOA:
40. *There are even more people*   Chợ Cũ còn đông hơn nữa ấy!
    shopping at the Old Market.

MRS. THOMAS:
41. *Oh, here is my wallet*   Nầy, cái ví tiền của tôi ở
    lying beneath these sun-   ngay dưới đôi kính đen này mà
    glasses.   cứ tìm mãi,
42. *Here's your money back.*   Tôi xin trả bà tiền. Cảm ơn
    Thank you.   bà.

MRS. HOA:
43. *Here's a fabric stall.*   Đây có tiệm vải đây.

MRS. THOMAS:
44. *How much does a yard of*   Thứ vải hoa này bao nhiêu một
    this material cost?   thước hở ông?

SHOPKEEPER:
45. *It's good material. No*   Vải này tốt, không co, không
    shrinkage, and fast color.   phai.
46. *Seventy piasters a meter.*   Bảy chục một thước.

MRS. THOMAS:
47. *Give me a twenty-piaster*   Ông bớt cho tôi hai chục đi.
    discount.

SHOPKEEPER:
48. *I'm sorry. No discount.*   Không được. Đúng giá.

Người không học như ngọc không mài.

Muốn lành nghề chớ nề học-hỏi.

Con hơn cha là nhà có phúc.
Kẻ hay làm thì đói,
Kẻ hay nói thì no.

MRS. THOMAS:
49. *Let's go next door.*   Thôi, ta đi qua tiệm bên cạnh
                                          này.

MRS. HOA:
50. *Could you show me that*   Ông cho tôi coi cái áo thêu
     embroidered blouse?   kia?
51. *Do you have any embroider-*   Ông có khăn bàn thêu không?
     ed tablecloths?
52. *I'll take the yellow blouse*   Tôi lấy cái áo vàng và cái
     and this white tablecloth.   khăn trắng này.
53. *Please wrap them care-*   Ông làm ơn gói kỹ cho tôi.
     fully for me.

MRS. THOMAS:
54. *I guess I have bought*   Tôi mua thế đủ rồi.
     everything (I need).
55. *I have to hurry home,*   Tôi phải về mau, không có
     otherwise Peter would be   Peter đói.
     hungry.

MRS. HOA:
56. *Where's your car parked?*   Xe bà đậu ở đâu?

MRS. THOMAS:
57. *At the other end.*   Đầu kia.
58. *Near here. Not very far.*   Gần đây. Không xa lắm.

MRS. HOA:
59. *You go home first, O.K?*   Bà về trước nhé?
60. *I still have to buy a few*   Tôi còn phải mua thêm mấy thứ
     more things, then I'll   nữa, rồi về sau bằng xích-lô.
     go home in a pedicab.

_____Unit 4_____

MRS. HOA:
61. *How much are these oranges*   Cam này bao nhiêu một chục đó,
     a dozen?   bà?

VENDOR:
62. *Fifty piasters.*   Năm chục đồng.
63. *They're quite fresh.*   Tươi lắm, bà ạ.
64. *How many do you want?*   Bà muốn mua bao nhiêu trái?

        Uống nước nhớ nguồn.

      Ăn quả (= trái) nhớ kẻ trồng cây.

MRS. HOA:
65. *Just six.*   Sáu trái thôi.
66. *I want to buy a hundred*   Tôi muốn mua một lạng cà-phê
     grams of coffee and two   và hai gói trà.
     packages of tea.
67. *Five packs of cigarettes*   Năm gói thuốc lá và một chục
     and ten boxes of matches,   bao quẹt.
     too.

VENDOR:
68. *Here you are.*   Thưa bà đây.
69. *Anything else?*   Bà cần dùng thứ chi khác không?

MRS. HOA:
70. *That's all.*   Dạ có thế thôi.
71. *Altogether how much is it?*   Hết thảy bao nhiêu tiền?

VENDOR:
72. *Let's see!*   Xem nào!
73. *Oranges, 25 piasters.*   Cam: 25 đồng (25$).
     Coffee, one kilogram, I mean   Cà-phê, một ki-lô, à quên một
     100 grams, 22 piasters.   lạng: 22 đồng.
     The two packages of tea,   Hai gói trà: 60 đồng.
     60p. Five packs of ciga-   Năm gói thuốc lá: 100 đồng.
     rettes, 100 piasters.
     Ten boxes of matches, 15p.   Mười bao quẹt: 15 đồng.
     Altogether: 222 piasters.   Cộng là: hai trăm hai mươi hai
                                           đồng.

MRS. HOA:
74. *Here you are--300.*   Đây ba trăm đây.

VENDOR:
75. *Thank you.*   Xin bà ạ.
76. *Here's your change--78p.*   Tôi thối lại bà 78 đồng.

VOCABULARY

bớt	V	*to substract, cut down, reduce; lower the price* (≠ thêm)
cam	N	*orange* (CL quả, trái)
co	V	*to shrink*
coi	V	*to look, see, watch* (= xem)
cộng	V	*to add up*
chảo	N	*skull-shaped frying pan, wok*
xoong chảo	N	*pots and pans (collectively)*
chật	SV	*to be narrow, be tight*

chia	V	to divide
chợ	N	market, market place
chục	N	group of ten; dozen
đậu	V	to park (=đỗ)
đông	V	to be crowded (≠ vắng)
gói	V/N	to wrap, pack; package, pack
guốc	N	wooden shoe (CL chiếc for one đôi for a pair)
ki-lô	N	kilogram
kí	N	kilogram
ki-lô	N	kilogram
kiếm	V	to look for (=tìm)
kính	N	glass; eyeglasses (CL đôi, cái, chiếc)
kính đen	N	sun glasses
kính trắng	N	reading glasses
khăn bàn	N	tablecloth
lạng	N	tael, unit of 100 grams
mà	C	which, that, who
mau	SV	to be quick, be fast, be speedy
mắc	SV	to be expensive (=đắt)
nhân	V	to multiply
phai	V	to fade
phát-tài	V	to succeed in business, make money
quen	N	to know, to be acquainted with
người quen	N	acquaintance
quẹt	SV	match (= diêm)
rộng	SV	to be roomy, be spacious, be loose (≠ chật)
ten-nít	N	tennis (with đánh or chơi 'to play'
giày ten-nít	N	tennis shoes
thêu	V	to embroider
đồ thêu	N	embroidery
thối	V	to withdraw; to give the change
thối lại	V	to give the change
trà	N	tea (=chè)
nước trà	N	tea (= nước chè)
trả	V	to pay, pay back (= giả)
trái	N	fruit
trái cây	N	fruit (collectively) (=hoa quả)
trừ	V	to substract
tươi	V	to be fresh, freshly cut, freshly picked; to be day and smiling
tươi cười	V	to be gay and smiling
vải	N	cloth, material, fabric, cotton
một thước vải		a meter of cloth
vải hoa	N	print
vàng	N/SV	gold / to be yellow

vay	V	*to borrow*
cho vay	V	*to lend*
vắng	V	*to be deserted (≠ đông)*
ví	N	*billfold, wallet*
ví tiền.	N	*billfold, wallet*
vừa.	SV	*to be just right, fit, be appropriate*
xích-lô	N	*pedicab*
xe xích-lô	N	*pedicab*
xoong	N	*saucepan*
xoong-chảo	N	*pots and pans*

một trăm mốt	110	một trăm sáu	160
một trăm hai	120	một trăm bảy	170
một trăm ba	130	một trăm tám	180
một trăm tư	140	một trăm chín	190
một trăm rưởi	150		

PATTERN DRILLS

A. FINAL PARTICLE "ĐẤY"

Bà đi đâu?
Bà đi đâu đấy?
Where are you going?

Given:

Bà đi đâu?

Bà Thomas có đi không?

Chợ nào?

Answer:

(A) Bà đi đâu đấy?
(B) Tôi đi chợ.
(A) Bà Thomas có đi không đấy?
(B) Dạ, có đi.
(A) Chợ nào đấy?
(B) Chợ Bến-Thành.

1. Đi chợ mua cái chi?
2. Dạo này ông có phát-tài không?
3. Đôi giày này có vừa không?
4. Đôi guốc này bao nhiêu tiền?
5. Tất cả bao nhiêu tiền?

6. Vải này bao nhiêu một thước?
7. Ông có khăn bàn thêu không?
8. Xe bà đậu đâu?
9. Cam này bao nhiêu một chục?
10. Bà muốn mua bao nhiêu trái?
11. Hết thảy bao nhiêu tiền?
12. Ai?
13. Tại sao phải dọn nhà?
14. Anh cần mấy buồng?
15. Anh nói gì?
16. Anh có mấy cháu tất cả?
17. Cháu Tung năm nay mười mấy?
18. Cháu học lớp nào rồi?
19. Trường nào?
20. Cụ bà có mạnh không?
21. Ông có định đi tiễn ông Linh không?
22. Họ đi ra ga đạp xe lửa hay chạy thi với xe lửa?
23. Có nhiều người đi đón không?
24. Tin thể-thao có gì lạ không?
25. Ông có nghe rõ không?
26. Tại sao chủ nhà đuổi?
27. Nhà này có nhiều muỗi không?
28. Ông có phải sang nhà không?
29. Hôm qua mấy giờ mới đi ngủ?
30. Bà ấy có sang Pháp không?
31. Các cháu nghỉ hè chưa?
32. Ông Thuận ra Vũng Tàu chưa?
33. Vợ chồng ông Bưởi đi đâu?
34. Sáng nay ông có uống cà-phê không?
35. Tiệm này có rẻ không?

B. RẺ RẺ LÀ!

Rẻ lắm.	*Quite cheap!*
Rẻ quá.	*So cheap!*
Rẻ rẻ là!	*So very cheap!*

Given: Answer:

Con đường này ẩm lắm.   (A) Con đường này ẩm quá.
                         (B) Con đường này ẩm ẩm là!

Cái ghế này bẩn lắm.   (A) Cái ghế này bẩn quá.
                              (B) Cái ghế này bẩn bẩn là!

1. Tháng này tôi bận lắm.
2. Cái bàn này bé lắm.
3. Phim này buồn lắm.
4. Bắt cảnh này cay lắm.
5. Cái áo này cũ lắm.
6. Phim đó chán lắm.
7. Anh Lâm chăm lắm.
8. Thằng Trực cao lắm.
9. Mắt bà ấy kém lắm.
10. Đà-Lạt lạnh lắm.
11. Đồ thêu mắc lắm.
12. Nhà ông ấy nóng lắm.
13. Ghê lắm.
14. Lạ lắm.
15. Ông Linh mập lắm.
16. Cô Kim ốm lắm.
17. Đôi giày này chật lắm.
18. Giấy này đen lắm.
19. Chợ Bến-Thành đông lắm.
20. Trường Nguyễn Trải rộng lắm.
21. Máy bay này mau lắm.
22. Cà chua này tươi lắm.
23. Bài này khó lắm.
24. Nhà này muỗi lắm.
25. Tóc cô ấy dài lắm.

C. PHẢI KHÔNG?

Given: Answer:

Họ vừa hạ Đại-Hàn tuần trước, (A) Dạ phải, họ vừa hạ Đại-Hàn
phải không?   tuần trước.
                              (B) Dạ không phải.

1. Ông Brown là học trò ông Nam, phải không?
2. Con dâu là "daughter-in-law", phải không?
3. Con rể là "son-in-law", phải không?
4. Cây này là cây me, phải không?
5. Người đàn bà ấy là nàng dâu ông cụ già, phải không?
6. Nhất là một, phải không?
7. Nhị là hai, phải không?

8. Tạm là ba, phải không?
9. Tứ là bốn, phải không?
10. Ngũ là năm, phải không?
11. Lục là sáu, phải không?
12. Thất là bảy, phải không?
13. Bát là tám, phải không?
14. Cửu là chín, phải không?
15. Thập là mười, phải không?
16. Tùng nghĩa là cây thông, phải không?
17. Trúc là cây tre, phải không?
18. Cúc là hoa cúc, phải không?
19. Ông Quảng phải dọn nhà, phải không?
20. Chủ nhà đuổi, phải không?
21. Ông cần ba buồng, phải không?
22. Tiền thuê nhà mắc lắm, phải không?
23. Ông ấy được ba cháu, phải không?
24. Cháu lớn tên là Tùng, phải không?
25. Bà Hoa đi chợ Bến-thành, phải không?
26. Bà ấy cần mua đồ thêu, phải không?
27. Bà Thomas mua giầy cho Peter, phải không?
28. Tiệm này bán rẻ lắm, phải không?
29. Ông cũng quen ông chủ, phải không?
30. Đôi giầy này hơi chật, phải không?
31. Đôi này rộng quá, phải không?
32. Hai trăm rưỡi, phải không?

D. ...NÀO CŨNG ĐƯỢC

Given: Answer:

Chợ nào?   Chợ nào cũng được.
Bà định đi chợ nào?   Chợ nào cũng được.
Anh thích đôi giầy nào?   Đôi nào cũng được.
Tiệm nào?   Tiệm nào cũng được.

Hỏi ai?   Hỏi ai cũng được.
Ngồi đâu?   Ngồi đâu cũng được.
Bao-nhiêu?   Bao-nhiêu cũng được.

1. Tiệm nào?
2. Thịt gì? (What kind of meat?)
3. Rau gì? (What kind of vegetable?)
4. Vải gì? (What kind of cloth?)
5. Bà muốn dùng cái khăn nào?
6. Ông muốn mua thuốc lá gì? (What brand?)
7. Ông dùng trà gì?
8. Cây gì?
9. Hoa gì?
10. Trường nào?

11. Anh thích ăn cơm gì? Cơm tàu hay cơm Việt?
12. Đi xe gì bây giờ?
13. Bật cái đèn nào?
14. Anh định cho nó cái bút nào?
15. Gọi dây nói cho hàng nào?
16. Đánh dây thép cho ai?
17. Anh định mặc cái sơ-mi nào?
18. Anh ngủ buồng nào?
19. Chị thích cái khăn mặt nào?
20. Bỏ vào ngăn kéo nào?

E. RẤT, HƠI VS. LẮM

Tiệm này rất rẻ.
         very cheap.
Tiệm này hơi rẻ.
         a little cheap.
Tiệm này rẻ lắm.
         very cheap.
Tiệm này không rẻ lắm.
         not very cheap.

Given: Answer:

Tiệm này rất rẻ.   (A) Tiệm này rẻ lắm.
                          (B) Tiệm này không rẻ lắm.
                          (C) Tiệm này hơi rẻ thôi.
                          (D) Tiệm này đâu có rẻ!

1. Ông Bảng rất bận.
2. Ông Quang rất rảnh.
3. Hôm nay trời rất nóng.
4. Buồng này rất muỗi.
5. Nhà cô ấy rất xa.
6. Xe đạp này rất mắc.
7. Vải này rất đắt.
8. Đồng-hồ Thụy-Sĩ rất đắt.
9. Phim đó rất hay.
10. Ông Quang rất cao.

Hay ăn mà chẳng hay làm.

Hay ăn thì lăn vào bếp.

11. Em Tùng rất khỏe.
12. Rặng tôi rất yếu.
13. Tôi rất buồn ngủ.
14. Ông Linh rất mập.
15. Bài này rất khó.
16. Cái bàn đó rất bẹ .
17. Cái ghế đó rất bẩn.
18. Con đường này rất ẩm.
19. Phim đó rất buồn.
20. Cảnh này rất cay.
21. Áo đó rất cũ.
22. Phim đó rất chán.
23. Anh Lâm rất chăm.
24. Tháng này Đalạt rất lạnh.
25. Đồ thêu rất mắc.
26. Đôi giày này rất chật.
27. Chợ cũ rất đông.
28. Trường Nguyễn Trãi rất rộng.
29. Máy bay đó rất mau.
30. Rau này rất tươi.
31. Cam này rất ngon.
32. Xà-phòng này rất thơm.
33. Buổi chiều rất mát.
34. Nhà thương này rất ầm-ĩ.
35. Trường-hợp này rất rắc-rối.

F. ARITHMETIC

(1) Một cộng với một là hai.   Một cộng với một là hai.
    Hai cộng với một là ba.   Một cộng với hai là ba.
    Ba cộng với một là bốn.   Một cộng với ba là bốn.
    Bốn cộng với một là năm.   Một cộng với bốn là năm.
    Năm cộng với một là sáu.   Một cộng với năm là sáu.
    Sáu cộng với một là bảy.   Một cộng với sáu là bảy.
    Bảy cộng với một là tám.   Một cộng với bảy là tám.
    Tám cộng với một là chín.   Một cộng với tám là chín.
    Chín cộng với một là mười.   Một cộng với chín là mười.
    Mười cộng với một là mười một. Một cộng với mười là mười một.

(2) Hai trừ một còn một.   Hai trừ một còn một.
    Ba trừ một còn hai.   Ba trừ hai còn một.
    Bốn trừ một còn ba.   Bốn trừ ba còn một.
    Năm trừ một còn bốn.   Năm trừ bốn còn một.
    Sáu trừ một còn năm.   Sáu trừ năm còn một.
    Bảy trừ một còn sáu.   Bảy trừ sáu còn một.
    Tám trừ một còn bảy.   Tám trừ bảy còn một.
    Chín trừ một còn tám.   Chín trừ tám còn một.
    Mười trừ một còn chín.   Mười trừ chín còn một.

(3)   Một lần một là một.   Một lần một là một.
Hai lần một là hai.   Hai lần một là hai.
Ba lần một là ba.   Ba lần một là ba.
Bốn lần một là bốn.   Bốn lần một là bốn.
Năm lần một là năm.   Năm lần một là năm.
Sáu lần một là sáu.   Sáu lần một là sáu.
Bảy lần một là bảy.   Bảy lần một là bảy.
Tám lần một là tám.   Tám lần một là tám.
Chín lần một là chín.   Chín lần một là chín.
Mười lần một là mười.   Mười lần một là mười.

(4)   Một   1 X 1 =   1   Một lần một là một.
Hai   2 X 2 =   4   Hai lần hai là bốn.
Ba   3 X 3 =   9   Ba lần ba là chín.
Bốn   4 X 4 = 16   Bốn lần bốn là mười sáu.
Năm   5 X 5 = 25   Năm lần năm là hăm lăm.
Sáu   6 X 6 = 36   Sáu lần sáu là băm sáu.
Bảy   7 X 7 = 49   Bảy lần bảy là bốn chín.
Tám   8 X 8 = 64   Tám lần tám là sáu tư.
Chín   9 X 9 = 81   Chín lần chín là tám một.

GRAMMAR NOTES

3.1.   <u>Invitation questions</u>. Such a question as <u>Bà có đi (hay)</u> <u>không</u>?'Are you going (or not)?' requires a yes-or-no answer:

      Có, tôi có đi.   *Yes, I am going.*
      Không, tôi không đi.   *No, I am not going.*

When có is left out, we have an "invitation-question", which can be translated by "Would you like to..." or "How about..?"

      Contrast:

      Bà có đi chợ không?   *Are you going to the market?*
      Bà đi chợ không?   *Would you like to go to the market?*

      Anh có đi học không?   *Do you go to school?*
      Anh đi học không?   *Are you coming to class now?*

      Ông có ăn chuối không?   *Do you eat bananas?*

    Cha mẹ sinh con, Trời sinh tính.
       Đói thì rau, đau thì thuốc.

Ông ăn chuối không?   *Would you like a banana?*

Note that there are two Vietnamese equivalents of the verbs
<u>to invite</u>. When you <u>mời</u> a Vietnamese friend to do something,
you are expected to pay for him too. When you <u>rủ</u> a Viet-
namese friend to do something, you are not expected to pay.

Contrast:

Tôi muốn mời ông   *I want to invite you to go and*
đi ăn phở.   *have some noodles with me.*

Tôi muốn rủ ông   *I want to invite you to go and*
đi ăn phở.   *have some noodles with me.*

The custom of "going Dutch" is catching on although "Dutch
treat" is actually referred to by Vietnamese as "American
treat".

3.2. <u>Classifiers</u>. Nouns denoting objects which come in pairs--
shoes, glasses, chopsticks, but <u>not</u> trousers and scissors--
take the classifier <u>đôi</u> for a pair and <u>chiếc</u> for a single
unit.

một chiếc guốc	*a wooden shoe*
một đôi guốc	*a pair of wooden shoes*
một chiếc giày	*a shoe*
một đôi giày	*a pair of shoes*
một chiếc giày ten-nít	*a tennis shoe*
một đôi giày ten-nít	*a pair of tennis shoes*
một đôi kính	*a pair of glasses*

In this lesson, we also have <u>trái</u> 'fruit', the equivalent of
<u>quả</u>.

sáu trái cam	*six oranges*
sáu quả cam	*six oranges*

Other classifiers are found in:

hai gói trà	*two packages of tea*
năm gói thuốc lá	*five packs of cigarettes*
một chục bao quẹt	*ten boxes of matches*

3.3. <u>Measures</u>.

mấy thước vải	*a few meters of cloth*
một cái thước	*a ruler, a yardstick*
một lạng cà-phê	*100 grams of coffee*
một ki-lô cà-phê	*a kilogram of coffee*

Thước is the unit of length now applied to the metric
system. When used as a noun meaning 'yardstick, ruler'
it takes the classifier cái.

A kilogram (ki-lô or kí-lô or kí) has ten lạng.

3.4. <u>Modification</u>. A modifier follows what it modifies:

hiệu sách   (store; book) bookstore
tên Việt-Nam   (name; Vietnam) Vietnamese name
đồng-hồ nhà dây thép   (clock; post office) post office clock
Bộ Ngoại-giao   (ministry; diplomacy) Foreign Ministry
chính-phủ Mỹ   (government; America) the U.S. Government
thợ giặt   (artisan, worker; to launder) laundryman
thợ may   (artisan, worker; to sew) tailor
đồ thêu   (thing, article; to embroider) embroideries
vải hoa   (cloth; flower) print cloth
khăn bàn   (cloth, napkin; table) tablecloth
áo đen   (dress, blouse; black) black blouse
cà-phê đen   (coffee; black) black coffee
Linh người đẫy đà   (Linh; body; plump) the Mr. Linh who is
                         chubby
cái ông để râu Huê-kỳ   (the gentleman; to grow; mustache;
                         America) the man with a mustache
Linh làm kỹ-sư Bộ Canh-nông   (the Mr. Linh who is an Agricul-
                         ture Ministry engineer)

3.5. <u>So much a pound</u>. A numeral-plus-classifier expression
     (like một quyển 'one volume', một đôi 'a pair') following
     a money expression means 'a piece' or 'per unit':

Thứ vải hoa này bao   How much does a yard of this print
nhiêu một thước?   material cost?

Bảy chục một thước.   Seventy piasters a meter.

Bao nhiêu tiền một   How much a dozen?
chục?
Bao nhiêu một chục?   id

3.6. <u>Verbless sentences</u>.   Some Vietnamese sentences occur without
     verbs:

Đôi giày ba trăm.   The pair of shoes is 300.
Đôi guốc trăm hai.   The pair of wooden shoes is 120.
Vải này bảy chục   This cloth costs 70 piasters a meter.
một thước.
Cam này năm chục   These oranges are 50 piasters.
đồng.

3.7.   Reduplication of stative verbs.   A (monosyllabic) stative verb
said twice and followed by a weak-stressed la means 'very, so,
quite'.

Rẻ rẻ là!	So cheap!
Đặt đặt là!	So expensive!
Mắc mắc là!	So expensive!
Chật chật là!	So tight!
Rộng rộng là!	So large!
Đông đông là!	So crowded!
Vắng vắng là!	So deserted!
Vui vui là!	So much fun!
Buồn buồn là!	So sad!

PRONUNCIATION

Practice 11.   Saigon /y-/ spelled d-.

dạ	yes	dần dần	gradually
dại	long	dấu	mark
dám	to dare	dễ	easy
dạo	period	dịch	to translate
dạy	to teach	dọn	to move
dấm	vinegar	dùm	for
dùng	to use	dừa	coconut
dây	wire	dưới	under, below

Practice 12.   Saigon /y-/ spelled gi-.

gì	what	giêng	January
gia-đình	family	giọng	voice
giá	price	giơ	to raise
giảng	to explain	giờ	hour
giáo-sư	teacher	giở	to open (book)
giặt	to wash	giới-thiệu	to introduce
giấy	paper	giữa	between
giầy	shoes	giảm	to reduce

Practice 13.   Saigon /r-/.

ra	to exit	riêng	private
rồi	already	rõ	clear
rộng	roomy	rõ ràng	clear
rằng	that...	rửa	to wash
rật	very	rưỡi	and a half
rẻ	inexpensive		

Practice 14.   Tone Drill.

211	Đến ông Nam	*It's Mr. Nam's turn now.*
212	Có ông ấy.	*We have him.*
213	Có ba đồng.	*Only three piasters.*
214	Có ai hỏi.	*Somebody is asking.*
215	Nhớ hai chữ.	*I remember two words.*
216	Tối tôi bận.	*I am busy in the evening.*
221	Đến sáng mai.	*Tomorrow morning.*
222	Sáng thứ sáu.	*Friday morning.*
223	Đến tháng mười.	*In October.*
224	Tối thứ bảy.	*Saturday evening.*
225	Đứng chính giữa.	*Standing right in the middle.*
226	Thiếu-tướng bận.	*The General is busy.*
231	Bác Hoà ơi!	*Uncle Hoa!*
232	Bác Huyền đến.	*Uncle Huyen has arrived.*
233	Muốn làm nhà.	*He wants to build a home.*
234	Muốn thì hỏi.	*If you want it ask for it.*
235	Biết dùng chữ.	*He knows how to use certain words.*
236	Lớp nào bận?	*Which grade is busy?*

TRANSLATION

1. Bà Hoa và bà Thomas đi chợ Bến-Thành. 2. Bà Hoa cần mua đồ thêu, còn bà Thomas muốn mua guốc, mua giày và mua vải. 3. Hôm nọ bà Hoa mua một đôi giày ten-nít cho Peter. 4. Tiệm giày đó bán rẻ lắm. 5. Bà Hoa hỏi dạo này ông chủ có phát-tài không? 6. Ông bảo cũng khá cảm ơn bà. 7. Ông mời hai bà vào, ông mời hai bà ngồi chơi. 8. Peter thử giày; đôi thì chật, đôi thì rộng. 9. Đôi thứ nhất hơi chật, đôi thứ hai rộng quá. 10. Đôi thứ ba vừa lắm. 11. Bà Thomas tưởng là quên tiền, phải vay bà Hoa ba trăm đồng. 12. Đôi giày trăm ba mươi đồng, đôi guốc trăm hai mươi đồng: tất cả hai trăm năm mươi đồng. 13. Ông chủ tiệm thối lại năm chục. 14. Trăm ba cộng với trăm hai là hai trăm rưỡi. 15. Trong chợ không có đồ thêu, chỉ có trái cây, thịt, cá và rau thôi. 16. Bà Thomas để ví tiền ở ngay dưới đôi kính đen mà cứ tìm mãi. 17. Vải này tốt, không co, không phai. 18. Đúng giá bảy chục một thước. 19. Bà Hoa mua một cái áo thêu và một cái khăn bàn. 20. Người bán hàng gói kỹ. 21. Bà Thomas phải về, vì sợ Peter đói. 22. Bà đi xe hơi về trước, còn bà Hoa về sau bằng xích-lô. 23. Bà còn phải mua cam, mua cà-phê, mua trà, mua thuốc lá và mua quẹt. 24. Hết thảy hai trăm hai mươi hai đồng. 25. Bà đưa ba trăm: ba tờ giấy một trăm. 26. Người bán hàng thối lại bảy mươi tám đồng.

"WHAT WOULD YOU SAY" TEST

1. Read these statements aloud, then tell whether they are true or false:

   (a) Quyển sách một trăm rưởi. Bút máy một trăm hai.
       Hết thảy hai trăm bảy chục.

   (b) Tôi muốn mua sáu cái bút chì, năm cái bút máy. Tất
       cả tôi muốn mua mười hai cái bút.

   (c) Tôi mua một chục bút chì. Ông cũng mua một chục
       bút chì. Chúng ta mua tất cả hai chục bút chì.

   (d) Bà Thomas mua giầy ten-nít cho Peter ở chợ Bến-Thành.

   (e) Bà Hoa đi chợ bằng xe hơi.

   (f) Hai cái so-mi bốn trăm, một cái áo mưa hai trăm rưởi,
       một cái ô hai trăm, cộng là tám trăm rưởi.

   (g) Bà Thomas tưởng là quên tiền ở nhà, nên phải vay bà
       Hoa ba trăm.

   (h) Thứ bảy chợ không đông.
   (i) Bà Thomas đậu xe ở xa chợ.

   (j) Bà Hoa về nhà bằng xe buýt.

2. Translate the following bill, say how much each unit of
   merchandise costs, add the figures, and tell how much
   change you should get back if you pay with a 500-piaster
   bill.

bút chì, sáu cái	18 đồng
xà-phòng, hai bánh	50 đồng
bít-tất, hai đôi	40 đồng
vải, ba thước	180 đồng
cam, sáu trái	30 đồng
cà-phê, một lạng	25 đồng
đường, một ki-lô	80 đồng.

3. Mrs. Hoa asks Mrs. Thomas to go to the Central Market with
   her.

   a. Bà đi Chợ-Lớn ăn phở không?
   b. Bà đi Chợ Bến-Thành không?
   c. Bà có đi chợ không?
   d. Bà đi Chợ Cũ hôm nào?

    e. Bà đi chợ mua cái chi?
    f. Thứ bảy Chợ Bến-Thành có đông không?

4. Mr. and Mrs. Hoa know the manager of the shoe store:

    a. Ông bà ấy quên mang tiền mua giày.
    b. Ông quên trả tiền ông chủ tiệm giày.
    c. Ông bà ấy quen ông chủ tiệm giày.
    d. Ông chủ tiệm giày phát-tài lắm.
    e. Bà quên mua giày.

5. If you left your wallet home you'd better say to your friend:

    a. Cô thối lại tôi năm chục.
    b. Ông bớt cho tôi một trăm đi.
    c. Tôi quên mang tiền, ông cho tôi vay, về nhà tôi trả.
    d. Sao mắc thế. Tiệm bên cạnh này rẻ hơn.

6. You deny that the store carries a particular brand or
   product:

    a. Tiệm này không bán máy quay phim.
    b. Tiệm này có bán phim.
    c. Tiệm này trước bán đồng hồ Omêga.
    d. Hiệu này bán và mua máy ảnh Đức.
    e. Tiệm này cũng không bán bánh ngọt.
    f. Hiệu này chỉ bán nước dừa chứ không bán nước dứa.
    g. Tiệm này không có đồ tráng miệng chỉ có nước trà hay
       cà phê thôi.
    h. Tiệm này làm gì có đồ thêu!

7. You inquire about the price of ground coffee at the grocery
   store:

    a. Đồng hồ này bao nhiêu một cái?
    b. Thịt bò bao nhiêu một lạng hở bà?
    c. Cá này bao nhiêu tiền một con?
    d. Cà-phê này bao nhiêu một lạng hở cô?
    e. Cà-chua này có tươi không?
    f. Chanh này có tươi không?
    g. Dưa này bao nhiêu một trái?
    h. Đường này bao nhiêu một kí lô ông?
    i. Cà-phê sữa bao nhiêu một tách?
    j. Giày ten-nít bao nhiêu tiền một đôi?
    k. Vải này bao nhiêu một thước?
    l. Cam này bao nhiêu một chục?

VERB SERIES

CONVERSATION

(Thăm viếng bạn bè)

_____Unit I_____

MURPHY:
1. *What's your name, please?*   Xin ông cho biết quý-danh?

VĂN:
2. *My name's Van.*   Tên tôi là Văn.
3. *This is Mr. Lam, my*   Đây là ông Lâm, anh rẻ tôi.
   brother-in-law.
4. *May I present Mr. Lam...*   Tôi xin giới-thiệu ông Lâm...
   Mr. Murphy.   ông Murphy.

LÂM AND MURPHY:
5. *Pleased to meet you.*   Hân-hạnh gặp ông.

LÂM:
6. *You're American, aren't*   Ông là người Huê-Kỳ, phải không?
   you?

MURPHY:
7. *Yes, I am.*   Dạ phải, tôi là người Huê-Kỳ.
8. *We are all Americans.*   Chúng tôi đều là người Huê-Kỳ.

LÂM:
9. *What do you do?*   Các ông làm nghề gì?

MURPHY:
10. *Mr. West is a teacher,*   Ông West làm giáo-sư, còn tôi
    and I am an engineer.   làm kỹ-sư.

_____Unit 2_____

MURPHY:
11. *That's Mrs. Lam, isn't*   Đó là bà Lâm, phải không?
    it?

VĂN:

12. *May I present my sister,*   Tôi xin giới-thiệu chị tôi là
    Mrs. Lam.   bà Lâm.

MURPHY:

13. *How do you do, Mrs. Lam?*   Thưa Bà, tôi lấy làm hân-hạnh
                                    được gặp Bà.

MRS. LÂM:

14. *You speak Vietnamese very*   Ông nói tiếng Việt hay quá.
    well.

MURPHY:

15. *Thank you, Mrs. Lam.*   Cảm ơn Bà.
16. *You are being very kind.*   Bà khen quá lời.

MRS. LÂM:

17. *Please sit down.*   Mời ông ngồi chơi.

MURPHY:

18. *This is Miss Pike.*   Thưa bà, đây là cô Pike.

MISS PIKE:

19. *How do you do?*   Chào bà.

MRS. LÂM:

20. *How do you do?*   Chào cô.

MURPHY:

21. *I am a friend of Mr. Vu's*   Thưa bà, tôi là bạn ông Vũ ở
    in the States.   bên Mỹ.
22. *He asked me to bring this*   Ông ấy có nhờ tôi đem thơ này
    letter to you and your   đến cho Ông Bà.
    husband.

MRS. LÂM:

23. *Thank you very much.*   Cảm ơn ông lắm.
24. *Please sit down, gentlemen;* Mời các ông ngồi chơi, sao lại
    don't stand there.   đứng thế?

25. *How is my brother Vu over there?*   Cậu cháu ở bển có khoẻ không?

26. *When did you arrive in Saigon?*   Ông tới Saigon bao lâu rồi?

MURPHY:

27. *I have been here two weeks.*   Dạ, hai tuần nay rồi.

28. *But I didn't have time to come and visit you.*   Nhưng hôm nay tôi mới có thì giờ đến thăm ông bà.

29. *Please forgive me.*   Xin ông bà tha lỗi cho.

MRS. LÂM:

30. *Please bring the teapot in.*   Chị đem bình trà vô đây.

31. *Not at all.*   Không có chi.

MURPHY:

32. *Mr. Vu is fine, and is making a lot of money.*   Ông Vũ khoẻ mạnh lắm, kiếm nhiều tiền lắm.

_____ Unit 3 _____

MR. VĂN:

33. *Allow me to introduce my wife and children--Hung and Cuong.*   Tôi xin giới-thiệu nhà tôi và các cháu Hung, Cương.

34. *And here are the girls-- Tuyet and Mai.*   Đây là cháu Tuyết, cháu Mai.

MURPHY:

35. *Mr. Vu showed me your pictures.*   Ông Vũ có cho tôi xem hình các cô các cậu.

MRS. VĂN:

36. *Will you make some more tea please?*   Pha thêm trà đây, chị.

37. *Is Mrs. Murphy here with you?*   Bà Murphy, có cùng sang với ông không.

MURPHY:

38. *My wife and children are still in the States.*   Thưa bà, gia-đình tôi hãy còn bên Mỹ.

39. *My wife is coming in June after our eldest son gets*   Con trai lớn của tôi học xong tháng sáu này, nhà tôi mới qua.

through his school.

MRS. LÂM:

40. *So, you left the States*   À, thế ra ông ở Mỹ sang trước.
    ahead of them...
41. *Probably to take care of*   Chắc còn lo chuyện nhà cửa.
    the housing problem.
42. *Please take some more*   Kìa, chị đem thêm trái cây ở
    fruit out of the ice box.   trong tủ lạnh vô đây.
43. *And bring some hand towels,*   Với đem khăn lau tay ra đây
    too.   nữa.

MURPHY:

44. *It's nice and cool today,*   Hôm nay trời mát nhỉ?
    isn't it?

MRS. VĂN:

45. *Yes, it's not very hot*   Dạ, hôm nay không nóng lắm.
    today.

————————————————Unit 4————————————————

MRS. VĂN:

46. *Miss Pike, do you work in*   Cô Pike, cô làm việc ở Tòa
    the U.S. Embassy?   Đại-sứ Mỹ, phải không?

MISS PIKE:

47. *I work in the Bank of*   Tôi làm việc ở Ngân-hàng Á-
    Asia.   châu.

MRS. VĂN:

48. *Is that so?*   Thế à?
49. *Mr. Murphy is a pastor,*   Ông Murphy là mục-sư, phải
    isn't he?   không?

MISS PIKE:

50. *No, he is not.*   Dạ, không phải.
51. *He's an engineer.*   Ông là kỹ-sư.
52. *He speaks Vietnamese very*   Ông nói tiếng Việt giỏi hết
    well.   sức.

MR. LÂM:

53. *Will you have a cigarette?*   Mời ông hút một điếu thuốc lá?

MR. MURPHY:

54. *Yes, thank you.*   Cám ơn ông.

MR. LÂM:

55. *My wife's younger brother*   Em trai nhà tôi ở bên Mỹ.
    is in America.

MURPHY:

56. *Yes, I know Mr. Vu.*   Dạ có. Tôi biết ông Vũ lắm.
57. *He's an officer and was*   Ông là sĩ-quan trước tu-
    receiving training in Fort   nghiệp ở Fort Belvoir.
    Belvoir.

LÂM:

58. *That's right.*   Dạ phải.,
59. *What's your home?*   Quê ông ở đâu nhỉ?

WEST:

60. *I'm from Columbus.*   Quê tôi ở Columbus.

LÂM:

61. *Which state?*   Tiểu-bang nào?

WEST:

62. *The State of Ohio.*   Tiểu-bang Ohio.
63. *I have a Vietnamese friend*   Tôi có một người bạn Việt-Nam
    in Athens.   ở Athens.

VĂN:

64. *What's his name?*   Tên ông ấy là gì?

WEST:

65. *His name is Duc.*   Tên ông ấy là Đức.

VĂN:

66. *What family name?*   Họ gì?

WEST:

67. *Tran. Tran Van Duc.*   Trần-Văn-Đức.

LÂM:

68. *What is he doing in Greece?*   Ông đó làm chi ở bên Hy-lạp
VĂN: vậy?

69. *No, this is Athens, Ohio,*   Athens, Ohio, không phải
    not Athens, Greece.   Athens, Hy-lạp.
70. *Not only Greece has the*   Không những Hy-lạp có thành-
    city of Athens, but the USA   phố Nhã-điển, mà Mỹ-quốc
    also has one.   cũng có Nhã-điển.

WEST:

71. *He came as a student on*   Lúc tới Athens ông ấy là
    scholarship.   sinh-viên có học-bổng.
72. *Then, he stayed on after*   Rồi lúc tốt-nghiệp ở Viện
    graduation from Ohio   Đại-học Ohio ra thì ở luôn.
    University.
73. *He opened a Vietnamese*   Cách đây ba năm, ông mở tiệm
    restaurant three years ago.   cơm Việt-Nam.
74. *His business is very good.*   Đắt hàng lắm.

VOCABULARY

Á-châu	N	*Asia*
anh rể	N	*brother-in-law*
		(your elder sister's husband)
bạn bè	N	*friends (collectively)*
bên		*that side, over there (=bên ấy)*
bình	N	*pot*
bình trà	N	*teapot*
cách	V	*to be separated from*
cách đây...		*from here,...ago*
đại-sứ	N	*ambassador (CL ông, vị)*
tòa đại-sứ	N	*embassy*
đắt hàng	SV	*to have many customers*
đều		*all*
em rể	N	*brother-in-law*
		(your younger sister's husband)
giỏi	SV	*to be adept*
hay	AV	*still*
hay còn	AV	*still*
học-bổng	N	*scholarship*
Huê-Kỳ	N	*The United States of America/American*
Hy-lạp	N/SV	*Greece/Greek*
khăn lau tay	N	*napkin*
khen	V	*to praise, compliment, laud*
không những		*not only*

kiếm	V	*to earn*
lau	V	*to wipe, clean*
lấy làm	V	*to feel*
lo	V	*to worry about, to take care of*
mục-sư	N	*pastor, minister (CL ông, vị)*
ngân-hàng	N	*bank*
nghề	N	*occupation, trade*
nhà cửa	N	*housing*
ổng	N	*he (=ông ấy)*
pha	V	*to make, brew (tea, coffee)*
quê	N	*native village, home town*
quý-danh	N	*your distinguished name*
sĩ-quan	N	*officer (CL viên)*
sinh-viên	N	*university student*
tiểu-bang	N	*state (in a federation)*
tòa	N	*office*
tòa đại-sứ	N	*embassy*
tòa lãnh-sự	N	*consulate*
tới	V	*to arrive (= đến)*
tu-nghiệp	V	*to undergo in-service training*
tủ	N	*chest, cupboard, wardrobe (CL cái)*
tủ lạnh	N	*refrigerator, ice box*
tha	V	*to forgive*
thành phố	N	*city*
thăm	V	*to visit*
thăm viếng	V	*to visit*
tốt-nghiệp	V	*to graduate*
thơ	N	*letter (CL bức, lá) (= thư)*
trai	N	*male*
con trai	N	*son*
em trai	N	*younger brother*
trời	N	*sky, heaven, it (= giời)*
viện	N	*institute*
viện đại-học	N	*university*
vô	V	*to go in, enter (= vào)*
viếng	V	*to visit*
viếng thăm	V	*to visit*

PATTERN DRILLS

A. PARTICLE LÀ

> Ông Fox là bạn cô Green.

Given: Answer:

Tôi là học trò ông Nam.   (A) Ông là ai?

                              (B) Tôi là học trò ông Nam.

Given: Answer:

Ông Fox là bạn cô Green.   (A) Ông Fox là ai?
                                (B) Ông Fox là bạn cô Green.

 1. Tên Việt-Nam của ông ấy là Bảng.
 2. Tên hiệu ấy là Đức-Âm.
 3. Ông này là bạn tôi.
 4. Ông ấy là người Anh.
 5. Ông Fox là người Mỹ.
 6. Ômega là đồng hồ Thụy-Sĩ.
 7. Ông Brown là bạn của ông Nam.
 8. Tên người anh cô Thu là Hạ.
 9. Thu là 'autumn'.
10. Hạ là 'summer'.
11. Hai mùa kia là xuân và đông.
12. Tự-điển nghĩa là 'dictionary'.
13. Anh ông Hòa tên là Hiếu.
14. Thím là vợ của chú.
15. Mợ là vợ của cậu.
16. Chú là em trai của bố mình.
17. Bác là anh trai của bố mình.
18. Cô là em gái của bố mình.
19. Cậu là em trai của mẹ mình.
20. Ông nội là 'paternal grandfather'.
21. Ông ngoại là 'maternal grandfather'.
22. Bà nội là 'paternal grandmother'.
23. Bà ngoại là 'maternal grandmother'.
24. Mục-đích chúng ta là nghe hiểu tiếng Việt.
25. Phương-pháp tốt nhất là giáo-sư nói rồi học-trò nhắc lại.
26. Điều quan-trọng là đừng nản, hãy tự-tin, vui vẻ và hăng hái.
27. Sang nhà là đưa tiền cho người thuê họ dọn đi để mình dọn
    đến.
28. Tùng là cây thông.
29. Trúc là cây tre.
30. Người đàn bà ấy là nàng dâu của ông cụ già.
31. Nàng dâu là 'daughter-in-law'.
32. Chàng rể là 'son-in-law'.
33. Chúng tôi là người Huê-Kỳ.
34. Ông ấy là bạn ông Vũ ở bên Mỹ.
35. Tên ông ấy là Đức.
36. Cái này là cái máy quay phim.
37. Cái này là cái máy ảnh.
38. Cái này là cái bật lửa.
39. Đó là giấy thông-hành.
40. Tiền sang nhà là 'key money'.

B. LÀM

Ông ấy làm gì?
What does he do?

Ông ấy làm chủ hiệu sách.
He owns a bookstore.

Given:

Ông Fox làm gì?
chủ hiệu đồng hồ
Ông ấy

Answer:

Ông Fox làm chủ hiệu sách.
Ông Fox làm chủ hiệu đồng hồ.
Ông ấy làm chủ hiệu đồng hồ.

1. tiệm		16. chủ hãng thuốc ho
2. tiệm giày		17. chủ khách-sạn
3. tiệm sách		18. chủ ô-ten
4. tiệm xe đạp		19. chủ hãng xà-phòng
5. tiệm ăn		20. thợ may
6. tiệm thịt bò		21. thợ giặt
7. tiệm cà-phê		22. giáo-sư
8. tiệm xe đạp		23. kỹ-sư
9. cộng-ty xe hơi		24. chủ rạp hát bóng
10. hãng xe hơi		25. kỹ-sư canh nông
11. hãng máy bay		26. Kỹ-sư Bộ Cộng-chánh
12. hãng xe buýt		27. chủ tiệm vải
13. hãng xe lửa		28. gì
14. lãnh-sự		29. ông West
15. chủ hãng thuốc lá		30. giáo-sư đại-học.

C. REVIEW OF NUMBERS AND CLASSIFIERS

Given:

Tôi cần hai cái bàn
                ghế
        bốn

Answer:

Tôi cần hai cái bàn.
Tôi cần hai cái ghế.
Tôi cần bốn cái ghế.

1. có		6. mua
2. sách		7. ông ấy
3. cặn		8. bàn
4. bảy		9. đồng hồ
5. mười		10. ông Nam

11. mua
12. tôi
13. máy ảnh
14. một
15. năm
16. ông bà ấy
17. cô
18. xe hơi
19. ba
20. muốn mua
21. có
22. tôi
23. một
24. cặn
25. bát
26. chén
27. đụa (one pair)
28. đua (one chopstick)
29. chuối
30. muốn ăn
31. bánh ngọt
32. dừa
33. dưa
34. thích
35. thịt bò
36. cà chua
37. kem
38. thịt lợn

39. ớt
40. trứng gà
41. thịt vịt quay
42. sữa
43. uống
44. cà-phê
45. nước chanh
46. ông ấy
47. nước chè
48. nước cà-chua
49. thích uống
50. mua
51. muốn mua
52. bút chì
53. một
54. bút máy
55. đen
56. quạt
57. tự-điển
58. tự-điển Việt-Anh
59. áo sơ-mi
60. sáu
61. tám
62. xe đạp
63. chín
64. một
65. ô
66. giầy (one pair)

D. CO-VERBS

> Chị đem bình trà vô đây.
> *Please bring the teapot here.*
> Chị đem bình trà vô.

Given:

Chị đem bình trà vô đây.
Tôi đem thơ này đến nhà
ông bà Lâm.
Ông Murphy ở Mỹ sang
Saigon.

Answer:

Chị đem bình trà vô.
Tôi đem thơ này đến.

Ông Murphy ở Mỹ sang.

1. Tôi ở Hà-nội đi Pháp.

2.   Ông ấy ở Hồng-Công về đây.
3.   Ba ấy từ Saigon lên đây.
4.   Chị đem trái cây vô đây.
5.   Chị đem khăn lau tay ra đây.
6.   Chúng tôi từ Huê-Kỳ tới Việt-Nam.
7.   Cô ấy từ bên Mỹ sang Saigon.
8.   Ông Fox ở Cựu-Kim-Sơn đến Thụy-Sĩ.
9.   Tôi đi từ sở tới đây.
10. Peter từ nhà dây thép chạy đến đó.
11. Ông Walker từ Đức đến Việt-Nam.
12. Ông Điện từ Bộ Ngoại-giao qua Bộ Kinh-tế.
13. Tôi ở thư-viện về nhà.
14. Ông Wei từ Đài-Loan qua đây.
15. Ông lãnh-sự Anh từ Hương-Cảng tới Nhật-Bản.
16. Anh tôi gửi từ bên Ăng-lê về đây.

E.   WHO, WHAT, WHERE, WHEN

Ông Fox là bạn cô Green.   *Mr. Fox is a friend of Miss Green's.*
Ông ấy làm chủ hiệu sách.   *He is the owner of the bookstore.*
Ông ấy làm chủ hiệu sách   *He's the owner of a bookstore in*
ở Cựu-Kim-Sơn.   *San Francisco.*
Bây giờ ông ấy làm chủ hiệu   *He's the owner of a bookstore in*
sách ở Cựu-Kim-Sơn.   *San Francisco now.*

          Given: Answer:

Ông Fox là bạn cô Green.   (A) Ông Fox là ai?
                               (B) Ông Fox là bạn cô Green, phải
                                    không?
                               (C) Dạ phải, bây giờ ông ấy là
                                    bạn cô Green.

Ông ấy làm chủ hiệu sách.   (A) Ông ấy làm gì?
                               (B) Ông ấy làm chủ hiệu sách,
                                    phải không?
                               (C) Dạ phải, bây giờ ông ấy làm
                                    chủ hiệu sách.

Ông ấy làm chủ tiệm sách   (A) Ông ấy làm chủ tiệm sách ở đâu?
ở Cựu-Kim-Sơn.   (B) Ông ấy làm chủ tiệm sách ở Cựu-
                                    Kim-Sơn, phải không?
                               (C) Dạ phải, bây giờ ông ấy làm
                                    chủ tiệm sách ở Cựu-Kim-Sơn.

1.   Tên Việt-Nam của ông Brown là Bằng.
2.   Ông Kim bán đồng hồ ở Saigon.

3. Tên ông ấy là Hạ.
4. Ông Xuân làm ở Bộ Ngoại-giao.
5. Ông Hạ làm ở Bộ Kinh-tế.
6. Ông Bình làm chủ tiệm ăn ở Saigon.
7. Ông Kennedy làm giáo-sư đại-học ở California.
8. Bà ấy dạy tiếng Anh ở Đà-Lạt.
9. Ông West làm kỹ-sư ở Việt-Nam.
10. Ông Phương làm lãnh-sự Việt-Nam ở Hồng-Công.
11. Ông Mikata làm chủ công-ty Nhật-Bản ở Saigon.
12. Ông Xương làm chủ khách-sạn Mercury ở Saigon.
13. Ông ấy làm chủ ô-ten ở bên Ăng-Lê.
14. Bà ấy làm chủ tiệm phở ở đường Võ-Tánh.
15. Anh ông Chân làm chủ tiệm giày ở đường Lê-Thánh-Tôn.
16. Ông bà Mười làm chủ tiệm thợ may ở bên cạnh tiệm thợ giặt.
17. Ông Hiệp làm giáo-sư tiếng Việt ở Monterey.
18. Bà ấy làm chủ rạp hát bóng ở Nha-Trang.
19. Ông Linh làm kỹ-sư Bộ Canh-nông tại Saigon.
20. Ông ấy là nhân-viên phái-đoàn Việt-Nam.
21. Lão ta là bạn học của anh ông Khang.
22. Ông Hoa là cháu ông Chúc.
23. Ông Sơn là con rể ông Hàm.
24. Ông Tín làm mục-sư ở Đà-Lạt.
25. Ông Vũ làm sĩ-quan ở Đà-Nẵng.

GRAMMAR NOTES

4.1. Particle "là". The particle là 'to be so-and-so' identifies the phrase which follows it with the subject (or topic) of the clause: since it functions like the "=" sign between two members of an equation, it has been called an equative or equational verb.   Examples:

1. Ông là ai?   *Who are you?*
2. Tôi là bạn ông Nam.   *I am Mr. Nam's friend.*
3. Ông Nam là ai?   *Who is Mr. Nam?*
4. Ông Nam là chủ hiệu   *Mr. Nam is the owner of the*
   sách Việt-Nam.   *Vietnam bookstore.*
5. Chúng tôi đều là người   *We all are Americans.*
   Huê-Kỳ.
6. Tôi là bạn ông Vũ ở bên Mỹ.   *I am a friend of Mr. Vu in*
                                       the States.
7. Tên ông ấy là gì?   *What's his name?*
8. Tên ông ấy là Đức.   *His name is Duc.*

   Đi đẩy về đó.   *Đi mưa, về nắng.*

   Đi xa về gần.   *Đi sớm về trưa.*

Là thus serves to introduce the predicate and also to sep-
arate it from the subject. A substantival predicate cannot
directly fill the P-slot without this particle là, which cor-
responds to the copula in Western languages.

In sentence (5), where the noun phrase <u>người Huê-Kỳ</u> indic-
ates nationality, là may be left out:

    5a. Chúng tôi đều(là)người Huê-Kỳ. *We all are Americans.*

4.2. <u>Particle "là"</u> (continued). The word là, which marks a kind
of identification, is negated by không phải 'not correct, not
true', and not by không.

1. Tôi không phải là bạn ông Nam.	*I am not Mr. Nam's friend.*
2. Ông Nam không phải là chủ hiệu sách Việt-Nam.	*Mr. Nam is not the owner of the Vietnam Bookstore.*
3. Chúng tôi không phải là người Huê-Kỳ.	*We are not Americans.*
4. Tên ông ấy không phải là Đức.	*His name is not Duc.*

4.3. <u>Particle "là"</u> (continued). In the type of choice question
(yes-or-no, A-not-A) involving là, the presence of phải is
necessary (Cf. tag-ending phải không).

1. Ông có phải là bạn ông Nam không?	*Are you Mr. Nam's friend?*
Ông là bạn ông Nam, phải không?	*You are Mr. Nam's friend, aren't you?*
2. Ông Nam có phải là chủ hiệu sách này không?	*Is Mr. Nam the owner of this bookstore?*
Ông Nam là chủ hiệu sách này, phải không?	*Mr. Nam is the owner of this bookstore, isn't he?*
3. Các ông có phải là người Huê-Kỳ không?	*Are you gentlemen Americans?*
Các ông là người Huê-Kỳ, phải không?	*You gentlemen are Americans, aren't you?*
4. Ông có phải là bạn ông Vũ không?	*Are you Mr. Vu's friend?*
Ông là bạn ông Vũ, có phải không?	*You are Mr. Vu's friend, aren't you?*
5. Tên ông ấy có phải là Đức không?	*Is his name Duc?*
Tên ông ấy là Đức, phải không?	*His name is Duc, isn't it?*

4.4. Verb "làm". The object of the verb làm in such a sentence
as Ông West làm giáo-sư 'Mr. West is a teacher' denotes a
trade, an occupation or a role which is performed.

Whereas là identifies someone and thus answers "who", làm,
whose core meaning is 'to make, manufacture; to do', really
tells us 'what someone does (for a living)':

1. Ông Fox là ai?   *Who is Mr. Fox?*
2. --Ông Fox là bạn cô Green.   *--Mr. Fox is a friend of Miss*
                                 Green.

3. Ông ấy làm gì?   *What does he do?*
4. --Ông ấy làm chủ hiệu sách.   *--He is the owner (or manager)*
                                 of a bookstore.

5. Ông Kim làm gì?   *What does Mr. Kim do?*
6. Ông Kim làm nghề gì?   *What does Mr. Kim do for a living?*
7. --Ông ấy bán đồng hồ.   *--He sells watches.*

8. Ông ấy làm thợ may.   *He is a tailor.*
9. Ông ấy làm nghề thợ may.   *He is a tailor.*
10. Ông ấy làm thợ giặt.   *He is a laundryman.*
11. Ông ấy làm nghề thợ giặt.   *He is a laundryman.*
12. Ông ấy làm giáo-sư đại-học. *He is a university teacher.*
13. Bà ấy làm giáo-sư trung-học. *She's a high school teacher.*

4.5. Sino-Vietnamese Compounds. The learned compound words bor-
rowed from Chinese nearly always come in the Chinese order,
which is the same as in English: modifier-noun, and not noun-
modifier:

giáo-sư   *teaching master, --teacher*
ky-sư   *skilled master, --engineer*
mục-sư   *pastoring master, --Protestant pastor*

Review all the following Sino-Vietnamese compounds:

ám-tả   *in the dark + to write, --dictation*
ngoại-giao *foreign relations, --diplomacy*
công-ty   *public company, --company, corporation*
chính-phủ   *administration + palace, --government*
chủ nhật   *Lord's day, --Sunday*
đại-học   *great + study, learning, --university (education)*
đại-lộ   *big + road, --avenue, boulevard*

khách-sạn	*guest + home, --hotel*
mục-đích	*eye + target, --aim, objective*
thư-viện	*book + house, --library*
trung-học	*middle + study, --high school (education)*
tiểu-học	*small + study, --primary school, elementary school (education)*
Huê-Kỳ	*flowered flag, --Star Spangled Banner, the U.S.A.*
công-chánh	*Public Works*
Tây-Đức	*West Germany*
Đại-Hàn	*Great Korea*
quý-danh	*distinguished name*
tiểu-bang	*small state, --state in a federal union*
Mỹ-quốc	*the Mỹ country, --the U.S.A.*

4.6. <u>Verb Series</u>. Several structures are involved in such an utterance as:

Ông Vũ nhờ tôi đem thơ này   *Mr. Vu asked me to bring this*
   đến cho ông bà.   *letter to you.*

First of all, such a construction as Ông Vũ nhờ tôi đem thơ này 'Mr. Vũ asked me to take (or bring) this letter' can be broken into two parts, Ông Vũ nhờ tôi and Tôi đem thơ này, telescoped into each other: tôi is the object of the verb nhờ 'to ask (someone) to do something' and the subject of đem thơ này 'to take (or bring) this letter'.

Likewise, Bà Lâm mời ông ấy ngồi chơi 'Mrs. Lâm invites him to sit down' can be broken into two parts--Bà Lâm mời ông ấy and Ông ấy ngồi chơi.

You can do various things with such sentences:

A. Ông Vũ nhờ tôi đem thơ này.	*Mr. Vu asked me to bring this letter.*
1. Ông Vũ nhờ tôi.	*Mr. Vu asked me.*
2. Tôi đem thơ này.	*I brought this letter.*
3. Ông Vũ nhờ đem thơ này.	*Mr. Vu asked (someone) to bring this letter.*
4. Tôi, ông Vũ cũng nhờ đem thơ.	*Mr. Vu asked even me to bring this letter.*
5. Đem thơ, ông Vũ cũng nhờ tôi.	*Mr. Vu even asked me to bring this letter.*

Trời sinh voi, trời sinh cỏ.

Râu ông nọ cắm cằm bà kia.

B. Bà Lâm mời ông ấy ngồi chơi.   *Mrs. Lam asked him to sit down.*

1. Bà Lâm mời ông ấy.   *Mrs. Lam invited him.*
2. Ông ấy ngồi chơi.   *He sat down.*
3. Bà Lâm mời ngồi chơi.   *Mrs. Lam asked (someone) to sit down.*
4. Ông ấy, Bà Lâm cũng mời ngồi chơi.   *Mrs. Lam asked even him to sit down.*
5. Ngồi chơi, bà Lâm cũng mời ông ấy.   *Mrs. Lam even asked him to sit down.*

Here is another example, involving the verb cho 'to give' which is actually the short form of cho phép 'to give permission, let, allow, permit'.

C. Ông Vũ cho tôi xem hình.   *Mr. Vu showed me the pictures. (He let me see them)*

1. Ông Vũ cho tôi xem.   *Mr. Vu let me see them.*
2. Tôi xem hình.   *I looked at the pictures.*
3. Ông Vũ cho xem hình.   *Mr. Vu showed the pictures.*
4. Tôi, ông Vũ cũng cho xem hình.   *Mr. Vu showed the pictures even to me.*
5. Hình, ông Vũ cũng cho tôi xem.   *Mr. Vu even allowed me to look at the pictures.*

D. Ông ấy cho tôi mượn cái bút chì.   *He let me borrow the pencil.*

1. Ông ấy cho tôi mượn.   *He let me borrow it.*
2. Tôi mượn cái bút chì.   *I borrowed the pencil.*
3. Ông ấy cho mượn cái bút chì.   *He lent his pencil (to someone).*
4. Tôi, ông ấy cũng cho mượn bút chì.   *He lent his pencil even to me.*
5. Bút chì ông ấy cũng cho tôi mượn.   *He even lent me his pencil.*

4.7. <u>Verb Series</u> (continued). Now let us take the remainder of that long utterance: Tôi đem thơ này đến cho ông bà 'I have brought this letter to you'.

The verb đến means 'to arrive, come' and the verb cho performs here the function of a co-verb equivalent to an English preposition: 'for, to, for the benefit of, for the account of.' The complement Ông bà 'you and your wife; you and your wife; you and your husband' specifies the person or persons for whom something is done.

Trời nắng tốt dưa, trời mưa tốt lúa.

This construction always involves a verb which denotes the idea of giving, presenting or distributing:

1. Tôi đem thơ cho ông Lâm.   *I am going to take this letter to Mr. Lam.*

2. Tôi bán cái xe đạp ấy cho ông Lâm.   *I sold that bicycle to Mr. Lam.*

3. Tôi đưa cái thơ ấy cho ông Lâm.   *I handed that letter to Mr. Lam.*

4. Tôi giả cái thơ ấy cho ông Lâm.   *I returned that letter to Mr. Lam.*

5. Tôi gửi cái thơ ấy cho ông Lâm.   *I sent that letter to Mr. Lam.*

4.8. <u>Verb Series</u> (continued). "Cho" as co-verb. In a construction where cho occurs as co-verb you can reverse the order and put the "indirect object" before the "direct object".

Tôi đem cái thơ ấy cho ông Lâm.   *I took that letter to Mr. Lam.*

Tôi đem cho ông Lâm cái thơ ấy.   *I took that letter to Mr. Lam.*

You can also do various things with such constructions:

1.a. Tôi bán cái xe đạp cho ông Lâm.   *I sold the bicycle to Mr. Lam.*

.b. Tôi bán cho ông Lâm cái xe đạp.   *I sold Mr. Lam the bicycle.*

c. cái xe đạp mà tôi bán cho ông Lâm...   *the bicycle which I sold to Mr. Lam...*

2.a. Tôi đưa cái thơ ấy cho ông Lâm.   *I handed that letter to Mr. Lam.*

b. Tôi đưa cho ông Lâm cái thơ ấy.   *I handed Mr. Lam that letter.*

c. cái thơ mà tôi đưa cho ông Lâm...   *the letter which I handed to Mr. Lam...*

3. a. Tôi giả cái thơ ấy cho ông   *I returned that letter to Mr.*
     Lâm.   *Lam.*
  b. Tôi giả ông Lâm cái thơ ấy. *I returned that letter to Mr.*
                                  Lam.
  c. cái thơ mà tôi giả ông Lâm *the letter which I returned*
                                  to Mr. Lam...
4. a. Tôi gửi cái thơ ấy cho   *I sent that letter to Mr. Lam.*
     ông Lâm.
  b. Tôi gửi cho ông Lâm cái thơ *I sent Mr. Lam that letter.*
     ây.
  c. cái thơ mà tôi gửi cho ông *the letter which I sent to*
     Lâm..   *Mr. Lam...*

PRONUNCIATION

Practice 15. Final -iêt in Saigonese. The Saigon dialect has final (or rhyme) /-iʌk/ in words spelled with -iêt (pronounced /-iʌt/ in the northern dialect).

biết	*to know*	miệt	*to despise*
biệt	*to separate*	niết	*Nirvana*
chiết	*to break*	nhiệt	*hot*
kiệt	*stingy*	nghiệt	*stern*
khiết	*clean*	viết	*to write*
xiết	*to tighten*	việt	*Vietnam*

Practice 16. Final -in in Saigonese.

tin	*to believe*	nhìn	*to look*
kín	*secret*	nghìn	*thousand*
chín	*nine*	xin	*to ask*
thin.	*earth stem*	vin	*to lean*
min.	*mine*	nín	*to stop crying*

Practice 17. Final -it in Saigonese.

tít	*very far*	kít	*crowded*
bít	*to stop, block*	thịt	*meat*
mít	*jackfruit*	nít	*child*
vịt	*duck*	xịt	*to spray*
khít	*tight, close*	hít	*to inhale*

Practice 18. Tone Drill.

241. Nó hỏi tôi.   *He asked me.*
242. Đến ở đó.   *To go and live there.*
243. Nói ở trường.   *He spoke at our school*
244. Tám ngủ hở?   *Is Tam asleep?*
245. Tín ngủ đa.   *Let me (Tin) get some sleep.*
246. Tuấn ngủ dậy.   *Tuan woke up.*

251	Chỉnh cũng đi.	*Chinh is going, too.*
252	Phụ cũng thế.	*Phu is also like that.*
253	Qui cũng về.	*Qui also returned.*
254	Bốn cũng hỏi.	*Bon also asked that question.*
255	Nói cũng dễ.	*It sounds easy enough.*
256	Chỉnh cũng vậy.	*So is Chinh.*
261	Huyền bận ghê.	*Huyen is awfully busy.*
262	Bố mạnh lắm.	*Daddy is very well.*
263	Mạ đợi tiền.	*Mom is waiting for the money.*
264	Bác bận hở?	*Are you busy?*
265	Nó động cởn.	*She's just boy-crazy.*
266	Rất lận-đận.	*He was having a terrible time.*

TRANSLATION

1. Xin ông cho biết quý-danh. 2. Quý-danh ông là gì? 3. Đây là ông Lâm. 4. Tôi xin giới-thiệu ông Lâm, anh rể tôi. 5. Các ông ấy đều là người Huê-Kỳ. 6. Ông làm nghề gì? 7. Tôi làm giáo-sư, còn ông West làm kỹ-sư. 8. Đó là chị tôi, bà Lâm. 9. Tôi lấy làm hân-hạnh được gặp ông bà. 10. Ông nói tiếng Mỹ hay quá. 11. Cám ơn ông, ông khen quá lời. 12. Mời hai ông ngồi chơi. 13. Ông Vũ ở bên Mỹ nhờ tôi đem thơ này sang Saigon. 14. Ông Vũ ở bên có mạnh không? 15. Ông ấy tới Việt-Nam bao lâu rồi? 16. Hôm nay tôi mới có thì giờ viết thơ cho ông Vũ. 17. Xin ông bà tha lỗi cho. 18. Ông Thanh khỏe mạnh lắm, kiếm nhiều tiền lắm. 19. Ông Vũ cho tôi xem hình các cô này. 20. Tôi pha trà nhé? 21. Bà Murphy không cùng sang với chồng. 22. Gia-đình ông Murphy hãy còn ở bên Mỹ. 23. Nhà tôi còn ở Ohio. 24. Tôi sang Saigon trước để lo chuyện nhà cửa. 25. Chị bếp đem nước trà, trái cây và khăn lau tay vô. 26. Cô Pike làm việc ở Ngân-hàng Á-châu, chứ không phải ở Toà Đại-sứ Anh. 27. Ông Murphy là kỹ-sư chứ không phải mục-sư. 28. Ông nói tiếng Pháp giỏi hết sức. 29. Ông Lâm tương ông Đức ở Athens, Hy-lạp. 30. Không những Hy-lạp có thành phố Nhã-điển, mà tiểu-bang Ohio ở bên Mỹ cũng có Nhã-điển. 31. Ông Đức tốt-nghiệp ở Viện Đại-học California ra thì ở lại bên Mỹ mở tiệm cơm. 32. Đắt hàng lắm. 33. Phát-tài lắm.

"WHAT WOULD YOU SAY" TEST

1. My name is also Văn.

   a. Xin ông cho biết quý-danh.
   b. Quý-danh ông là gì?
   c. Tôi không biết quý-danh ông là gì?
   d. Tên ông ấy là Văn.

e. Tên Việt-Nam của ông ấy là Văn.
f. Tôi quên tên ông ấy rồi.
g. Tôi xin giới-thiệu ông Văn.
h. Tên tôi cũng là Văn.
i. Tôi là người Huê-Kỳ.
j. Tôi làm giáo-sư chứ không phải là kỹ-sư.
k. Tôi làm việc ở Toà Đại-sứ Mỹ.

2. Mr. Lâm is Mr. Van's brother-in-law.

a. Tôi xin giới-thiệu ông bà Lâm.
b. Đây là ông Lâm, anh rể tôi.
c. Chị ông Văn là bà Lâm.
d. Ông Lâm là anh rể ông Văn.
e. Ông Vũ nhờ ông Murphy đem thơ sang cho ông bà Lâm.
f. Bà Lâm mời ông Murphy ngồi chơi uống trà.
g. Ông Murphy bây giờ mới có thì giờ đến thăm ông bà Lâm.

3. May I present my wife?

a. Tôi xin giới-thiệu anh rể tôi.
b. Tôi lấy làm hân-hạnh được gặp bà.
c. Tôi xin giới-thiệu chị tôi.
d. Đây là bạn tôi mới tới Saigon hai tuần nay.
e. Tôi xin giới-thiệu nhà tôi.
f. Nhà tôi hãy còn ở bên Mỹ.
g. Tháng sáu này nhà tôi mới qua.
h. Tôi sang trước để lo chuyện nhà cửa.
i. Em trai nhà tôi ở bên Mỹ.
j. Mấy ngày nay chúng tôi bận tìm nhà.
k. Tôi phải dọn nhà.
l. Chủ nhà đuổi.
m. Chủ nhà muốn tặng tiền phố nên tôi phải dọn.
n. Tiền thuê nhà ở Saigon mắc lắm.
o. Muốn dọn vào, phải sang nhà nhiều tiền lắm.

4. Let me make some more tea.

a. Để tôi mua thêm trà.
b. Để tôi pha thêm trà.
c. Để tôi lấy trái cây.
d. Để tôi đem khăn lau tay vào đây.
e. Để tôi lấy thuốc lá.
f. Để tôi cho ông xem hình.
g. Tôi muốn mua hai gói trà.
h. Mời ông ngồi chơi uống trà.
i. Ông dùng nước trà hay cà-phê?
j. Bao giờ ông Brown cũng cho đường vào nước trà.
k. Mời cô ngồi chơi xơi trà đã.

5. I don't have anything.

    a. (ice-box) _____ tôi cũng không có.
    b. (shirt) _____ tôi cũng không có.
    c. (raincoat) _____ tôi cũng không có.
    d. (desk) _____ tôi cũng không có.
    e. (fountain pen) _____ tôi cũng không có.
    f. (telephone) _____ tôi cũng không có.
    g. (watch) _____ tôi cũng không có.
    h. (passport) _____ tôi cũng không có.
    i. (camera) _____ tôi cũng không có.
    j. (movie camera) _____ tôi cũng không có.
    k. (car) _____ tôi cũng không có.
    l. (bicycle) _____ tôi cũng không có.

6. Miss Pike works in the Bank of Asia.

    a. Cô Pike làm việc ở Toà Đại-sứ Mỹ.
    b. Cô Pike là chị ông Murphy.
    c. Cô Pike làm việc ở Ngân-hàng Á-châu.
    d. Cô Pike là giáo-sư trung-học.
    e. Cô ấy làm kỹ-sư Bộ Canh-nông.
    f. Anh cô ấy làm chủ tiệm sạch ở Cựu-Kim-Sơn.
    g. Anh cô Pike làm mục-sư ở Ohio.
    h. Em trai của cô Pike làm kỹ-sư ở bên Mỹ.
    i. Chú cô Pike làm sĩ-quan, quê cũng ở Columbus.
    j. Cô Pike làm chi ở bên Việt-Nam vậy?
    k. Cô Pike là sinh-viên Mỹ có học-bổng.
    l. Cô Pike tốt-nghiệp ở Viện Đại-học Saigon.
    m. Bạn cô Pike mở tiệm cơm ở Đường Lê-Lợi.
    n. Cô nói tiếng Việt hay lắm.
    o. Cô Pike thích đi chợ Bến-Thành.

Có rau ăn rau, có cháo ăn cháo.

    Có hoa mừng hoa, có nụ mừng nụ.

Có nuôi con mới biết lòng cha mẹ.
    Gần sông quen tính cá,
    Gần núi không lạ tiếng chim.

    Gái không chồng như thuyền không lái,
    Trai không vợ như ngựa không cương.

ANAPHORICS. TOPICS AND SUBJECTS

CONVERSATION
(Giải-trí)

_____ Unit I _____

BÍCH:
1. *Let's sit in there.*　　　　　　Chúng ta ngồi trỏng đi.

NINH:
2. *It's cooler over here.*　　　　Chỗ này mát hơn.

LITTLE SON:
3. *That table is close to the stage, Daddy: we'll see better over there.*　　Bàn đó gần sân-khấu, coi rõ hơn, Ba.

BÍCH:
4. *No, that's too close, we'd be deafened.*　　Không, ngồi sát đó, điếc tai chết.

5. *Cigarettes?*　　　　　　Ông xơi thuốc lá?

BURROW:
6. *Thanks, I'll have one.*　　Vâng, xin ông một điếu.

MISS FORNEY:
7. *No, thank you. I don't smoke.*　　Cám ơn ông. Tôi không hút.

NINH:
8. *Would you like some orange juice?*　　Cô dùng nước cam nhé?

MISS FORNEY:
9. *Yes, thank you.*　　　　Dạ, cám ơn ông.

BURROW:
10. *I'll have some black coffee.*　　Tôi xin cà-phê đen.

BÍCH:

11. *You like the theater,*   Ông thích coi kịch hở?
    don't you?
12. *The classical opera is*   Hát bội hay lắm.
    very interesting.
13. *In this tearoom, we have*   Ở đây là phòng trà, chỉ có
    only singers and a   ca-sĩ với ảo-thuật thôi.
    magician.

BURROW:

14. *Miss Helen and I like to*   Cô Helen và tôi thích nghe
    listen to Vietnamese music   nhạc Việt-Nam hơn hết.
    best of all.

MISS FORNEY:

15. *What's the name of this*   Cô này tên chi?
    singer?

BÍCH:

16. *Hoang-Yen. She is very*   Hoàng-Yến. Giàu lắm!
    wealthy.

NINH:

17. *No, not Hoang-Yen.*   Hoàng-Yến đâu!
18. *Bach-Yen.*   Bạch-Yến chớ!

MISS FORNEY:

19. *That was a nice song.*   Bản vừa rồi hay quá.

NINH:

20. *"Evening sun".*   "Nắng chiều" !

————————————————————Unit 2————————————————————

BÍCH:

21. *Do you have a large*   Gia-đình ông ở bên có đông
    family in America?   không?

BURROW:

22. *Not very large.*   Không đông lắm.

LITTLE SON:

23. *Shall I drink this?*   Con uống nhé, Ba nhé.

BÍCH:

24. *Yes, and don't play*   Uống thì uống đi, nghịch mãi.
    with it.

BURROW:

25. *There are my father,*   Có ba tôi, má tôi, vợ tôi và
    mother, wife and children.   các con tôi.

NINH:

26. *You speak the southern*   Ông nói giọng nam hay quá.
    dialect very well.

MURPHY:

27. *I also have an older*   Tôi cũng có một người chị, đã
    sister who is married and   lấy chồng và có hai con.
    has two children.

BÍCH:

28. *My younger brother is*   Em trai tôi hiện đang học ở
    studying in the States now.   bên Mỹ.

MURPHY:

29. *Really! When did he go?*   Thế à. Ông đi Mỹ bao giờ?

BÍCH:

30. *Last year.*   Năm ngoái.

BURROW:

31. *Who is there in your*   Gia-đình ông có những ai?
    family?

NINH:

32. *We are four.*   Chúng tôi tất cả bốn người.
33. *My older brother has a phar-* Anh tôi mở tiệm thuốc trên
    macy in Dalat.   Đa-lạt.
34. *My younger brother is in the* Em trai tôi còn năm nữa mới
    last year of high school.   xong bậc trung-học.

35. *He has to take the exams for*   Năm nay nó thi tú-tài II.
    the second baccalaureate
    this year.

36. *Last year he passed the first*   Năm ngoái đỗ tú-tài I.
    baccalaureate.

BÍCH:

37. *She was not very good, was*   Cô này hát dở quá?
    she?

NINH:

38. *Well, not too bad.*   Cũng khá đấy chứ.
39. *My younger sister goes to*   Em gái tôi học Đại-học Saigon.
    the University of Saigon.

BURROW:

40. *What does she study?*   Cô ấy học gì?

NINH:

41. *She intended to study law*   Cô ấy tính học luật, rồi
    but later switched to phar-   lại đổi sang được.
    macy.
42. *Her fiancé studies medicine.*   Chồng chưa cưới học thuốc.
43. *Look at this little Son*   Cậu Sơn này vỗ tay ghê quá!
    applauding the singer.
44. *And you two, how many children*   Còn ông bà được mấy cháu?
    do you have?

BURROW:

45. *We have four.*   Cám ơn ông, bốn cháu.
46. *Two boys and two girls.*   Hai trai, hai gái.
47. *And you, how many brothers*   Còn ông, có mấy anh em?
    and sisters do you have?

BÍCH:

48. *Beside that younger brother,*   Ngoài một người em trai,
    who just got married in the   mới lấy vợ bên Mỹ đó, tôi
    States, I also have four older   còn có bốn người anh.
    brothers.

BURROW:

49. *So you're Number Five.*   Thế là ông thứ năm.

BICH:

50. *Yes, and I have two younger*   Dạ, tôi còn có hai em gái
    sisters, too.   nữa.

──────────────────────── Unit 3 ────────────────────────

MURPHY:

51. *When are you going to the*   Bao giờ ông đi Mỹ?
    States?

BICH:

52. *I'm going nowhere.*   Đi đâu!
53. *I'm too old, and too lazy.*   Tôi già rồi, mà cũng lười lắm.

MURPHY:

54. *Is Mrs. Bich very busy?*   Bà Bích có bận lắm không?

BICH:

55. *Yes, very.*   Ừ ừ, còn phải kể!
56. *She has to stay home all*   Nhà tôi phải ở nhà suốt ngày!
    day.
57. *We have several small*   Nhà đông trẻ con, mà lại chỉ
    children, but only one   có mỗi một người làm.
    servant.
58. *My wife isn't very well these* Nhà tôi dạo này cũng chẳng
    days, either.   được khoẻ lắm.
59. *She has headaches in the*   Sáng rức đầu, trưa đau bụng.
    morning and stomachache at
    noontime.
60. *Here it's not like in the*   Đâu có như bên Mỹ!
    States, you see.
61. *No washing machine, no*   Nào máy giặt, nào máy rửa bát,
    dishwasher, no vacuum   nào máy hút bụi,...
    cleaner,...

NINH:

62. *And you have the radio, the*   Lại cả radiô, tê-lê-phôn, vô-
    telephone and television,   tuyến truyền-hình,...
    too.

BICH:

63. *Oh, the orchestra up there*   Gớm, nhạc ở trên họ đánh to quá.
    is making so much noise.

64. *That drummer in particular.*   Nhất là cái anh chàng đánh
                                       trống đó.

NINH:

65. *What a funny haircut!*   Để cái tóc nom kỳ-quặc không!
66. *The noise is all over now.*   Thôi xong rồi.

MISS FORNEY:

67. *Are we going to see the*   Bây giờ đến màn ảo-thuật hở?
    magician now?

BICH:

68. *Look, Son, look...A hat...*   Trông kìa Son...Cái mũ...
69. *See, he's pouring red-*   Đấy, đấy, ông ấy đổ nước đỏ
    colored water in there...   vô trong,
70. *He's adding some salt and*   Cho thêm muối tiêu vào,
    pepper...
71. *He's stirring it with a*   Lấy chiếc đũa quấy,
    chopstick...
72. *Now he takes the scarf off...*   Mở cái khăn ra,
73. *And we have a pigeon.*   Có con chim bồ-câu.

SON:

74. *How nice!*   Tài quá, Ba nhỉ?

VOCABULARY

anh chàng	N	*guy, chap*
ảo-thuật	N	*magic*
nhà ảo-thuật	N	*magician*
âm-nhạc	N	*music*
bạch-yến	N	*white swallow*
ban	N	*song; text, version, copy*
bậc	N	*level*
bên		*that side over there* (= bên ấy)
bồ-câu	N	*pigeon, squab* chim bồ-câu (CL con)
bụi	N/SV	*dust / to be dusty*
ca-sĩ	N	*singer*
chim	N	*bird* (CL con)
chồng chưa cưới	N	*fiancé*
dở	SV	*to be poor, mediocre*
dược	N	*medicinal plant; pharmacy as a subject*
dược-sĩ	N	*pharmacist*
dược-sư	N	*pharmacist*

điếc	SV	to be deaf
điếc tai	SV	to be deaf; to be deafening
đỏ	V	to pour
đánh-đổ	V	to spill
đổi	V	to change, to exchange, swap
thay-đổi	V	to change
gớm	SV	to be awful
già	SV	to be old (≠ trẻ)
giải-trí	V	to be entertained, relax
giàu	SV	to be rich (≠ nghèo)
hát-bội	N	Vietnamese classic opera
hoàng-yến	N	yellow swallow
kể	V	to enumerate, name
còn phải kể		you don't have to tell me.
kịch	N	play
kịch-sĩ	N	playwright
kỳ-quặc	SV	to be odd, queer
luật	N	law, regulation, rule
luật-sư	N	lawyer
lười	SV	to be lazy
má	PR	mother, mom
màn	N	curtain; CL for scenes, acts
máy giặt	N	washing machine
máy hút bụi	N	vacuum cleaner
máy rửa bát	N	dishwasher
mỗi một		each one
mũ	N	Western hat (CL cái)
muối	N/V	salt/to salt, pickle (vegetable, eggs)
muối tiêu	N	salt and pepper
nom	V	to look
trông-nom	V	to look after, to take care of
nghèo	SV	to be poor, be needy (≠ giàu)
nghịch	SV/V	to be boisterous/V to play with, tamper with
ngoài		out there (= ngoài ấy)
người làm	N	servant, domestic help, staff member, employee
người ở	N	servant, domestic help
nhạc	N	music; song (CL bản)
âm-nhạc	N	music
nhạc-sĩ	N	musician
phòng trà	N	tearoom
quấy	V	to stir
rức	SV	to be aching
rức-đầu		to have a headache
sát	SV	to be close to
suốt	V	to go through
suốt ngày		all day long
sân-khấu	N	stage

tài	N/SV	*talent/to be talented*
tê-lê-phôn	N	*telephone (with gọi, kêu 'to call')*
tiêu	N	*black pepper*
muối tiêu	N	*salt and pepper*
tính	V	*to plan, intend to*
tú-tài	N	*high school examination or diploma*
tú-tài I	N	*first part of baccalaureat*
tú-tài II	N	*second part of baccalaureat*
thuốc	N	*drug; medicine as a subject of study*
hiệu thuốc	N	*drugstore*
tiệm thuốc	N	*drugstore*
trường thuốc	N	*medical school*
trẻ	SV	*to be young (≠ già)*
trên	PW	*up there (= trên ấy)*
trong	PW	*in there (= trong ấy)*
trống	N	*drum (CL cái) (with đánh 'to beat')*
trông-nom	V	*to take care of, look after*
vô-tuyến truyền-hình	N	*television*
vỗ	V	*to flap*
vỗ tay	V	*to clap one's hands, applaud*
tiếng vỗ tay	N	*applause*

PATTERN DRILLS

A.   DEMONSTRATIVE NAY AND NÀY

hôm nay	*today*	tuần này	*this week*
hai hôm nay	*these two days*	hai tuần nay	*these two weeks*
bốn hôm nay	*these four days*	ba tuần nay	*these three weeks*
mấy hôm nay	*these few days*	mấy tuần nay	*these few weeks*
tháng này	*this month*	năm nay	*this year*
năm tháng nay	*these five months*	năm năm nay	*these five years*
mười tháng nay	*these ten months*	sáu năm nay	*these six years*
mấy tháng nay	*these few months*	mấy năm nay	*these few years*

sáng nay	*this morning*
trưa nay	*this noon*
chiều nay	*this afternoon*
tối nay	*this evening*
đêm nay	*tonight*

Nay đợi mai chờ.   Nay sang, mai hèn.

Nay đây, mai đó.   Năm chờ, tháng đợi.

Năm hết, Tết đến.

B.   COMPARATIVE HƠN

```
Chỗ này mát.
Chỗ này mát hơn.
Chỗ này mát hơn hết.
Chỗ này mát nhất.
```

Given: Answer:
Chỗ này mát lắm.   (A) Chỗ này mát hơn chỗ kia.
                                    (B) Chỗ này mát hơn hết.
                                    (C) Phải rồi, chỗ này mát nhất.

Bàn đó gần sân-khấu lắm.   (A) Bàn đó gần sân-khấu hơn bàn này.
                                    (B) Bàn đó gần sân-khấu hơn hết.
                                    (C) Phải rồi, bàn đó gần sân-khấu
                                         nhất.

   1. Câu đó đúng lắm.
   2. Bài này ngắn lắm.
   3. Bài ấy dài lắm.
   4. Bài này khó lắm.
   5. Bài kia dễ lắm.
   6. Cửa này lớn lắm.
   7. Cửa kia nhỏ lắm.
   8. Tiếng Việt dễ lắm.
   9. Chiếc đồng-hồ này đắt lắm.
  10. Cái bút máy này rẻ lắm.
  11. Cái vườn này bẩn lắm.
  12. Cái vườn hoa này đẹp lắm.
  13. Cô Trinh ngoan lắm.
  14. Hoa này xấu lắm.
  15. Nhà này xa thư-viện lắm.
  16. Chuyến xe buýt này chậm lắm.
  17. Máy bay này nhanh lắm.
  18. Tóc ông ấy dài lắm.
  19. Cái sơ-mi đó trắng lắm.
  20. Bát canh này cay lắm.
  21. Món này ngon lắm.
  22. Quả chuối này ngọt lắm.
  23. Món này nhạt lắm.
  24. Cái sơ-mi này cũ lắm.
  25. Bộ quần áo này mới lắm.
  26. Con đường này ẩm lắm.
  27. Nhà này mát lắm.
  28. Mực này tốt lắm.
  29. Cây me này to lắm.
  30. Quyển tự-vị này tốt lắm.
  31. Vấn-đề này rắc-rối lắm.

Một chờ, hai đợi, ba trông,
  Bốn thương, năm nhớ, bẩy, tám, chín mong, mười tìm.

32. Việc này cần lắm.
33. Phim này chán lắm.
34. Anh ấy chăm lắm.
35. Trường-hợp này quan-trọng lắm.
36. Phương-pháp này tốt lắm.
37. Cô Thủy vui-vẻ lắm.
38. Chị ấy rảnh lắm.
39. Ông Hồng cao lắm.
40. Đà-Lạt lạnh lắm.
41. Buồng đó nóng lắm.
42. Ông Đan mập lắm.
43. Cô Thịnh ốm lắm.
44. Đôi giày ten-nít đó chật lắm.
45. Đôi giày này rộng lắm.
46. Chợ Bến-Thành đông lắm.
47. Chợ Cũ vắng lắm.
48. Cô ấy nói tiếng Việt giỏi lắm.
49. Tiệm sách này đắt hàng lắm.
50. Phim này hay lắm.
51. Bản hát đó hay lắm.
52. Gia-đình ông ấy đông lắm.

C.   COMPARATIVE

> Chỗ này mát hơn chỗ kia.
> Chỗ kia nóng hơn chỗ này.

Given: Answer:

Chỗ này mát hơn chỗ kia.   (A) Chỗ kia không mát bằng chỗ này.
                              (B) Chỗ kia nóng hơn chỗ này.

Bàn đó gần sân-khấu hơn bàn   (A) Bàn này không gần sân-khấu
này.   bằng bàn đó.
                              (B) Bàn này xa sân-khấu hơn bàn đó.

 1. Câu đó đúng hơn câu này.
 2. Bài này ngắn hơn bài đó.
 3. Bài ấy dài hơn bài này.
 4. Bài này khó hơn bài ấy.
 5. Bài kia dễ hơn bài này.
 6. Cửa này lớn hơn cửa kia.
 7. Tiếng Việt dễ hơn tiếng Anh.
 8. Đồng-hồ Thụy-sĩ đắt hơn đồng-hồ Mỹ.
 9. Bút máy Nhật rẻ hơn bút máy Mỹ.
10. Cái vườn này bẩn hơn cái vườn kia.
11. Cô Trinh ngoan hơn cô Chính.
12. Hoa này đẹp hơn hoa ấy.
13. Nhà dây thép xa hơn thư-viện.
14. Xe buýt chậm hơn xe tắc-xi.

16. Tóc anh dài hơn tóc tôi.
17. Cái sơ-mi đỏ trắng hơn cái sơ-mi này.
18. Canh cá cay hơn canh gà.
19. Món này ngon hơn món trứng.
20. Chuối Đà-lạt ngọt hơn chuối bên Mỹ.
21. Đôi giày này cũ hơn đôi giày ấy.
22. Con đường này ấm hơn con đường Trần-Hưng-Đạo.
23. Mực này tốt hơn mực Parker.
24. Cây me to hơn cây chuối.
25. Nhà này mát hơn vi-la của ông anh tôi.
26. Tự-vị này tốt hơn tự-vị kia.
27. Việc này cần hơn việc đó.
28. Anh Thanh chậm hơn anh Lâm.
29. Trường-hợp này rắc-rối hơn trường-hợp kia.
30. Phương-pháp này tốt hơn phương-pháp ấy.
31. Cô Thuý vui-vẻ hơn cô Thu.
32. Chị ấy rảnh hơn tôi.
33. Ông ấy bận hơn tôi.
34. Ông Hồng cao hơn ông Cung.
35. Đà-lạt lạnh hơn Saigon.
36. Buồng đó nóng hơn buồng tôi.
37. Buồng này muỗi hơn buồng kia.
38. Ông Đản mập hơn ông Tư.
39. Ông Thi ốm hơn ông Trúc.
40. Đôi giày này rộng hơn đôi giày trắng.
41. Đôi giày ten-nít chật hơn đôi giày đen.
42. Chợ Bến-Thành đông hơn Chợ Cũ.
43. Cô Thanh nói tiếng Việt giỏi hơn ông Fox.
44. Tiệm sách Bình-Minh đắt hàng hơn tiệm sách Bạch-Yến.
45. Phim này hay hơn phim kia.
46. Bản "Nắng Chiều" hay hơn bản kia.
47. Gia-đình tôi đông hơn gia-đình ông Công.
48. Tiếng Đức khó hơn tiếng Việt-Nam.
49. Ông ấy nói nhanh hơn ông.
50. Đi tàu thuỷ rẻ hơn đi máy bay.

D. SUPPLY THE CONTENT QUESTIONS

Ông Fox là ai? --Ông Fox là bạn cô Green.
Ông đi đâu?   -- Tôi đi nhà dây thép.
Ông muốn mua gì? -- Tôi muốn mua thuốc lá.
Ông đi Mỹ bao giờ? --Ông đi Mỹ tuần trước.

Given: Answer:

Bảng đây.   (A) Ai đấy?
                                   (B) Bảng đây.

Tôi là học trò ông Nam.   (A) Ông là ai?
                                   (B) Tôi là học trò ông Nam.

Dạo này tôi cũng mạnh.   (A) Dạo này ông thế nào?
                                   (B) Cảm ơn ông, dạo này tôi
                                       cùng mạnh.

Tôi phải dọn nhà vì chủ nhà   (A) Tại sao ông phải dọn nhà?
đuổi.   (B) Tôi phải dọn nhà vì chủ
                                       nhà đuổi.

1. Buồng tôi có bốn cái cửa sổ.
2. Tôi cần sáu buồng.
3. "Sang nhà" là đưa tiền cho người thuê dọn đi để mình dọn đến.
4. Ở bên Mỹ chúng tôi gọi là "tiền thìa khoa".
5. Chúng tôi được ba cháu.
6. "Tùng" nghĩa là cây thông.
7. "Trúc" là cây tre.
8. "Cúc" là hoa cúc.
9. Cậu Tùng năm nay mười ba.
10. Anh Hiền học lớp Đệ Lục.
11. Anh ấy học trường trung-học Chu-Văn-An.
12. Ông thân tôi ở Đà-Lạt.
13. Ông Quang bận tìm nhà.
14. Ông bà Kim ăn cơm thết nhà người bạn.
15. Mãi đến 11 giờ hơn tôi mới về.
16. Hai giờ tôi mới đi ngủ.
17. Vợ chồng ông Bưởi đi Nha-trang.
18. Nhật đoạt giải vô-địch bóng bàn.
19. Tây-Đức thua Nhật 5 bàn gỡ 2.
20. "Nàng dâu" là daughter-in-law.
21. "Chàng rể" là son-in-law.
22. Bà Hoa đi chợ.
23. Bà Hoa đi chợ Bến-Thành.
24. Bà đi chợ mua ít đồ thêu.
25. Bà Thomas cần mua guốc và giày cho Peter.
26. Tiệm giày này bán rẻ.
27. Tôi muốn mua đội giày kiểu này.
28. Tôi muốn đi thử đội này.
29. Đội guốc này hai trăm đồng.
30. Bà Hoa cho bà Thomas vay ba trăm đồng.
31. Tất cả hai trăm rưỡi.
32. Ông thối lại tôi năm chục.
33. Vải hoa này, tám chục một thước.
34. Xe tôi đậu ở đầu kia.

35. Cam này chín chục một chục.
36. Bà Hoa mua sáu trái cam.
37. Hết thảy hai trăm hai mươi hai đồng.
38. Ông Lâm là anh rể ông Văn.
39. Ông West làm giáo-sư.
40. Ông Murphy làm kỹ-sư.
41. Tôi làm kỹ-sư.
42. Bà Lâm là chị ông Văn.
43. Cô Pike là bạn ông Vũ ở bên Mỹ.
44. Tôi tới Saigon hai tuần nay rồi.
45. Tháng sáu này nhà tôi mới qua.
46. Cô Pike làm việc ở Ngân-hàng Á-châu.
47. Trước tôi tu-nghiệp ở bên Pháp.
48. Quê tôi ở Ohio.
49. Columbus ở tiểu-bang Ohio.
50. Tên ông ấy là Đức.
51. Tôi tốt-nghiệp ở Viện Đại-học Saigon.
52. Tôi xin ca-phê đen.
53. Cô ca-sĩ này tên là Hoàng-Yến.
54. Ông đi Mỹ năm ngoái.
55. Anh ông Ninh mở tiệm thuốc ở trên Đà-Lạt.
56. Em gái ông Ninh học Đại-học Saigon.
57. Cô ấy học luật.
58. Chồng chưa cưới của cô ấy học Thuốc.
59. Chúng tôi được bốn cháu.
60. Tháng sáu tôi đi Mỹ.

E. TOPIC

> Ông Kim có khoẻ không?
> Ông Kim, ông ấy có khoẻ không?
> Ông Kim, ông có khoẻ không?

Is Mr. Kim well?

Given:

Cô Thu có mạnh không?

Cô Thanh đi đâu đấy?

Answer:

(A) Cô Thu, cô ấy có mạnh không?
(B) Cô Thu, cô có mạnh không?
(A) Cô Thanh cô ấy đi đâu đấy?
(B) Cô Thanh, cô đi đâu đấy?

1. Ông Nam khoẻ như thường.
2. Ông Hill buồn.
3. Dạo này cô Thu làm gì?
4. Ông Brown muốn mua đồng hồ.

5. Bà Xuân có con chưa?
6. Anh Công làm ở đâu?
7. Anh Huế làm ở Bộ Ngoại-giao.
8. Bà Thanh làm ở Ngân-hàng A-châu.
9. Cô Thu có chị không?
10. Ông Nam không thích mùa mưa.
11. Ông Nam không mời cô Thu.
12. Cô Thi bận học thi.
13. Cô Green sắp về Mỹ.
14. Bà Hương đi, ai cũng tiếc.
15. Cô Trinh vừa đẹp, vừa ngoan.
16. Ông Brown ra nhà dây thép rồi.
17. Ông Sacks đi ăn rồi.
18. Ông Kennedy học tiếng Việt ở bên Mỹ.
19. Ông Donnell học tiếng Việt từ 1943.
20. Ông Bang thích thịt bò xào lắm.
21. Anh Chính bao giờ cũng cho đường vào nước chè.
22. Anh Kim đi Nhật bốn năm tháng.
23. Ông Thuận ghé Hồng-Công hai tuần.
24. Ông Nam ho nên thôi không hút thuốc lá nữa.
25. Ông Huyền hút mỗi ngày một bao.
26. Anh Bắc còn bên Ăng-Lê không?
27. Chị Tâm ở Đường Tự-Do.
28. Cô Helen thích nghe nhạc Việt-Nam.
29. Ông Burrow thích coi kịch.
30. Cậu Sơn vỗ tay ghê quá.

GRAMMAR NOTES

5.1. <u>Anaphorics not involving kinship terms</u>. In Note 2.1, we
have seen that Saigonese has a series of third-person pronouns,
ông, bà, cô, anh, chị derived from the kinship terms (used as
pronouns) ông, bà, cô, anh, chị, respectively.

    In Lesson 4, we have encountered another term, bên, 'over
there', in Mrs. Lam's sentence Cậu chậu ở bên có khoẻ không?
'How is my brother Vu over there?' Bên comes from the noun phrase
bên ấy 'that side'.

    In this lesson, we learn three more such anaphorics: trên
'up there' (from trên ấy), trong 'in there' (from trong ấy) and
ngoài 'out there' (from ngoài ấy).

Chúng ta ngồi trong đi.   *Let's sit in there.*
Nhạc ở trên họ đánh to quá!   *The orchestra up there is making*
                                 so much noise!

Ông ấy đổ nước đỏ vô trỏng. *He's pouring red-colored water*
in there.

These forms are very colloquial and will be heard quite often in the spoken language. Also, when a reference is made to an area further north (within the territory of Vietnam), the form ngoài is used--in lieu of ngoài ấy, or ngoài đó. A person discussing the rainy weather in Hue would say, for instance:

Ngoài Huế mưa luôn.   *It rains often in Hue.*
Ở ngoài mưa luôn.   *It rains often up there.*

And a person discussing the heat prevailing in Saigon in the dry season would say:

Trong Saigon nóng lắm.   *It's very hot in Saigon.*
Ở trỏng nóng lắm.   *It's very hot down there.*

Cf. the two verbs of motion ra and vào (vô).

5.2. Predicates. We recognize the primary constituents of an English sentence mainly by the fixed positions they fill: the first position being reserved for the Subject and the second for the Predicate. These two essential sentence elements, in the case of Vietnamese, also occupy fixed positions. However, a Vietnamese sentence may include a subject and a predicate, or a predicate alone. Whenever the subject is present it expresses only the conversational topic (or theme), and as such it does not quite resemble the grammatical subject of a sentence in English. In fact, it is missing most of the time. The language is full of such sentences with an elliptical "subject":

Chào ông Nam.   *Greetings, Mr. Nam.*
Không dám.   *(response to a greeting, a*
                      "Thank you" or a compliment).
Cám ơn ông.   *Thank you, sir.*
Mưa.   *It is raining.*
Đắt lắm.   *Very expensive.*
Bao nhiêu tiền?   *How much money?*
Bốn mươi đồng.   *Forty piasters.*
Ba giờ kém năm rồi.   *Five minutes to three already.*
Học trò ông Nam.   *Mr. Nam's student.*
Trường trung-học Chu-Văn-   *Chu-Van-An High School.*
  An.
Mời ông ngồi.   *Please sit down.*
Đẹp quá nhỉ?   *Oh, it's very pretty.*

The context usually helps us understand what is the topic discussed, what is the subject of the predication.

-99-

The essential component of the clause--the predicate--most of the time consists of either a noun phrase (bao nhiêu tiền?, bốn mươi đồng, ba giờ kém năm rồi, học trò ông Nam, trường trung-học Chu-Văn-An, etc.) or a verb phrase (chào ông Nam, cảm ơn ông, mưa, đắt lắm, mời ông ngồi, đẹp quá nhỉ, etc.).

Each nominal predicate can be analyzed successively as follows:

Bao nhiêu / tiền	(a)	bao nhiêu *how much*
	(b)	tiền *money*
Bốn mươi / đồng	(a)	bốn mươi *forty*
	(b)	đồng *piaster*
Ba giờ kém năm / rồi	(a)	ba giờ kém năm *five minutes to three*
		ba giờ *three o'clock* ba *three* giờ *o'clock*
		kém năm kém *minus* năm *five*
	(b)	rồi *already*
Học trò / ông Nam	(a)	học trò *pupil, student* học *to study* trò *pupil*
	(b)	ông Nam *Mr. Nam* ông *grandfather* Nam (personal name)
Trường trung-học / Chu-Văn-An	(a)	trường trung-học *secondary school* trường *school* trung-học *secondary education* trung *middle* học *study*
	(b)	Chu-Văn-An (personal name)

Ngày rộng, tháng dài.

Nhà rách, vách nát.

5.3. Predicates (continued). Verbal predicates fall roughly
into two main types, recognizable through the head verb. In
Mưa, Đắt lắm, or Đẹp quá nhỉ, the phrase has a stative verb
(mưa, đắt, đẹp), each of which can be preceded by rất, khí, hơi or
kha: rất mưa 'very rainy', rất đắt 'very expensive', rất đẹp,
'very beautiful'. In the other examples, the phrase consists
of a functive verb (chào 'to greet', cảm ơn 'to thank', dám
'to dare', mời 'to invite') followed by its complement.

Very often, the stative verb has a complement, too:

Bàn đó rất gần sân-khấu.   *That table is close to the*
      near stage   *stage.*

Điếc tai lắm.   *It is so deafening.*
deaf ear

Chợ Bến-Thành đông người quá.   *The Ben-Thanh Market is so*
     crowded people   *full of people.*

Actually, the phrase điếc tai behaves as an idiomatic ex-
pression and can mean either 'to be deaf' or 'to be deafening':

Cụ ấy điếc (tai).   *He's deaf (in the ears).*
                        (Cf. điếc mũi to have an
                        insensitive nose).

Nhạc đó điếc tai.   *That music is deafening.*

Speakers of the language seem indeed to prefer the two-
syllable stative expressions to the monosyllabic stative verbs:

điếc tai (or điếc)   *deaf*

đẹp mắt (or đẹp)   *beautiful*

ngon miệng (or ngon)   *tasty*

rẻ tiền (or rẻ)   *cheap, inexpensive*

đông người (or đông)   *crowded*

vắng người (or vắng)   *deserted*

đói bụng (or đói)   *hungry*

khát nước (or khát)   *thirsty*

5.4. <u>Verb Phrases Involving Bodily Parts</u>. There are several verb phrases which are similar to điếc tai 'to be deaf (in the ears)', đẹp mắt 'to be beautiful, pleasing (to the eyes)' and which are used to describe physical or moral characteristics of a person. The complement is always a noun denoting a part of the body.

điếc tai	*to be deaf*
đẹp mắt	*to be beautiful*
tốt bụng	*to be kind(hearted)*
rức đầu	*to have pains in the head, have a headache*
đau bụng	*to have pains in the stomach, have a stomachache*
no bụng	*to have a full stomach, to be full (after eating)*

5.5. <u>Verb Series</u> (continued). Such a verbal predicate as thích coi kịch 'like (to watch) the theater' in Sentence (11) of the dialogue should be analyzed as consisting of the verbal (VB) thích 'to like, enjoy' and an embedded sentence (S₂) Ông coi kịch. This complement, in turn, consists of a subject noun-phrase (NP) ông and a verb phrase (VP) composed of the verbal (VB) coi 'to watch' followed by a noun phrase (NP) kịch 'play, theater'.

This deep structure of the sentence in question--the abstract representation of its meaning--and its surface structure (or physical manifestation) have the following relationship:

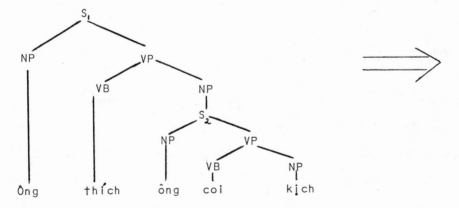

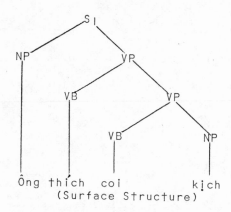

(Surface Structure)

5.6. <u>Noun Phrase as Topic</u>. <u>Conjunction "thì"</u>. In such a sen-
tence as Ông Xuân thì có vợ rồi 'Mr. Xuan is already married',
the particle or conjunction "thì" 'then, in that case' occurs
between the topic or theme--Mr. Xuan--and the predicate ('al-
ready got a wife'). The utterance may be analyzed as meaning
'As to Mr. Xuan, he is already married.'

    Indeed one often hears Ông Xuân, ông ấy có vợ rồi. This
kind of structure has caused many an early Vietnamese grammar
to state that the sentence is redundant because it has "two
subjects". Although it is considered more grammatical by
purists, the sentence Ông Xuân có vợ rồi, with only one "sub-
ject", may sound like a translation found only in the written
language.

    Other examples:

Ông Kim có khoẻ không?   *Is Mr. Kim well?*
Ông Kim thì có khoẻ không?
Ông Kim ông ấy có khoẻ không?
Ông Kim ông có khoẻ không?

Ông Hạ làm ở Bộ Kinh-tế.   *Mr. Ha works in the Depart-*
Ông Hạ thì làm ở Bộ Kinh-tế.   *ment of Economy.*
Ông Hạ ông ấy làm ở Bộ Kinh-tế.
Ông Hạ ông làm ở Bộ Kinh-tế.

    Compare:

Chanh với sữa thì không.   *(I always put sugar in my*
                                      tea) but no lemon or milk.

-103-

Hồng-Công thì đủ các thứ hàng-hoá.	Hong Kong has all kinds of merchandise.
Anh thì thiếu gì tiền!	You have no lack of money.
Tôi thì mỗi ngày phải một bao.	As for me, I smoke one pack a day.
Buồng tôi thì những muỗi là muỗi.	And my room is full of mosquitoes.
Cháu Cúc thì mới được ba năm rưỡi.	(Your niece) Cuc is only three and a half.

5.7. Verb Phrase as Topic. Conjunction "thì". Just as the predicate may be either a nominal phrase or a verbal phrase, so the topic or theme(or "subject") may also be a verbal phrase. In this case the predicate which follows it then is always introduced by the particle conjunction thì:

Bao giờ chụp thì xin ông cho tôi biết.	Whenever you take the picture please let me know.
Theo ý tôi thì ông nên đợi.	In my opinion you'd better wait.
Muốn đỗ đâu thì đỗ.	You stop wherever you want.
Thế thì ta nên gọi thêm một món nữa.	In that case we'd better order another dish.
Thế thì còn gì bằng!	Wonderful!
Không có ông thì tôi đã lạc đường rồi.	Without you I'd have been lost.

In the dialogue of this lesson, little Son was probably playing with his soft drink, so his father (Mr. Bich) had to admonish him "All right, if you want to drink your soda, go ahead and drink it":

Uống thì uống đi.	Yes, drink it.

5.8. Nếu...thì. When this topical or thematic verb phrase is introduced by nếu 'if, in case, should' the relationship between the two constituents of the sentence is clear:

Nếu có cần gì thì tôi sẽ mua ở Hương-Cảng.	If I need something I'll buy it in Hong Kong.

(Nếu) có rẻ thì cũng phải   *Even if they are cheap you still*
co tiền chư!   *have to have money.*

5.9. <u>Parallel Constructions as a Stylistic Device</u>. Both the
spoken language and the written language make use of parallel
constructions, wherein two ideas are advanced in juxtaposition,
resulting in a couplet:

Sáng rức đầu, trưa đau   *She has headaches in the morning*
bụng.   *and stomachaches at noontime.*

The two "legs" balance each other perfectly: sáng 'morning'
and trưa 'noon'; rức 'to have pains' and đau 'to be aching';
đầu 'head' and bụng 'belly'. Mr. Bich's version is slightly
different from the popular saying about a sickly person:

Nắng rức đầu, mưa đau   *A headache when the weather is*
bụng.   *sunny and a bellyache when it*
                              is rainy.

As a student of the language, you should learn to apprecia-
te and to use, as often as possible, stylistic devices like
this antithetical construction and the pattern of enumeration
with nào.., nào....(Sentence 6I of Dialogue):

Nào máy giặt, nào máy rửa   *Washing machines, dishwashers,*
bát, nào may hut bụi,..   *vacuum cleaners,...*

PRONUNCIATION

<u>Practice I9</u>. <u>Initial Consonant v- in Saigonese</u>. The Saigon
dialect has the sound /y-/ in words spelled with an initial <u>v-</u>
(and pronounced /y/ in the northern dialect). See Practice II
and Practice I2.

Some speakers add a "v" or "b" sound before the /y/; but
this is a spelling pronunciation found only among educated people:

và	*and*	về	*to return*	vịt	*duck*
vài	*a few*	vì	*because*	vợ	*wife*
vào	*to enter*	việc	*job, work*	vui-vẻ	*joyful, happy*
văn-phạm	*grammar*	Việt	*Vietnamese*		

anh và tôi   *you and I*   Mời ông vào. *Please come in.*
một vài người *a few persons* Tôi về nhà. *I went back home.*
Tôi thích làm việc. *I enjoy work.*
Tôi học tiếng Việt. *I study Vietnamese.*

Practice 20.   Final -anh and -ach in Saigonese.

anh	elder brother	ách	yoke
lanh	fast, nimble	lạch	canal
thanh	delicate	thạch	to challenge
canh	soup	cách	manner, way
bánh	cake	bạch	hundred
nanh	canine tooth	nách	underarm
sanh	to be born	sách	book

Practice 21.   Final -ác and -át in Saigonese.

át	to drown down (noise)	ác	cruel
bát	eight	bạc	uncle
cát	sand	các	plural
nhát	coward	nhác	lazy
lạt	not salty	lạc	to lose one's way
phát	shot, injection	phác	to sketch
gạt	to deceive	gạc	gauze
hạt	jurisdiction	hạc	crane

Practice 22.   Final -ác and -át in Saigonese.

ắt	certainly	ác	
bắt	to arrest, catch	bắc	north
tắt	to extinguish	tắc	stopped up
cắt	to cut	các	dime
sắt	iron	sắc	color
mắt	eye	mắc	expensive

Practice 23.   Final -ân in Saigonese.

ân	favor	phấn	chalk
tân	new	gần	near
thân	close	nhân	man
bần	poor	chân	foot
đần	silly		

Practice 24.   Tone Drill.

311	nhà anh tôi	my brother's house
312	Tìm chưa thấy.	Looked but did not find yet.
313	Người xem người.	Just people looking at people.
314	Đừng nên nản.	Don't be discouraged.
315	Đừng nên nghĩ.	Don't think.
316	Đừng nên giận.	Don't get angry.
321	Vào tắm đi.	Go ahead and take your bath.

322. làm đến tối   *worked until the evening*
323. làm bốn ngày   *worked four days*
324. vừa đến sở   *just went to the office*
325. Đừng thế nữa.   *Don't be like that any more.*
326. Đừng có sợ.   *Don't be afraid.*

331. Đừng ngồi đây.   *Don't sit here.*
332. Đừng ngồi đó.   *Don't sit there.*
333. Đừng ngồi ngoài.   *Don't sit outside.*
334. Đừng làm hỏng.   *Don't wreck it.*
335. Đừng dùng mỡ.   *Don't use lard.*
336. Đừng làm vội.   *Don't do it yet.*

TRANSLATION

(Listen once, then write down.   Hand in translation later)

(A)1. Ông Bích, ông Ninh, cô Forney và ông Burrow đi phòng trà.
2. Cậu Sơn muốn ngồi gần sân-khấu để coi rõ hơn. 3. Ông Bích
sợ ngồi sát đó thì điếc tai. 4. Cô Forney không hút thuốc lá.
5. Ông Burrow uống cà-phê đen. 6. Ông thích coi kịch lắm.
7. Nhưng ở phòng trà chỉ có ca-sĩ với ảo-thuật thôi. 8. Cô
Helen và ông Burrow thích nghe nhạc Việt-Nam hơn hết. 9. Cô
ca-sĩ hát bản "Nắng Chiều."

(B)1. Gia-đình ông Burrow có ba ông ấy, má ông ấy, vợ ông ấy và
các con ông ấy. 2. Ông Murphy có một người chị, đã lấy chồng
và có hai con. 3. Em trai ông Bích hiện đang học ở bên Mỹ.
4. Ông đi Mỹ năm ngoái. 5. Gia-đình ông Ninh có tất cả bốn
người. 6. Anh ông Ninh mở tiệm thuốc trên Đà-lạt. 7. Em
trai ông Ninh học trung-học. 8. Năm nay thi tú-tài. 9. Em
gái ông Ninh học Đại-học Saigon. 10. Cô ấy học luật, à quên
Dược. 11. Chồng chưa cưới của cô ấy thì học thuốc. 12. Ông
bà Burrow có bốn đứa con, hai con trai, hai con gái. 13. Ông
Bích có một người em trai, bốn người anh và hai người em gái.

(C)1. Bà Bích bận lắm. 2. Bà phải ở nhà suốt ngày. 3. Nhà
đông trẻ con, nhưng ông bà ấy chỉ có mỗi một người làm thôi.
4. Bà không được khoẻ lắm: nắng nhức đầu, mưa đau bụng.
5. Người Mỹ có máy giặt, máy rửa bát, máy hút bụi, ra-đi-ô,
tê-lê-phôn, vô-tuyến truyền -hình, vân vân. 6. Nhạc ở trên họ
đánh to quá! 7. Anh chàng đánh trống để tóc nom kỳ-quặc quá.
8. Bây giờ đến màn (scene) ảo-thuật. 9. Nhà ảo-thuật đổ
nước đỏ vô cái mũ, cho thêm muối tiêu vào, lấy cái đũa quấy,
mở cái khăn ra, có con chim bồ-câu. 10. Tài không? 11. Hay
quá nhỉ!

    Quần rộng, áo dài.

                Sáng mưa, trưa tạnh.

"WHAT WOULD YOU SAY" TEST

1. Someone suggested that the group sit near the stage. You
   object:

   a. Ngồi chỗ này mát hơn.
   b. Ngồi trong mát hơn.
   c. Ngồi xa sân-khấu mát hơn.
   d. Ngồi gần sân-khấu coi rõ hơn.
   e. Ngồi gần sân-khấu điếc tai chết.
   f. Ngồi bên coi rõ hơn.
   g. Ngồi trên coi không rõ.
   h. Ngồi ngoài không có gió.

2. Say you like the Vietnamese opera.

   a. Tôi thích coi kịch lắm.
   b. Tôi thích coi hát bội lắm.
   c. Tôi thích coi ảo-thuật lắm.
   d. Tôi thích nghe nhạc Việt-Nam.
   e. Tôi thích coi xi-nê.
   f. Tôi thích coi hát bóng lắm.

3. Say you have a big family.

   a. Gia-đình tôi đông lắm.
   b. Gia-đình tôi không đông lắm.
   c. Gia-đình tôi không có nhiều người lắm.
   d. Ba tôi, má tôi đều ở bên Mỹ.
   e. Vợ con tôi chưa sang Saigon.
   f. Tôi cũng có một người anh, đã có vợ và có hai con.
   g. Em trai tôi hiện đang học ở California.
   h. Gia-đình tôi có tất cả bốn người.

4. Say you want to study law.

   a. Tôi thích học Luật.
   b. Tôi thích học Kinh-tế.
   c. Tôi chỉ thích học Dược thôi.
   d. Tôi thích học thuốc.
   e. Tôi thích học nghề kỹ-sư.
   f. Tôi thích làm mục-sư.
   g. Tôi thích làm giáo-sư.
   h. Tôi thích học đánh trống.
   i. Tôi thích học làm ảo-thuật.

5. Say your elder sister is in San Francisco, running a bookstore.

   a. Chị tôi là ca-sĩ.
   b. Chị tôi đã lấy chồng và có hai con.
   c. Em gái tôi hiện đang học luật ở Cựu-Kim-Sơn.
   d. Anh tôi mở tiệm thuốc ở Athens, Ohio.
   e. Chị tôi mở tiệm cơm ở Nữu-Ước.
   f. Em trai tôi còn học trung-học.

g. Chị tôi làm chủ tiệm sách ở Cựu-Kim-Sơn.
h. Em trai tôi mới lấy vợ ở bên Mỹ.
i. Chị tôi bán bán sách suốt ngày.

TRUE-FALSE TEST

(The following sentences will be read to the student, each
sentence twice. He is to decide whether each statement
is generally true or false, after taking it down.)

1. Ông Nam ở thư-viện về thì gặp ông Kim.
2. Ông Nam đánh mất cái xe đạp cũ, phải mua cái mới.
3. Ông Kim đi Nhật, rồi mới ghé Hồng-Công và Đài-Loan.
4. Hồng-Công thì đủ các thứ hàng-hoa.
5. Hàng Mỹ ở Hồng-Công đắt hơn bên Mỹ nhiều.
6. Ông Nam nhờ ông Kim mua một tá sơ-mi.
7. Muốn đi Hương-Cảng, phải có chiếu-khán của Toà Lãnh-sự
   Trung-Hoa.
8. Anh ông Nam là ông Bặc ở bên Ăng-lê.
9. Ông ấy lúc mới về phải ở khách-sạn, bây giờ dọn đến
   Trần-Hưng-Đạo rồi.
10. Ông Lậm và ông Thịnh đi Chợ-Lớn ăn phở.
11. Ông Bằng định đi mua giày, nhưng không biết đường.
12. Thằng bé con đi xe đạp đâm vào ô-tô bị vỡ đầu.
13. Nó bị gẫy chân phải xe vào nhà thương.
14. Bác tôi là anh của thầy tôi.
15. Chú tôi là em trai của má tôi.
16. Em gái bố mình phải gọi bằng cô.
17. Thím là vợ của chú.
18. Mợ là vợ của cậu.
19. Ông nội là 'paternal grandfather'.
20. Hễ giáo-sư nói thì phải nghe cho kỹ, rồi nói theo cho
    thật đúng.
21. Tiếng Việt có sáu giọng: bằng, sắc, huyền, hỏi, ngã,
    nặng.
22. Sinh-viên phải tự-tin, vui-vẻ và hăng-hái mà làm việc.
23. Ông Quang phải dọn nhà vì chủ nhà tăng thêm tiền phố.
24. Nhà ông Quang không có muỗi.
25. Nhà ông ấy vừa xa bờ sông vừa nóng.
26. Tiền thuê nhà ở Saigon mắc hơn bên Mỹ.
27. Ông Quang có ba con, tên là Tùng, Trúc và Cúc.
28. Tùng năm nay mười ba, học lớp Đệ-Lục ở Trường trung-học
    Chu-Văn-An.
29. Trúc lên tám cũng học trung-học.
30. Em Cúc mới ba năm rưỡi nên chưa đi học.
31. Ông Linh, là Kỹ-sư Bộ Canh-nông, được sang Pháp.
32. Ông người mập, để râu Huê-Kỳ.
33. Ông Linh trước là bạn học của anh ông Khang.
34. Muốn đáp xe lửa thì phải ra bến xe đò.
35. Sáng sớm mà uống nước chanh quá thì đau bụng.

36. Bà Hoa và bà Thomas đi Chợ Cũ.
37. Ông Bà Hoa quen ông chủ tiệm giầy.
38. Bà Thomas về nhà bằng xích-lô.
39. Ông West làm kỹ-sư, còn ông Murphy làm giáo-sư.
40. Ông Murphy là bạn ông Vũ ở bên Mỹ.
41. Ông ở Mỹ sang trước để lo chuyện nhà cửa.
42. Bà Murphy tháng sáu mới qua.
43. Cô Pike làm việc ở Toà Đại-sứ Mỹ.
44. Quê ông West ở Columbus, tiểu-bang Ohio.
45. Ông Trần-Văn-Đức mở tiệm cơm Việt-Nam ở Athens, Ohio.
46. Ông Đức trước là sĩ-quan, còn ông Vũ trước là sinh-viên.
47. Phòng trà chỉ có ca-sĩ với ảo-thuật thôi.
48. Ông Bích muốn ngồi gần sân-khấu để coi cho rõ.
49. Cô Forney mỗi ngày hút một bao thuốc lá là ít.
50. Cô Helen và ông Burrow thích nghe nhạc Việt-Nam.
51. Ông Burrow có một người chị, đã lấy chồng và có hai con.
52. Ông Burrow có bốn đứa con: hai trai, hai gái.

MORE TRANSLATION

I. Translate into English :

Ông Kim sắp đi Nhật bốn năm tháng. Ông định ghé Hồng-Công một
hai tuần, rồi sang Đài-Loan độ mười ngay, sau đó mới đi Nhật.
Ông Kim lấy được giấy thông-hành rồi, nhưng còn phải xin chiếu-
khán của lãnh-sự Anh, Trung-Hoa và Nhật.

Ông Nam nhờ ông Kim mua một cái áo mưa và một tá sơ-mi, sáu
cái dài tay, sáu cái cộc tay. Ông Nam thì thôi không hút
thuốc lá nữa, chứ ông Huyên thì mỗi ngày phải một bao là ít.
Ông Nam có một cái bật lửa đẹp lắm. Anh ông ấy gửi từ bên
Ăng-lê về.

Ông Lâm và ông Thịnh đi Chợ-Lớn ăn phở, còn ông Bằng phải đi
mua giầy. Đường Lê-Thánh-Tôn có nhiều hiệu giầy. Tiệm giầy
Vạn-Lợi ở ngay đầu phố, bên cạnh tiệm thợ may, đằng trước có
một cây me to tướng. Thằng bé con đi xe đạp đâm vào ô-tô bị vỡ
đầu và gãy tay.

Chữ nào không hiểu rõ nghĩa thì tôi phải tra tự-vị. Trong
sách này có ba mươi bài tất cả: một nửa là mười lăm bài.
Chúng ta cần học đi học lại từng bài một.

Ông bà ấy bận tìm nhà, vì chủ nhà tăng tiền phố. Tiền thuê
nhà ở Saigon bây giờ mắc lắm. Em Tung năm nay mười ba, học
lớp Đệ Lục ở trường Chu-Văn-An. Mẹ tôi không đeo kính thì
không nhìn thấy gì cả.

Hôm qua ông bà Kim, ăn cơm thết nhà người bạn, mãi đến 11 giờ hơn mới về, hai giờ mới đi ngủ. Ông Linh được sang Pháp với sang Mỹ học sáu tháng. Nghỉ hè người ta đi Vũng Tàu hay đi Nha-Trang. Tin thể-thao nói Nhật đoạt giải vô-địch thế-giới về bóng bàn.

Bà Hoa rủ bà Thomas đi chợ mua giày, mua vải, mua guốc và mua cà-phê. Bà Thomas còn mua áo thêu và khăn bàn thêu nữa. Ông chủ tiệm giày phát-tài lắm. Chợ Bến-Thành bán đủ thứ: nào thịt, nào cá, nào rau, nào trái cây, nào bát đĩa, nào xoong-chảo. Bà Thomas tưởng là quên tiền nên phải vay của bà Hoa ba trăm đồng.

Vải tốt thì không co, không phai màu. Đôi giày này không chật mà cũng không rộng.

Cô Pike và ông Murphy đến thăm ông bà Lâm. Bà Lâm là chị ông Vũ; ông Vũ là bạn của ông Murphy ở bên Mỹ. Ông Vũ là sĩ-quan trước tu-nghiệp ở bên. Gia-đình ông Murphy hãy còn bên Mỹ, đến tháng sáu mới qua Việt-Nam. Ông ấy sang trước để lo chuyện nhà cửa. Ông West có một người bạn tên là Đức, được học-bổng sang Mỹ học ở tiểu-bang Ohio, đến lúc tốt-nghiệp ở Viện Đại-học ra thì ở luôn bên đó, mở tiệm cơm Việt-Nam.

2. Translate into Vietnamese.

I did not go to the library this afternoon. Mr. Nam lost his old bicycle, so he had to buy a new one. Mr. Kim will be gone only four months this time. He intends to stop in Hong Kong a couple of weeks to buy presents for his wife and children. He will have to wait for his boss to wire him before he can fix a date to return to Saigon. Be sure to call me up before you leave, O.K. Mr. Huyen smokes at least one pack of cigarettes a day. The cigarette lighter is not in the drawer, not in my pocket. At first Mr. Bac lived on Tu-do Street, near the railroad station, then he moved to the East Asia Hotel. Now he lives on Tran-Hung-Đao Street, beyond the library and between the park and his uncle's house. Mr. and Mrs. Quang have been busy these few weeks looking for a house. Their house is far from the river and full of mosquitoes. Mr. Bang said that the rent in Saigon seems to be higher than in the States, didn't he. The other day Mr. Bang ran across Tung at the movie house, but did not recognize him. Mr. and Mrs. Kim had dinner at a friend's house and did not get home until twelve o'clock. Mr. Linh, who is an engineer in the Ministry of Agriculture, is going to France and America to study for twelve months. He is going with a delegation from the Health Ministry and the Ministry of Public Works. The Ben-Thanh Market is too crowded today, Saturday; let's go to the Old Market. Please wrap the

coffee carefully for me, because I live very far. Miss Pike
and Mr. Murphy are both Americans. They have been in Saigon
for two weeks, but they did not have time to come and visit
Mr. and Mrs. Lam.

REDUPLICATIONS . TRANSLITERATIONS

CONVERSATION

(Thăm viếng ngày Tết)

_____Unit 1_____

HOSTESS:

1. *Will you have another cup of tea?* Mời ông dùng tách trà nữa.

2. *Help yourself to some more cake.* Mời bà lấy thêm bánh.

GUEST:

3. *Thank you.* Cám ơn bà.

4. *This tea is excellent.* Trà ngon lắm.

HOSTESS:

5. *It's tea from Blao (or Bao-Loc).* Trà Blao (tức là Bảo-Lộc) đây ạ.

6. *A cousin of ours has a plantation up there...* Ông anh họ chúng tôi có đồn-điền trên đó...

GUEST:

7. *Excuse me.* Xin lỗi ông bà.

8. *May I use your phone?* Tôi kêu nhờ cái điện-thoại.

_____Unit 2_____

HOSTESS:

9. *Chị Ba, please give me a wiping cloth.* Chị Ba, cho tôi xin cái rẻ lau đây.

10. *She spilled tea and milk* Em nó đánh đổ nước trà với sữa lung-tung ra bàn đây nầy.

11. *And bring some more melon seeds and fruit preserves, please.* Rồi chị lấy thêm hạt dưa với mứt nhé.

12. *Our guest here doesn't like*   Ông khách đây không ưa bánh
    cake...   ngọt...

13. *Here...Over here, next to*   Đây nữa...chỗ nầy nữa, cạnh
    that knife.   con dao đó.

HOST:

14. *Oh! Hương!*   Cái con Hương!

15. *Everywhere she goes she*   Đụng đâu là đổ đấy.
    spills things.

16. *Shame on you!*   Đẹp mặt chưa!

GUEST:

17. *That was an accident.*   Cháu nó lỡ mà!

18. *Don't scold her.*   Ông đừng rầy cháu qúa.

HOSTESS:

19. *Go tell daddy you're sorry,*   Ra xin lỗi Ba đi con,
    and you don't have to cry.   đừng khóc lóc thế.

_____Unit 3_____

GUEST:

20. *Hello! Hello!*   A-lô, a-lô.

OPERATOR:

21. *Operator!*   Tôi nghe đây.

GUEST:

22. *Hello! Hello! Please give*   A-lô, a-lô. Cô làm ơn cho
    me Saigon 222.   tôi Saigon 222.

OPERATOR:

23. *Saigon 222 has been changed*   Saigon 222 bây giờ thành số
    to automatic.   tự-động rồi.

   111.111   333.333   555.555   777.777   999.999

      222.222   444.444   666.666   888.888

GUEST:

24.   *Is that so? What's the*
      number?

Thế hở cô? Số mấy?

OPERATOR:

25.   *2-4-7-6-6 . 24,766.*

2,4,7,6,6. 24ngàn766.

GUEST:

26.   *Hello! Hello!*

A-lô, a-lô.

27.   *Is that the Vĩnh-Long*
      Company?

Công-ty Vĩnh-Long đấy
phong?

MAN'S VOICE:

28.   *Yes, it is.*

Dạ, phải.

GUEST:

29.   *I want to speak to Mr. Huyền.*

Tôi muốn nói chuyện với
ông Huyền.

30.   *No, not Mr. Quyền.*

Không phải Quyền ạ.

31.   *Huyền: h, u, y, ê, n, huyền.*

Huyền: h, u, y, ê, n, huyền.

MAN'S VOICE:

32.   *Oh, you mean Mr. Phạm-ngọc-*
      Huyền, don't you?

À ạ. Ông Phạm-ngọc-Huyền,
phải không, ông?

GUEST:

33.   *Yes.*

Phải.

34.   *Is that Huyền?*

Anh Huyền đấy à?

MAN'S VOICE:

35.   *Mr. Huyền isn't here, sir.*

Ông Huyền không có đây, ông ạ.

GUEST:

36.   *Is he out?*

Ông ấy đi vắng hở ông?

MAN'S VOICE:

37. *He's on summer vacation for two weeks, and has gone to either Dalat or Cap.*

Dạ, ông ấy nghỉ hè nửa tháng, không biết đi Đà-lạt hay đi Cấp ấy.

GUEST:

38. *That's too bad!*

Chán quá!

_____Unit 4_____

HOST:

39. *Wrong number?*

Sao, sai số sao? Không đúng số sao?

GUEST:

40. *It took me a long time to get the right number, but he was out.*

Kêu mãi mới được, nhưng ông ấy lại đi vắng.

HOST:

41. *Can you bring another bottle of beer, please?*

Chị cho tôi chai la-ve nửa ra đây nhé?

HOSTESS:

42. *Hey! Don't drink too much!*

Gớm, uống vừa chứ!

HOST:

43. *Can't I get a little drunk during Tet time?*

Thì ngày Tết cũng phải cho nó say-sưa chứ?

44. *Say, I forgot to ask you, how is the climate in the United States?*

Ông nầy, tôi quên chưa hỏi ông, khí-hậu bên Mỹ thế nào?

GUEST:

45. *The climate over there? We have all four seasons: spring, summer, autumn, winter.*

Bên đó ấy à? Bên đó đủ bốn mùa: xuân, hạ, thu, đông.

46. *The weather is very nice in the spring and autumn.*

Mùa xuân với mùa thu, trời đẹp lắm.

-116-

47. *The colors of the trees are extremely beautiful.*   Cây-cối màu-sắc đẹp vô tả.

HOST:

48. *Is it hot in the summer?*   Thế mùa hè có nóng không?

GUEST:

49. *It's very hot in the summer, just like Saigon,*   Mùa nực thì bức lắm, chẳng khác gì Saigon.

50. *and it's very cold in the winter.*   Mà mùa rét lại lạnh quá.

STREET VENDOR:

51. *Tào phở-ơ-ơ...*   Tào phở-ơ-ơ!

GUEST:

52. *What's he selling?*   Hàng gì đấy nhỉ?

HOST:

53. *Bean curds custard.*   Hàng tào-hủ.

HOSTESS:

54. *Is it very cold over there?*   Lạnh lắm hở ông?

GUEST:

55. *Yes, very cold.*   Dạ, lạnh lắm.

56. *The place where we live is near the Canadian border, you know.*   Chỗ chúng tôi ở, gần biên-giới Gia-nã-đại mà!

HOST:

57. *That's in the north, isn't it?*   Phía bắc, phải không?

GUEST:

58. *Yes, it is.*   Dạ, phải.

59. *During the three winter months there is so much snow.*   Ba tháng mùa đông, những tuyết là tuyết.

HOSTESS:

60. *Oh! That scares me.*   Thế thì tôi sợ lắm.

GUEST:

61. *Well, you get used to it.*   Ấy, nó cũng quen.

62. *Besides, the autumn season is very pretty.*   Vả lại, mùa thu đẹp lắm.

63. *The leaves turn yellow, then red: it's just like a picture.*   Lá cây đổi màu, vàng rồi đỏ, đẹp như trong tranh.

64. *Your house has a yard and a garden: plenty of space and it's so cool.*   Nhà ông bà đây có sân, có vườn, rộng-rãi mát-mẻ quá.

65. *I want to learn to speak Vietnamese real well.*   Tôi muốn tập nói tiếng Việt cho thật giỏi.

66. *Otherwise I wouldn't be able to understand anything when the teacher explains the lesson in class.*   Kẻo vào lớp, nghe giáo-sư giảng, ù-ù cạc-cạc, chả hiểu gì.

HOSTESS:

67. *But you're doing very well.*   Ông nói thạo lắm rồi còn gì nữa.

GUEST:

68. *I just know a few commonly used sentences, but don't understand such technical things as political, military, economic, cultural, or social terms.*   Tôi chỉ nói vài câu thường dùng thôi, chớ danh-từ chuyên-môn về chính-trị, quân-sự, kinh-tế, văn hóa, xã-hội, thì tôi không hiểu.

Tai to, mặt lớn.

Tay dao, tay thớt.

Tay xách, nách mang.

VOCABULARY

anh họ	N	male cousin--whose father or mother is older than yours
anh ruột	N	elder brother
biên-giới	N	border
bức	SV	to be hot and stuffy, be sultry
cắn	V	to bite; to crack (melon seeds hạt dưa)
cây-cối	N	trees, vegetation
chả	P	(negation particle) not (không, chẳng)
chai	N	bottle (CL cái); bottleful
chị họ	N	female cousin--whose father or mother is older than yours
chị ruột	N	elder sister
chính-trị	N/SV	politics; political
chuyên-môn	SV	to be technical
danh-từ	N	term, noun
dao	N	knife (CL con)
đẹp mặt	SV	to be proud, be honored (≠ xấu mặt)
đồn-điền	N	plantation
đụng	V	to collide, bump (vào 'into'), touch
em họ	N	cousin (male or female) --whose father or mother is younger than yours.
em ruột	N	younger sibling--younger brother, younger sister
Gia-na-đại	N	Canada
hạt	N	seed
hạt dưa	N	melon seed(with cắn 'to crack')
hè	N	summer
mùa hè	N	summer
họ	I	hey (= à); yes
kẻo	C	lest
khách	N	guest, visitor (as opposed to chủ 'host')
khí-hậu	N	climate
khóc	V	to cry
khóc lóc	V	to cry bitterly
la-ve	N	(Fr. bière) beer
lá	N	leaf
lá cây	N	leaf, tree leaves
xanh lá cây	SV	green
lỡ	V	to miss, do something by accident (nhỡ)
lung-tung	SV	to be topsy-turvy, pell-mell
mát-mẻ	SV	to be cool
màu-sắc	N	color
mứt	N	candied fruit
nực	SV	to be hot
mùa nực	N	summer
nước trà	N	tea

ngàn	NUM	*thousand (=nghìn)*
phỏng	PH	*(=phải không?) right? n'est-ce pas? no es verdad?*
quân-sự	N/SV	*military affairs ; military*
rày	V	*to scold, admonish*
rẻ	N	*rag*
rẻ lau	N	*washcloth*
rét	SV	*to be cold*
mùa rét	N	*winter*
rộng-rãi	SV	*to be roomy, be wide, be spacious*
ruột	N	*entrails, intestines*
anh ruột	N	*elder brother (Cf. anh họ)*
chị ruột	N	*elder sister (Cf. chị họ)*
em ruột	N	*younger sibling--younger brother, younger sister (Cf. em họ)*
rượu	N	*liquor, wine*
say rượu	SV	*to be drunk*
sai	SV	*to be wrong, inaccurate*
say	SV	*to be drunk*
say rượu	SV	*to be drunk*
say-sưa	SV	*to be drunk, get drunk*
sận	N	*courtyard*
tả	V	*to describe*
vô tả	SV	*to be indescribable*
tào-hủ	N	*soybean custard*
tào-phớ	N	*soybean custard*
tuyết	N/SV	*snow ; to be snowy (subject trời, giời)*
tự-động	SV	*to be automatic*
thành	V	*to become, turn into*
thạo	SV	*to be proficient*
thường	SV	*to be ordinary, be common ; commonly, frequently*
tranh	N	*painting (CL bức)*
u-u cạc-cạc	SV	*to be in the dark (Cf. vịt nghe sấm)*
ưa	V	*to like (=thích)*
văn-hoá	N/SV	*culture ; cultural*
vắng	SV	*to be absent*
đi vắng	SV	*to be absent*
vắng mặt	SV	*to be absent*
vô-tả	SV	*to be indescribable*
xã-hội	N/SV	*society ; social, societal*
xấu mặt	SV	*to be ashamed (≠đẹp mặt)*

Bao-giờ cho đến tháng mười,
Thổi nồi cơm nếp vừa cười, vừa ăn.

Chê của nào, trời trao của ấy.

PATTERN DRILLS

A.   NOT VERY...EITHER

Không khó lắm nhưng cũng không dễ lắm.

Not very difficult, but not very easy either.

Given: Answer:

Bài này có khó không? (dễ)   Dạ, không. Không khó lắm, nhưng
                               cũng không dễ lắm.

Cái gói ấy có to không?   Dạ, không. Không to lắm, nhưng
   (nhỏ)   cũng không nhỏ lắm.

Bài này có dài không?   Dạ, không. Không dài lắm, nhưng
   (ngắn)   cũng không ngắn lắm.

1. Đường này có ầm không? (yên-tĩnh)
2. Sách này có đắt không? (rẻ)
3. Cái bát này có bẩn không? (sạch)
4. Phim này có vui không? (buồn)
5. Cái mũ này có cũ không? (mới)
6. Phim này có chán không? (vui)
7. Chuyến xe lửa đó có nhanh không? (chậm)
8. Cái đèn này có sáng không? (tối)
9. Cô ấy có đẹp không? (xấu)
10. Thư-viện có gần không? (xa)
11. Ông ấy có giàu không? (nghèo)
12. Thư-viện này có nhiều sách không? (ít)
13. Trường trung-học Chu-Văn-An có lớn không? (nhỏ)
14. Nhà anh có mát không? (nóng)
15. Canh này có mặn không? (nhạt, lạt)
16. Cái bàn này có nặng không? (nhẹ)
17. Ông có no không? (đói)
18. Tự-điển này có đủ không? (thiếu)
19. Giấy này có trắng không? (đen)
20. Ở Đà-lạt trời có xấu không? (tốt)
21. Huế có lạnh không? (nóng)
22. Đôi giầy đó có rộng không? (chật)
23. Thuê vi-la có mắc không? (rẻ)
24. Ông sĩ-quan có rảnh không? (bận)
25. Bến xe đó có gần không? (xa)

B.   CHOICE QUESTION

Do you take tea or coffee?

Ông dùng trà hay cà-phê?

Given:

Mời ông dùng nước trà. (cà-phê)

Answer:

(A)   Ông dùng nước trà hay cà-phê?

(B)   Dạ, tôi xin nước trà.

(C)   Nước trà, tôi cũng thích. Cà-phê tôi cũng thích.

Mời ông dùng bánh ngọt. (mứt)

(A)   Ông dùng bánh ngọt hay mứt?

(B)   Dạ, tôi xin bánh ngọt.

(C)   Bánh ngọt, tôi cũng thích. Mứt, tôi cũng thích.

1.   Mời ông dùng thịt bò. (thịt lợn)
2.   Mời ông dùng cá. (thịt)
3.   Mời cô dùng canh cá. (canh thịt lợn)
4.   Mời bà mua trứng gà. (trứng vịt)
5.   Mời cô xơi thịt vịt. (thịt gà)
6.   Mời ông lấy nước mắm. (dấm)
7.   Mời các ông dùng bánh ngọt. (trái cây)
8.   Mời ông xơi kem. (bánh ngọt)
9.   Mời cô xơi kem dừa. (kem dừa)
10.   Mời bà dùng sữa. (đường)
11.   Mời ông dùng trái cây. (kem)
12.   Mời bà mua thịt. (cá)
13.   Mời ông bà dùng cam. (chuối)
14.   Mời ông dùng nước chanh quả. (nước cam)
15.   Mời các ông dùng bánh ngọt. (trái cây)
16.   Mời ông dùng cà-phê. (nước trà)
17.   Mời ông dùng cá hấp. (thịt hấp)
18.   Mời bà dùng thịt lợn. (thịt gà)
19.   Mời các ông dùng cà-phê đen. (cà-phê sữa)
20.   Mời ông dùng thịt gà. (thịt bò)
21.   Mời ông dùng thịt gà. (thịt vịt)
22.   Mời ông dùng bánh ngọt. (kem)
23.   Mời ông xơi dừa. (dưa)
24.   Mời ông dùng nước cam. (nước trà)
25.   Mời ông dùng cơm. (bánh ngọt)

C.   WHOSE IS THIS?

> Cái bút này của cô Thanh.
> *This pen is Miss Thanh's.*
>
> Cái bút này của ai?
> *Whose pen is this?*

Given: Answer:

Cái bút này của ai? (cô Thanh)   (A)   Cái bút này của cô Thanh.
                                    (B)   Cái bút này chắc của cô
                                          Thanh.
                                    (C)   Cái bút này có lẽ của
                                          cô Thanh.
                                    (D)   Cái bút này hình như của
                                          cô Thanh.

1.   Máy ảnh này của ai? (ông Bảng)
2.   Cái áo sơ-mi này của ai? (ông Kim)
3.   Cái áo mưa đó của ai? (anh Khang)
4.   Những cái bàn kia của ai? (trường trung-học)
5.   Cái bánh này của ai? (bà Hoa)
6.   Bao diêm này của ai? (ông Nam)
7.   Tờ báo tiếng Việt này của ai? (ông Fox)
8.   Bát cơm ấy của ai? (cô Hoa)
9.   Cái bật lửa này của ai? (ông Hạ)
10. Cái bút máy Parker này của ai   (ông Sheaffer)
11. Tách cà-phê này của ai? (ông Trà)
12. Cái đèn này của ai? (ông Mã)
13. Cái đĩa hát này của ai? (cô Hoàng-Yến)
14. Đô-la này của ai? (ông Mỹ)
15. Những đồ chơi này của ai? (cháu Huân)
16. Chiếc đồng hồ Omega này của ai? (ông Chân)
17. Những giấy má này của ai? (giáo-sư Kham)
18. Giấy thông-hành này của ai? (mục-sư Pruett)
19. Đôi giày ten-nít đó của ai? (ông Hy)

> Có chồng chẳng được đi đâu,
> Có con chẳng được đứng lâu một giờ.
>
> Làm thì chẳng muốn bằng ai,
> Ăn thì thứ nhất, thứ hai trong làng.

20. Hàng-hoá này của ai? (ông chủ tiêm sách)
21. Hoa này của ai? (cô Trinh)
22. Cốc kem dừa đó của ai? (chú Thiệu)
23. Khách-sạn đó của ai? (ông chủ tôi)
24. Cái khăn mặt này của ai? (cháu Hằng)
25. Cái khăn tắm này của ai? (anh Huyền)
26. Con lợn này của ai? (ông Cống)
27. Cái máy quay phim này của ai? (ông Lộc)
28. Nước cam này của ai? (ông Lâm)
29. Cái ô này của ai? (anh chàng đánh trống)
30. Cái ô-tô đó của ai? (cái ông để râu Huê-kỳ)

D. HALF AND HALF

1. Bây giờ tám giờ rưỡi. Tôi bắt đầu lúc tám giờ. Thế là tôi học được nửa giờ rồi.

   It's now 8:30. I started at eight o'clock. Thus I've been studying for half an hour.

2. Ông ấy đi Mỹ vào tháng sáu. Bây giờ là tháng chạp. Ông ấy ở bên Mỹ được nửa năm rồi.

   He went to the States in June. It's now December. So he's been in the States for half a year now.

3. Tôi đến Saigon hôm mụng 5. Hôm nay là 20. Tôi ở Saigon được nửa tháng rồi.

   I arrived in Saigon on the 5th. Today is the 20th. I've been in Saigon for half a month.

4. Tôi học bài nửa tiếng đồng hồ.

   I did my homework for half an hour.

5. Tôi học bài một tiếng rưỡi.

   I did my homework for an hour and a half.

6. Tôi vay bà Hoa hai trăm rưỡi.

   I borrowed 250 piasters from Mrs. Hoa.

7. Bà ấy cho tôi vay ba ngàn rưỡi.

   She lent me (= let me borrow) 3,500 piasters.

8. Ông ấy làm việc năm ngày rưỡi một tuần.

   He works five and a half days each week.

9. Cô ấy làm việc nửa ngày thôi.

   She only works half a day.

10. Tôi làm việc nửa buổi thôi.

    I only work half a day (or half a morning, or half an afternoon.)

11. Tôi dậy lúc nửa đêm.   *I got up at midnight.*

12. Anh ấy đi chơi nửa tuần rồi.   *He took off half a week.*

13. Ông Kim đi Nhật năm tháng   *Mr. Kim went to Japan for*
     rưỡi.   *five and a half months.*

14. Ông ấy nghỉ hè nửa tháng, còn   *He took half a month off,*
     chúng tôi nghỉ hè một tháng   *and we had a six-week*
     rưỡi.   *summer vacation.*

15. Cô Thanh về Mỹ cách đây nửa   *Miss Thanh went back to the*
     tháng.   *States a fortnight ago.*

16. Ông Fox về nước cách đây   *Mr. Fox went back home a*
     (một) năm rưỡi.   *year and a half ago.*

17. Bây giờ bảy giờ rưỡi. Ông   *It's now 7:30. You work*
     làm việc thêm một tiếng rưỡi   *another hour and a half.*
     nữa đi. Đến chín giờ chúng   *At nine o'clock we'll go to*
     ta đi Chợ-Lớn ăn phở.   *Cholon for some noodles.*

18. Cái đồng hồ đó tám nghìn rưỡi.   *That watch costs 8,500*
     Đắt quá!   *piasters. Too expensive!*

19. Mỗi ngày chúng tôi học tiếng   *We study Vietnamese every*
     Việt từ tám giờ rưỡi đến   *day from 8:30 to 11:30:*
     mười một giờ rưỡi: ba   *three hours altogether.*
     tiếng tất cả.

20. Ông bà ấy ở bên Pháp đã chín   *They have been living in*
     năm rưỡi rồi; nửa năm nữa là   *France for the past nine*
     đúng mười năm.   *and a half years; another*
                                            half-year, and they will
                                            have been living there
                                            exactly ten years.

E.   NUMBERS AND CLASSIFIERS

Answer the following questions, using "one" in the first sentence,
"two" in the second, and so forth.

1. Anh có mấy đồng?
2. Anh ấy có mấy cái bút?
3. Phòng này có mấy cái cửa sổ?

4. Ông bán mấy cái bảng đen?
5. Các ông tất cả có bao nhiêu tiền?
6. Cô có mấy cuốn sách tiếng Việt?
7. Các ông ấy muốn mua bao nhiêu cái bàn?
8. Bà có mấy đứa con?
9. Tất cả họ bao nhiêu người?
10. Ông Fox cần bao nhiêu cái đèn?
11. Ông bà Xuân có bao nhiêu cái ghế?
12. Các ông đã học bao nhiêu bài rồi?
13. Bài thứ mười lăm có bao nhiêu chữ mới?
14. Quyển sách này có bao nhiêu trang?
15. Ông Kim bán bao nhiêu chiếc đồng hồ đeo tay?
16. Sáng hôm nay ông Nam chụp bao nhiêu cái ảnh?
17. Bà ấy đi chợ mua mấy con vịt?
18. Các em đó ăn bao nhiêu cái bánh ngọt?
19. Cháu Tùng ăn bao nhiêu quả chuối?
20. Một bao thuốc lá có bao nhiêu điếu?
21. Em Lan muốn mua bao nhiêu cái bánh dừa?
22. Khách-sạn này cần bao nhiêu cái quạt trần?
23. Sài-gòn có bao nhiêu tờ báo?
24. Trường này có bao nhiêu cái xe đạp mới?
25. Ông Kim mua cho ông Nam bao nhiêu cái sơ-mi?
26. Sở ông có bao nhiêu nhân-viên?
27. Công-ty Việt-Nam có bao nhiêu nhân-viên?
28. Cái dây thép này có bao nhiêu chữ?
29. Khách-sạn đó có bao nhiêu phòng?
30. Cụ Tứ có bao nhiêu đứa cháu nội?

F.   NUMERATED NOUNS

Answer the following questions in the affirmative, using "eleven"
in the first sentence, "twelve" in the second, and so forth.
Since the nouns in question are numerated, be sure to use the
appropriate classifiers.

1. Ông có muốn mua sách không?
2. Bà có cần tự-vị Việt-Anh không?
3. Các ông có mua bút máy không?
4. Ông có giấy viết thư không?
5. Các cô muốn mua sách tiếng Việt, phải không?

Chưa có vàng, đã lo túi đựng.

Được voi đòi tiên.

Ăn lông, ở lỗ.

6. Anh có bút chì đỏ không?
7. Các ông có tiền không?
8. Ông Tiên-Đức bán tự-điển, phải không?
9. Cô Thanh có mười chín đôi giày à?
10. Họ cần tiền, phải không?
11. Phòng đó có cửa sổ không?
12. Bài thứ mười sáu có nhiều chữ mới không?
13. Bài đó dài hai mươi ba trang, phải không?
14. Trong sách này tất cả có hai mươi bốn bài, phải không?
15. Các ông đã học được hai mươi lăm bài, phải không?
16. Ông có nhớ những chữ mới không?
17. Bài nói chuyện ở đầu có hai mươi bảy câu, phải không?
18. Sáng hôm nay, ông Công có gửi thư sang Mỹ không?
19. Mọi người chỉ có hai mươi chín quyển sách thôi à?
20. Mỗi tuần các ông chỉ làm việc có ba mươi tiếng đồng hồ thôi sao?

G. USE OF CŨNG

Given: Answer:

Ông Xuân có con không? (ông Hạ)   (A) Có, ông Xuân có con.
                                     (B) Còn ông Hạ?
                                     (C) Ông Hạ cũng có con.

Ông Nam không có vợ, phải không?   (A) Phải, ông Nam không có vợ.
   (ông Kim)   (B) Còn ông Kim?
                                     (C) Ông Kim cũng không có vợ.

1. Ông biết nói tiếng Việt không? (ông)
2. Ông có bút máy không? (ông)
3. Cô có mua đồng hồ Thụy-sĩ không? (bà)
4. Ông có muốn ăn cơm Việt không? (ông Lâm)
5. Ông này làm giáo-sư, phải không? (ông Murphy)
6. Ông có tiền không? (cô Pike)
7. Bà là người Mỹ, phải không? (bà)
8. Tiệm đó có tự-điển không? (tiệm này)
9. Cô ấy có bạn người Việt không? (ông ấy)
10. Ông mạnh không? (ông Fox)
11. Ông có thích ăn phở không? (ông Maynard)
12. Ông có xe hơi không? (ông Hùng)
13. Ông là người Anh, phải không? (ông)
14. Họ mời ông Lâm ăn cơm, phải không? (bà Lâm)
15. Cái ô của ông Kim năm đô-la, phỏng? (cái ô của ông)
16. Ông có bản đồ Việt-Nam không? (ông ấy)

17. Ông bà có rảnh không? (ông bà Chân)
18. Cô Green có thích đi chợ Bến-Thành không? (cô)
19. Ông có vợ không? (ông)
20. Ông Xuân làm ở Bộ Ngoại-giao, phải không? (ông Hiếu)
21. Ông Khôi đi Chợ-Lớn, phải không? (ông Tân)
22. Tiệm giầy có gần không? (tiệm thợ may)
23. Thằng bé con bị gẫy tay, phải không? (ông thợ giặt)
24. Nhà thương có xa không? (trường Chu-Văn-an)
25. Cây me có cao không? (cây dừa)

H.   INSERTION DRILL

        Given: Answer:

Ông ấy có tiền.   Ông ấy có tiền.
bao nhiêu   Ông ấy có bao nhiêu tiền?
Cô ấy là người Mỹ.   Cô ấy là người Mỹ.
cũng   Cô ấy cũng là người Mỹ.

1. Hôm nay tôi không ăn cơm. (tôi)
2. Ông nói tiếng Việt. (biết)
3. Ông ăn cơm gì? (thích)
4. Cái này tốt lắm. (bút máy)
5. Đây là sách của tôi. (chứ)
6. Các ông ấy biết nói tiếng Việt. (không)
7. Họ không biết nói tiếng Anh. (đều)
8. Đây là ông Fox. (nhà)
9. Trà, cà-phê, tất cả bao nhiêu tiền? (thuốc lá)
10. Quyển này bao nhiêu tiền? (tự-điển)
11. Cô Thu mạnh khỏe. (như thường)
12. Cô Green và chúng tôi cũng bận lắm. (không)
13. Tôi chưa học bài thứ 20; hôm qua tôi bận lắm. (vì)
14. Tiếng Việt không khó. (lắm)
15. Tiếng Anh dễ lắm. (không)
16. Cô Green và ông Fox đâu. (dao này)
17. Ông ấy làm chủ tiệm sách ở đường Lê-Lợi. (bây giờ)
18. Ông Hill thì khỏe, nhưng buồn vì bà ấy ốm. (luôn)
19. Chúng tôi gặp cô Thu ở Cựu-Kim-Sơn tuần trước. (vừa)
20. Hiệu đồng hồ ở đường Tự-Do, không phải ở đường Hai Bà Trưng.
    (chứ, chớ)
21. Chủ nhật trước cô ấy cũng cảm, bây giờ khỏi rồi. (bị)
22. Ông Hạ cũng có vợ. (chưa)
23. Ông Xuân có bốn đứa con: hai trai, hai gái. (thì)
24. Hai đứa con gái là Vinh và Phú. (tên)
25. Ông Hạ thì làm ở Bộ Kinh-tế. (còn)
26. Cô Thu chỉ có một em trai thôi. (người)
27. Hôm nay trời đẹp, chúng ta đi chụp ảnh đi. (quá)

28. Bây giờ tôi muốn ông đến vườn Bách-Thảo. (đưa)
29. Ông Nam không mời cô Thu cùng đi; hôm nay cô bận học thi. (tại vì)
30. Cô Green đi, ai tiếc? (cũng)
31. Vâng, vì cô Trinh vừa đẹp, vừa ngoan, nên ai cũng thích. (cả)
32. Máy ảnh Kodak này rẻ lắm, có hai mươi lăm đô-la thôi. (chỉ)
33. Hôm nào thì cô ấy đến Cựu-Kim-Sơn? (về)
34. Lâu thế vì ông bà ấy đi tàu thủy. (bằng)
35. Đỗ xe vào đây nói chuyện. (đã)
36. Anh có đem theo nhiều quần áo không? (định)
37. Ông mua hộ tôi một cái bút thật tốt nhé! (làm ơn)
38. Tôi gọi dây nói cho anh. (sẽ)
39. Dạo này tôi bị ho nên thôi không hút thuốc lá nữa. (hay)
40. Ở đường Tự-Do, ầm-ĩ lắm. (chắc)
41. Tiệm đó bán cả bít-tất và khăn mặt nữa. (hình như)
42. Khóa cửa xe lại, không có ngã xuống đường thì nguy. (nó)
43. Kìa, đằng kia bao nhiêu người! (là)
44. A-lô, xin ông nói to một tí. (lên)
45. Cái nhà ông xa bờ sông, nóng lắm. (mà)
46. Tôi phải đeo kính, chứ không thì không nhìn thấy gì. (cả)
47. Ông cao-cao để râu Huê-kỳ, phải không? (cái)
48. Ông ta ngày trước bạn học của anh tôi. (là)
49. Tây-Đức được Đại-Hàn tuần trước, phải không? (vừa)
50. Chợ Cũ còn đông hơn Chợ Bến-Thành ấy! (nữa)

FLUENCY DRILL

Đi Pháp.
Ông Nguyễn Văn Bê đi Pháp.
Ông Nguyễn Văn Bê đi Pháp cách đây sáu tháng.
Ông Nguyễn Văn Bê đi Pháp cách đây sáu tháng rưỡi.

Tôi đi về.
Tôi đi về Bến-Tre.
Tôi đi về Bến-tre vào tháng sáu.
Thường thường tôi đi về Bến-tre vào tháng sáu.
Mỗi năm thường thường tôi đi về Bến-tre vào tháng sáu.

Tôi ở sở.
Tôi ở sở tới năm giờ rưỡi.
Tôi ở sở từ chín giờ tới năm giờ rưỡi.
Mỗi ngày tôi ở sở từ chín giờ tới năm giờ rưỡi.

Xấu gỗ, tốt nước sơn.

Giấu đầu hở đuôi.

Có tiếng, không có miếng.

GRAMMAR NOTES

6.1.   <u>Riming reduplications</u>. Such a reduplicative pattern as
       lung tung 'to be topsy-turvy, pell-mell' shows a base
       tung 'to throw around, toss around' preceded by a riming
       syllable (lung) which has a different initial consonant
       (l- instead of t-).

       Another one occurring in this lesson is khóc lóc 'to cry,
       weep', whose base is the first syllable (khóc).

6.2.   <u>Alliterative reduplications</u>. We have seen a type of allite-
       rative reduplication, examplified by vội vàng 'to be in a
       hurry' (from the base vội) in this lesson we have a few more
       or these forms, where the initial consonant of the base is
       retained.

say sưa	*to be drunk* (from say)
rộng rãi	*to be roomy, wide, spacious* (from rộng)
mát mẻ	*to be cool and fresh* (from mát)

       (The word cây cối 'trees, vegetation' may be a synonym
       compound, and not a reduplicative form. Giấy má 'papers,
       documents', introduced earlier in the course, presents
       the same difficulty.)

6.3.   <u>Four-syllable reduplications</u>. The reduplication vội vàng
       in turn yields a 4-syllable combination: vội vội vàng vàng
       'to be really in a hurry'.

       In this lesson appears a similar combination which is an
       idiomatic expression meaning 'to be in the dark':   u u cạc
       cạc (from u 'thunder' and cạc 'quack').

6.4.   <u>Cái followed by another classifier</u>. In colloquial usage
       the general classifier cái may itself precede another
       classifier:

cái quyển sách đó	*that book* (Cf. quyển sách đó)
cái ông đe râu Huê-Kỳ	*the man with a mustache* (Lesson 2)
cái anh chàng đánh trống đó.	*that fellow at the drums* (Lesson 5)
cái con Hương!	*that girl named Huong!*

       In phrases referring to people (last three examples) the
       classifier cái has a connotation of admonishing or depre-
       cation.

6.5.   <u>Kinship terms</u> (continued). In the Vienamese kinship nomen-

clature we have a series of basic (or nuclear) terms to which
have been added a series of modifiers (or supplements or
qualifiers) that make the system as a whole as precisely de-
notative as the English system is slovenly.

Although <u>anh</u> means 'elder brother', the term <u>anh họ</u> does not
mean that the cousin of the hostess in our dialogue is older
than she. It merely means that <u>his father</u> is an older brother
of <u>her father's</u>. In other words, even if she were older than
that cousin, she would still have to address him as <u>anh</u>, the
term used by her father to refer to that uncle of hers.

The terms for female cousin is <u>chị họ</u> 'daughter of one's
parent's elder sibling', and the form of address is <u>chị</u>.

Children of one's parent's younger sibling are called <u>em họ</u>.
(One addresses them as <u>em</u>.)

The modifier <u>họ</u> 'extended family, clan' thus helps distinguish
collateral relatives from blood relatives. To set off the
latter, the modifier <u>ruột</u> 'entrails, intestines' is added to
the nuclear term of relationship. Compare:

anh ruột	*one's own elder brother*	anh họ	*one's cousin,--the son of one's parent's elder sibling* (bác)
chị ruột	*one's own elder sister*	chị họ	*one's cousin,--the daughter of one's parent's elder sibling* (bác)
em ruột	*one's own younger brother or sister*	em họ	*one's cousin,--the son or daughter of one's parent's younger sibling* (chú, cô or cậu)

We already know that Vietnamese kinship terms are used as
terms of address and reference.

Let us simply review here the secondary modifiers which are
needed in referential use to make the nuclear terminology
more specific:

The set <u>trai-gái</u> (or <u>giai-gái</u>) is used to mean 'male' and
'female' respectively:

em trai (or em giai)	*younger brother*	em gái	*younger sister*
con trai (or con giai)	*son*	con gái	*daughter*
cháu trai (or cháu giai)	*grandson; nephew*	cháu gái	*granddaughter; niece*

The nuclear term <u>bác</u> 'father's elder brother' may be follow-
ed by <u>trai</u> (or <u>giai</u>) when that uncle is to be distinguished
from his wife, who is referred to as <u>bác gái</u> 'father's elder
brother's wife'. But either of them is addressed simply as
<u>bác</u>, when the context is clear enough. (The terms <u>thím</u>
'father's younger brother's wife' and <u>mợ</u> 'mother's brother's
wife' have been encountered; correlate them with <u>chú</u> and <u>cậu</u>,
respectively.)

We have also seen the use of the two modifiers <u>nội</u> 'inside;
paternal' and <u>ngoại</u> 'outside; maternal'. The former tells us
that the person is related to you through males and the latter
occurs in terms referring to all other relatives:

ông nội	*paternal grandfather*	ông ngoại	*maternal grandfather*
bà nội	*paternal grandmother*	bà ngoại	*maternal grandmother*
cháu nội	*one's son's child*	cháu ngoại	*one's daugh-ter's child*

The word <u>ngoại</u> alone may mean 'maternal grandfather' or
'maternal grandmother': to her daughter's toddler, a lady
may say, <u>Ra đây với ngoại nào!</u> 'Come here with Granny.'

Finally, in Lesson 2, we learned the terms <u>nàng dâu</u> or <u>con</u>
<u>dâu</u> 'daughter-in-law' and <u>chàng rể</u> or <u>con rể</u> 'son-in-law'.
Though <u>dâu</u> basically means 'daughter-in-law' it may occur
following a nuclear term of relationship to denote that the
person mentioned is related to you through her marriage to
a male relative of yours:

-132-

chị dâu   *sister-in-law,--your elder brother's wife*

em dâu   *sister-in-law,--your younger brother's wife*

Rẽ 'son-in-law', on the other hand, tells us that the person mentioned is related to you through his marriage to a female relative of yours.

anh rẽ   *brother-in-law,--your elder sister's husband*

em rẽ   *brother-in-law,--your younger sister's husband*

In all cases, however, only the nuclear terms are involved as the forms of address in the Vietnamese family, and in a conversation between a man and his younger brother (or sister) the set of "personal pronouns" will be anh-em 'I-you' when the man is talking to the other person and em-anh 'I-you' when the other person is talking. The social context would help you, as a foreign learner, to understand the degree of relationship between any two Vietnamese speakers.

Since this system of "pronouns" is extended beyond the Vietnamese family, it is safe for you to stick to the polite first-person pronoun tôi, and address your Vietnamese interlocutor by one of the appropriate terms (cụ, ông, bà, cô, anh, chị, em, etc.) discussed previously.

6.6.   <u>Transliterations</u>. Names of products of Western material culture are very often transliterations from French: ra-đi-ô, tê-lê-phôn, tắc-xi, ô-tô, buýt, xích-lô, la-ve, etc. Place names in Western languages have been borrowed through either French or Chinese. Thus Canada is known as Gia-na-đại, the latter being the Vietnamese pronunciation of the three Chinese characters used to transcribe the 3-syllable name of that country in North America.

Tribal names, which were given a French spelling, have now been Vietnamized: Blao, a mountain town near Dalạt, well-known for its tea plantations, has been renamed Bảo-Lộc.

6.7.   <u>Names of Chinese foodstuffs</u>. The Vietnamese language has incorporated a great many Chinese loan-words denoting typically Chinese recipes. They all suggest the Cantonese pronunciation.

Tào hủ (or tàu hủ, or tào phở), a dessert dish served hot by street vendors, is very popular among children and adults as a snack.

6.8. Spelling bee.

The man who answers the telephone in this lesson's dialogue
must be a southerner. He hears huyền as /wiʌŋ/, since the
Saigon dialect has only one pronunciation whether the initial
is spelled u- (or o-), hu- (or ho-), qu- (or go-). As he
repeats that name, the guest in the dialogue corrects him,
"Không phải Quyền a" 'Not Mr. Quyền' (Sentence 30, Unit 3),
then goes ahead and spells that word as follows:

hát (h), u (u), hu; i-gờ-rét (y), huy; ê (ê), huya;
en (n), huyền; huyền: HUYỀN

6.9. Sarcasm. Our host really sounds harsh on his little girl
who spilled tea and milk on the table. He sounds sarcastic,
too, when he uses Đẹp mặt chưa! instead of Xấu mặt chưa! for
'Shame on you!'

The speech of women is full of such stylistic features. They
would react to a poor kind of tea by smiling and saying
'Trà ngon ghê!' 'This tea is awfully good!' with the last
syllable heavily stressed and prolonged.

PRONUNCIATION

Practice 25. Final -en in Saigonese.

đen	black	sén	to trim
đen	lamp	khen	to praise
đen đen	blackish	ghen	jealous
kén	to select	men	ferment
bèn	then	nghẹn	to choke
phen	time	lanh-lẹn	fast, agile

Practice 26. Finals -êch and -êt* in Saigonese.

ếch	frog	mệt	tired
nhếch	unrounded	hết	finished
hếch	turned-up	Tết	New Year
lệch	awry	kết	to tie
xọc-xệch	disarranged	thết	to entertain
		bệt	worn out
		phết	comma

_____

*These syllables may sound like -ơt.

Practice 27.   Finals -ênh and -ên* in Saigonese.

lênh-đênh	*floating*	tên	*name*
thênh-thang	*roomy*	đến	*to arrive*
bênh	*to protect*	bên	*side*
vênh	*warped*	bên	*that side*
		nên	*should*
		mền	*blanket*
		nhện	*spider*
		hên	*lucky*
		lên	*to go up*

Practice 28.   Initial consonant cluster qu- in Saigonese. This is most of the time heard simply as /w-/ instead of /kw-/.

quá	*past, beyond*	quần	*trousers*
qua	*present, gift*	quên	*to forget*
quan-trọng	*important*	quen	*to know*
quạt	*fan*	quẹt	*match*
quay	*to turn*	quít	*tangerine*
quê	*native village*	quí	*honorable*
kỳ-quặc	*odd*	quáy	*to stir*

Practice 29.   Tone Drill.

341	Đừng hỏi ai.	*Don't ask anyone.*
342	Đừng bảo nó.	*Don't tell him.*
343	Đừng để dài.	*Don't grow it long.*
344	Thì để tủ.	*Then we'll put it in the closet.*
345	Đừng hỏi nữa.	*Stop asking.*
346	Đừng hỏi vặn.	*Don't quiz me.*
351	Đàn nữa đi.	*Go ahead and play some more.*
352	Nhiều mỡ lắm.	*Lots of fat.*
353	Làm đã nhiều.	*Made a lot of that.*
354	Nhiều chữ hở?	*Many words, hey?*
355	Nhiều chữ dễ.	*Many easy words.*
356	Cầm mãi nặng.	*It's going to get heavy if you just hold on to it like that.*
361	Làm lại đi.	*Do it over!*
362	Chiều lại đến.	*I'll come again in the afternoon.*
363	Đừng lại hoài.	*Don't come here again and again.*
364	Đường lội hở?	*Is the road flooded?*
365	Hoàng Trọng-Nghĩa	*(personal name)*
366	Người bận rộn.	*Someone who is always busy.*

---

* These syllables may sound like -ơn.

TRANSLATION

(Listen once, then write down. Hand in translation later.)

(A) 1. Mời ông dùng bánh nữa. 2. Mời bà lấy thêm trà. 3. Đây là trà Blao, ngon lắm. 4. Ông anh họ chúng tôi có đồn-điền ở trên Bảo-Lộc. 5. Bảo-Lộc tức là Blao.

(B) 1. Chị cho tôi xin cái rẻ lau. 2. Em nó đánh đổ sữa ra bàn đây này. 3. Chị lau bàn rồi lấy thêm bánh ngọt và mứt ra đây. 4. Nó đánh đổ hạt dưa lung-tung đây này. 5. Đụng đâu là đổ đấy. 6. Xin ông đừng rầy cháu quá. 7. Ra xin lỗi Ba đi. 8. Đừng khóc-lóc thế.

(C) 1. Tôi kêu nhờ cái điện-thoại. 2. Cô làm ơn cho tôi số 22,222. 3. Số tự-động hở cô? 4. Công-ty Tiến-Xương đấy phòng? 5. Xin lỗi ông, ông ấy không có đây. 6. Ông ấy được nghỉ hè nửa tháng. 7. Không biết ông ấy đi Đa-Lạt hay đi Cấp ấy.

(D) 1. Tôi kêu sai số. 2. Tôi kêu không đúng số. 3. Tôi kêu mãi mới được. 4. Chị cho tôi la-ve nữa nhé? 5. Chị cho tôi một chai la-ve nữa nhé? 6. Hút vừa chứ! 7. Ngày Tết phải say-sưa chứ! 8. Khí-hậu bên Mỹ thế nào? 9. Bên Mỹ có đủ bốn mùa: xuân hạ thu đông. 10. Mùa hè nóng bức lắm, chẳng khác gì Saigon. 11. Mùa đông lạnh lắm. 12. Ba tháng mùa đông, nhưng tuyết. 13. Bên Gia-nã-đại nhiều tuyết hơn ở Mỹ. 14. Mùa thu đẹp như trong tranh. 15. Nhà ông Hiếu có sân, có vườn, rộng-rãi mát-mẻ quá. 16. Tôi muốn tập nói tiếng Việt cho thật giỏi. 17. Ông nói thạo lắm rồi, còn gì nữa.

"WHAT WOULD YOU SAY" TEST

1. Here is a question: <u>Ông muốn nói chuyện với ai?</u> 'Who(m) do you want to talk to?

Give the following answers in Vietnamese:

a. the teacher
b. the people outside
c. the person inside the library
d. that student in front of the bookstore
e. that young lady who is taking her exam
f. that man who is eating noodles
g. the student with glasses

2.   Please come to the bookstore at seven o'clock.

    a.   Hôm nay ông ấy có đến thư-viện không?
    b.   Tôi định đi mua sách lúc năm giờ.
    c.   Mấy giờ họ đi đến tiệm sách?
    d.   Mấy giờ các cô đi đến tiệm sách?
    e.   Bao giờ các ông đi mua sách?
    f.   Tôi muốn đi thư-viện mượn sách bây giờ.
    g.   Ông sẽ tới đó lúc bảy giờ sáng mai.
    h.   Xin ông tới tiệm sách lúc bảy giờ.
    i.   Ông làm ơn chỉ đường cho tôi đến hiệu sách.

3.   My home is very close to the Bank of Asia.

    a.   Nhà ông xa bờ sông, mà nóng lắm.
    b.   Nhà ông gần vườn hoa, phải không?
    c.   Nhà tôi ở gần rạp hát bóng.
    d.   Nhà tôi làm việc ở Ngân-hàng Á-châu.
    e.   Cái nhà của tôi ở Đà-lạt.
    f.   Nhà tôi gần Bộ Canh-nông nhưng xa Bộ Y-tế.
    g.   Nhà tôi vẫn còn ở Đà-lạt.
    h.   Nhà tôi ở giữa ga xe lửa và bến xe đò.
    i.   Nhà tôi rất gần Ngân-hàng Á-châu.
    j.   Nhà tôi gần hay Ngân-hàng Á-châu gần?
    k.   Nhà ông có gần ngân-hàng hay nhà dây thép không?

4.   Imagine that you are eavesdropping on the following telephone
    conversation between Mrs. Hoa and Miss Pike, then try to relate
    what you heard.

    A.   A-lô, a-lô. Có phải nhà ông bà Hoa đấy không?
    B.   A-lô, a-lô.
    A.   A-lô, tôi nghe đây.
    B.   Dạ, phải. Bà muốn nói chuyện với ai?
    A.   Tôi muốn nói chuyện với bà Hoa.
    B.   Tôi đây.
    A.   A, bà là bà Hoa. Tôi...
    B.   Xin lỗi bà, xin bà cho biết quí-danh.
    A.   Tôi là Bai đây...Pike ấy mà!
    B.   Ồ, cô Pike, cô mạnh giỏi không? Ông Murphy cũng mạnh chứ?
    A.   Cám ơn bà, chúng tôi mạnh. Còn bà?
    B.   Tôi mạnh, cám ơn cô.
    A.   Ông Hoa có mạnh không?
    B.   Nhà tôi cũng mạnh, cám ơn cô.
    A.   Hôm qua tôi kêu tê-lê-phôn nhưng bà đi vắng.
    B.   Có, cháu nó có nói là có cô Mỹ gọi điện-thoại. Hôm qua tôi
       đi chợ. Tôi đi Chợ Bến-Thành với bà Thomas.

A. Các bà đi chợ mua cái chi?
B. Tôi cần mua đồ thêu, còn bà Thomas thì mua guốc, mua giầy, mua vải.
A. Guốc với giầy mua cho ai?
B. Cho Peter, còn vải thì mua cho Mary.
A. Hai bà mua giầy ở tiệm nào?
B. Tiệm Bình-Minh. Chúng tôi quen ông chủ. Peter thử một đôi, rộng quá. Thử đôi thứ hai: chật quá. Đôi thứ ba mới vừa. Buồn cười quá...
A. Sao kia?
B. Bà Thomas để cái ví tiền ở ngay dưới đôi kính đen, mà tìm không ra. Tưởng quên tiền, nên vay của tôi ba trăm.
A. Bà có cho vay không?
B. Có chứ. Về sau kiểm ra ví tiền, lại trả tôi ngay.
A. Thứ bảy chợ có đông không?
B. Không đông bằng Chợ Cũ. Chợ Cũ còn đông hơn nữa ấy.
A. Thế bà mua những gì?
B. Tôi mua cái áo thêu này, cái khăn bàn thêu này, cam này, cà-phê này, thuốc lá này, trà này, quẹt này...
A. Mấy giờ bà mới về?
B. Ấy, bà Thomas đi ô-tô về trước, vì sợ Peter đói, còn tôi thì tôi về sau bằng xích-lô.
A. Tối hôm nay ông bà có bận chi không? Ông Murphy và tôi muốn mời ông bà đi dùng cơm.
B. Cảm ơn cô. Mấy giờ?
A. Bảy tám giờ có được không?
B. Tám giờ được lắm.
A. Chúng tôi cũng mời hai ba người bạn Mỹ nữa.
B. Tốt lắm.
A. Tám giờ gặp ông bà nhé!
B. Vâng, tám giờ.
A. Thôi, chào bà.
B. Vâng, chào cô, cảm ơn cô nhé.

AUXILIARY VERBS

CONVERSATION

(Đi hớt tóc)

——————————————————— Unit I ————————————————

QUẢNG:

1. *You're still staying at the Saigon Hotel, aren't you?*

Ông vẫn còn ở khách-sạn Saigon, phải không?

2. *What's your room number?*

Phòng số mấy nhỉ?

NEWMAN:

3. *405.*

Dạ, bốn trăm linh năm.

QUẢNG:

4. *Is it air-conditioned?*

Có máy lạnh không?

NEWMAN:

5. *Yes, but I prefer the ceiling fan.*

Có, nhưng tôi thích quạt trần hơn.

QUẢNG:

6. *What floor is it?*

Tầng thứ mấy?

NEWMAN:

7. *The fourth floor, with blue walls.*

Tầng thứ tư, tường sơn xanh.

QUẢNG:

8. *They have an elevator there, I suppose?*

Có thang máy chứ?

NEWMAN:

9. *Yes, they do, but it often breaks down because of power failure.*

Dạ có, nhưng điện yếu nên hỏng luôn.

Một người làm quan cả họ được nhờ.

10. *Oh, would you do me a favor?*	À, tôi muốn phiền ông một chút.
11. *Please check with the Handi-craft Center to see whether lacquer ware sent to the United States is liable to duty.*	Ông làm ơn hỏi giúp Trung-tâm Tiểu-công-nghệ cho tôi xem đồ sơn mài gửi sang Mỹ có phải đóng thuế không.

QUẢNG:

12. *No, why should you pay any taxes?*	Không, việc gì phải thuế!
13. *As long as you bought it as a present no one is going to make you pay duty.*	Ông mua làm quà thì không ai đánh thuế cả.

NEWMAN:

14. *That's good.*	Thế thì may lắm.
15. *I want to send my wife a lacquer painting, a few conical hats from Hue, a couple of buffalo-horn combs, a few pairs of ivory chopsticks, and a turtle-shell fan.*	Tôi muốn gửi cho nhà tôi một bức tranh sơn mài, mấy cái nón Huế, hai ba cái lược sừng, vài đôi đũa ngà, cùng một cái quạt đồi-mồi.

_____Unit 2_____

MRS. QUẢNG:

16. *Gee, you're really spoil-ing Mrs. Newsman.*	Gớm, ông cưng bà Newsman quá!
17. *You're sending her so many presents.*	Gửi bao nhiêu là quà!

NEWMAN:

18. *It's Christmas, you know!*	Quà Nô-en mà lị!

Khôn nhà, dại chợ.

Vạch lá, tìm sâu.

Ước sao được vậy.

- 140 -

MRS. QUẢNG:

19. *If she gets so many presents for Christmas,*

Lễ Giáng-sinh mà gửi nhiều thế!

20. *you can imagine how many she will get for Tet.*

Chắc đến Tết thì phải biết!

NEWMAN:

21. *Excuse me.*

Tôi xin lỗi ông bà.

22. *I've got to go and get a haircut.*

Tôi phải đi cắt tóc.

23. *There's a barber shop next door, isn't there?*

Bên cạnh có tiệm hớt tóc, phải không.

MRS. QUẢNG:

24. *No. That's a beauty parlor.*

Không phải, đó là tiệm uốn tóc đàn bà.

------------------------------Unit 3------------------------------

BARBER:

25. *Who is next?*

Who is next?

NEWMAN:

26. *I am.*

Đến lượt tôi.

BARBER:

27. *Please sit down.*

Please sit down.

28. *I know you can speak Vietnamese, but I thought I would say something in English just for fun.*

Tôi biết ông nói được tiếng Việt, nhưng cũng nói tiếng Anh đùa chơi.

NEWMAN:

29. *I want a haircut and a shave.*

Tôi muốn cắt tóc và cạo mặt.

BARBER:

30. *The shave always comes with the haircut.*

Dạ, ở đây, đã hớt tóc là bao giờ cũng cạo mặt luôn.

NEWMAN:

31. *In the States they're separate.*

Bên Mỹ thì riêng.

32. *Most people come to a barber shop for a haircut and not a shave.*

Đa-số người ta đến tiệm là để cạo đầu chớ không cạo mặt.

33. *I'm very lazy, never shave myself, so I have to pay some extra.*

Tôi làm biếng lắm, không bao giờ cạo râu lấy, thành ra phải trả thêm tiền.

BARBER:

34. *May I know your name, please?*

Ông cho biết quí-danh ông là chi ạ?

NEWMAN:

25. *My name's Newman, David Newman.*

Tên tôi là Newman, David Newman.

36. *When I was a student, my teacher and classmates gave me the name Tân.*

Thuở làm sinh-viên, giáo-sư của tôi và các bạn của tôi đặt tên cho tôi là Tân.

37. *Tân means 'new', you know.*

Tân là 'mới' mà!

BARBER:

38. *Oh, when you were studying Vietnamese in the States!*

À, hồi ông đi học tiếng Việt bên Huê-kỳ hở?

NEWMAN:

39. *Yes. In 1953.*

Dạ, phải. Năm 1953.

40. *At Columbia University.*

Ở Viện Đại-học Columbia.

Tiền rừng, bạc bể.   Tiền mất tật mang.

To gan lớn mật.

BARBER:

41. *My name's Ngoan.*   Tôi tên là Ngoạn.

42. *When I was living in France*   Lúc ở bên Pháp tôi có bập-bẹ
     I learned a few sentences   mấy câu tiếng Anh.
     in English.

43. *Some pidgin English, you*   Ba-sí ba-tố ấy mà!
     know.

NEWMAN:

44. *What did you say?*   Ông nói gì?

BARBER:

45. *I mean I was murdering the*   Nghĩa là nói tầm-bậy tầm-bạ ấy
     Queen's English.   mà!

46. *I kept a laundry there, and*   Tôi mở tiệm giặt ủi, cần giao-
     had to have contacts with   thiệp với các ông Ăng-lê.
     English customers.

47. *They always brought their*   Họ thường đích-thân đem đồ tới
     own laundry to me: shirts,   giặt: sơ-mi, mùi-soa, may-ô,
     handkerchiefs, undershirts,   quần-cộc, bít-tất.
     shorts, socks,...

48. *How would you like it to be?*   Ông hớt cao hay thấp đây?

NEWMAN:

49. *Medium.*   Vừa thôi.

50. *Not too high and not too*   Không cạo quá mà cũng không
     low.   thấp quá.

BARBER:

51. *I'll have to use scissors in*   Đằng sau gáy này, tôi phải
     the back here; the clippers   dùng kéo, chớ tông-đơ không
     alone won't do.   không được.

     Tóc bạc, răng long.   Cha sinh, mẹ dưỡng.

              Tươi như hoa nở.

-143-

NEWMAN:

52. *I spent a few months in Paris myself, right after the war.*

Hồi chiến-tranh xong, chính tôi cũng có ở Ba-lê mấy tháng.

53. *In some shops over there they use only the razor.*

Bên đó có chỗ họ hớt bằng dao không thôi.

BARBER:

54. *Shampoo?*

Ông gội đầu chớ?

NEWMAN:

55. *Yes, my hair is very dirty.*

Có, đầu tôi dơ lắm.

56. *I was riding in the country-side in a jeep with the top down yesterday; it was so dusty that my hair turned all white.*

Hôm qua đi xe díp bỏ mui, về nhà quê bụi quá, trắng xoá cả đầu.

57. *I brought back a few ripe mangoes; they were huge.*

Tôi mua được mấy trái xoài chín to tướng.

BARBER:

58. *You got some gray hairs here.*

Ông có mấy cái tóc bạc đây này.

59. *Do you like the sides now?*

Hai bên thế này được chưa, ông?

NEWMAN:

60. *Very much. Thank you.*

Tốt lắm. Cám ơn ông.

61. *I got clean hair now.*

Sạch rồi.

BARBER:

62. *Look in that mirror.*

Ông cầm gương mà soi.

63. *I'll comb your hair real nice.*

Tôi sẽ chải cho ông thiệt đẹp.

Chữ như cua bò sàng.

Cha đưa, mẹ đón.

VOCABULARY

ba-sỉ ba-tố	SV	*to be mixed up*
bạc	SV	*(of hair) to be white, be gray; (of person) to be silver-haired*
tóc bạc		*gray hair*
đầu bạc		*gray hair*
bập-bẹ	V	*to begin to speak (language)*
bậy	SV	*to be wrong; to be indecent, be vulgar*
tầm bậy	SV	*to be wrong; to be indecent, be vulgar. See tầm bậy tầm bạ.*
bậy-bạ	SV	*to be wrong; to be indecent, be vulgar*
cạo râu	V	*to shave*
cắt tóc	V	*to get a haircut; to give a haircut (= cạo đầu, hớt tóc)*
công-nghệ	N	*industry*
tiểu-công-nghệ	N	*handicraft*
cưng	V	*to pamper, spoil*
chải	V	*to comb (đầu hair)*
chiến-tranh	N	*war (≠ hòa-bình)*
chín	SV	*to be ripe (≠ xanh); to be well-cooked (≠ sống)*
díp	N	*(Fr. jeep, English jeep) jeep xe díp*
xe díp	N	*jeep (CL chiếc, cái)*
dao cạo	N	*razor*
dơ	SV	*to be dirty, be filthy*
đa-số	N	*majority*
đại-đa-số	N	*the great majority*
đại-đa-số	N	*the great majority, the vast majority*
đặt	V	*to put, place*
đặt tên	V	*to name*
đích-thân	V	*to act in person*
đồi-mồi	N	*turtle (CL con); turtle-shell (as material)*
đội	V	*to wear (hat--nón, mũ)*
đùa	V	*to kid, jest*
gáy	N	*nape*
gội	V	*to wash (đầu hair)*
gội đầu	V	*to wash one's hair, have a shampoo*
gương	N	*mirror; example*
làm gương		*to set an example*
soi gương		*to look in the mirror*
theo gương		*to follow the example*
Giáng-sinh	N	*Christmas lễ Giáng-sinh*
lễ Giáng-sinh	NP	*Christmas*

mùa Giảng-sinh	NP	Christmas season, Yule season
qùa Giảng-sinh	NP	Christmas present
giao-thiệp	V	to have social contacts
giúp	V/CV	to help, assist / for, on behalf of
		(= dùm, hộ)
hòa-bình	N	peace
hỏng	SV	to be out of order
hỏi	N	time
hớt	V	to trim, cut (hair)
hớt tóc	V	to get a haircut; to give a haircut
		(cạo đầu, cắt tóc)
tiệm hớt tóc	NP	barber shop
kéo	N	pair of scissors (CL cái)
làm biếng	SV	to be lazy (= lười)
lễ	N	festival
tuần lễ	N	week
ngày lễ	N	holiday
linh	NUM	zero (as in 101)
lược	N	comb (CL cái)
lượt	N	turn, round, time
mà lị!		sure, you know
may	SV	to be lucky
may-ô	N	(Fr. maillot) undershirt
máy lạnh	N	air-conditioner
mui	N	car top
xe bỏ mui	N	convertible
mùi-soa	N	(Fr. mouchoir) handkerchief khăn mùi-soa
khăn mùi-soa	N	handkerchief
nón	N	conical hat (CL cái, chiếc) (with đội
		to wear) Cf. mũ.
Nô-en	N	Christmas
cây Nô-en	NP	Christmas tree
lễ Nô-en	NP	Christmas
mùa Nô-en	NP	Christmas season, Yule season
qùa Nô-en	NP	Christmas present
ngà	N	elephant tusk (CL cái, chiếc for one,
		đôi for a pair); ivory (as material)
nhà quê	N	countryside
người nhà quê	N	peasant
phiền	V	to bother, disturb
quạt trần	N	ceiling fan
quần cộc	N	shorts (CL cái)
sạch	SV	to be clean (≠ bẩn, dơ)
soi	V	to look (in a mirror, gương)
sống	V/SV	to live; to be living, be alive; to be
		undone, be uncooked, be raw (≠ chín)

Bụng đói thì tai điếc.

sơn mài.	N	*lacquer; lacquer painting*
đồ sơn mài	NP	*lacquerware*
sừng	N	*horn (CL cái); buffalo horn (as material)*
tầm bậy tầm bạ	SV	*to be wrong; to be indecent, be vulgar*
		(from bậy-bạ, tầm-bậy)
*tân	SV	*new(mới)*
tầng	N	*layer, story (of building)*
tiệm hớt tóc	NP	*barber shop*
tiệm uốn tóc	NP	*beauty parlor*
tiểu-công-nghệ	N	*handicraft, cottage industry*
tóc bạc	N	*gray hair*
tông-đơ	N	*(Fr. tondeuse) hair clippers (CL cái)*
tường	N	*wall (CL bức)*
thang máy	N	*elevator, lift*
thiệt	SV	*to be true, be real (= thật, thực)*
thuế	N	*tax (with đánh to levy and đóng to pay)*
thuở	N	*period of time (in the past)*
trắng xoá	SV	*to be all white*
trần	N	*ceiling*
quạt trần		*ceiling fan*
trung-tâm	N	*center*
ủi	V	*to press, iron*
bàn ủi	N	*iron*
giặt ủi	V	*to launder*
uốn	V	*to curl*
uốn tóc	V	*to give a permanent; to get a permanent*
tiệm uốn tóc	N	*beauty parlor*
xanh	SV	*to be unripe (≠ chín)*
xe díp	N	*jeep (CL cái, chiếc)*
xoài	N	*mango(CL quả, trái)*
yếu	SV	*to be weak (≠ khỏe)*

PATTERN DRILLS

A.   NEGATIVE AND INDEFINITE

> Không ai đánh thuế cả.
> *No one is going to levy duties.*

Given: Answer:

Không ai biết.   Không ai biết cả.

Chưa ai hiểu.   Chưa ai hiểu cả.

1. Không ai muốn làm.
2. Không ai bận.
3. Không ai rảnh.
4. Không ai ốm.
5. Không ai biết nói tiếng Đức.
6. Không ai trả lời điện-thoại.
7. Không ai đem tiền.
8. Không ai học bài.
9. Chẳng ai đi nghỉ hè ở Nha-trang.
10. Chưa ai bảo tôi rằng cô Thanh yê Mỹ.
11. Không ai biết bà Hill bây giờ ở đâu.
12. Chưa ai giới-thiệu tôi với ông chủ tiệm sách.
13. Tám giờ rồi mà không ai đói.
14. Nắng to thế này mà chẳng ai có máy ảnh.
15. Không ai đi xe lửa vì người nào cung đi máy bay.
16. Tôi mới đến được mười phút, còn chưa ai tới.
17. Không ai dùng đồ tráng miệng à?
18. Không ai đánh dây thép cho ông ấy.
19. Không ai kêu dây nói cho ông bà ấy sao?
20. Vì sợ ho nên chẳng ai hút thuốc lá,
21. Không ai chỉ đường cho ông ấy nên ông lạc đường.
22. Không ai dịch nghĩa riêng từng chữ một.
23. Chủ nhà đuổi nhưng không ai dọn.
24. Không buồng nào có cửa sổ.
25. Vì ông ấy đeo kính nên không ai nhận ra.
26. Không phòng nào có màn hay máy lạnh.
27. Con đường đó ẩm quá, không ai ngủ được.
28. Trong số nhân-viên, không ai đi tiền,
29. Sáng sớm không ai uống nước chanh qua.
30. Tin thể-thao hôm nay không có gì lạ.
31. Peter muốn mua giày, nhưng không đôi nào vừa.
32. Không ai trông thấy cái ví tiền của tôi sao?
33. Không ai nói tiếng Việt hay bằng ông Murphy.
34. Chúng tôi ba người, không ai có thì giờ đi thăm ông bà Lâm.
35. Không ai thích coi hát bội sao?

B.   INDEFINITE GÌ/CHI

> Tôi không ăn gì cả,
> Tôi chẳng ăn chi cả.
> *I didn't eat anything at all.*

Given:

Tôi không có gì cả.

Answer:

(A) Tôi không có gì cả,
(B) Tôi chẳng có chi cả.

Tôi không nói gì cả.   (A) Tôi không nói gì cả.
                              (B) Tôi chẳng nói chi cả.

1. thấy	20. dùng	39. mượn
2. trông thấy	21. đọc	40. nấu
3. nghe thấy	22. điều-đình	41. nghỉ
4. hiểu	23. đóng dấu	42. ngủ
5. biết	24. đợi	43. nhắc lại
6. chợ	25. đựa	44. nhớ
7. muốn	26. gửi	45. ốm
8. làm	27. trả lời	46. phân-biệt
9. viết	28. giảng nghĩa	47. sợ
10. ăn	29. giới-thiệu	48. sửa soạn
11. ông ấy	30. cô ấy	49. tắm rửa
12. bao	31. học	50. tiếc
13. bận	32. hỏi	51. thêm
14. cắt nghĩa	33. may	52. thích
15. cần	34. mất	53. thiếu
16. cẩn-thận	35. anh ấy	54. thư
17. chụp ảnh	36. mệt	55. uống
18. dạy	37. mời	56. viết
19. dọn	38. mua bán	57. xơi

C. IDENTIFICATION

Given: Answer:

trái xoài   (A) Có phải trái đó là trái xoài
                                   không?
                              (B) Dạ phải.

sinh-viên Nguyễn văn Ba   (A) Có phải người sinh-viên đó là
                                   Nguyễn văn Ba không?
                              (B) Dạ phải.

1. khách-sạn Saigon
2. thuốc lá Salem
3. công-ty Vĩnh-Long
4. trường trung-học Chu Văn An
5. tiệm sách Văn-hoá
6. người Mỹ tên là Smith
7. tờ báo Tự-do
8. khách-sạn Việt-Nam
9. ngân-hàng Á-châu
10. phòng 405
11. trung-tâm tiểu-công-nghệ
12. tranh sơn mài
13. nón Huế
14. Bộ Canh-nông

15. quà Nô-en
16. lễ Giáng-sinh
17. viện đại-học Columbia
18. trái xoài
19. Bộ Kinh-tế
20. Bộ Ngoại-giao
21. phái-đoàn Bộ Y-tế
22. ga xe lửa
23. bến xe đò
24. giải vô-địch thế-giới
25. chợ Bến-thành
26. giày Bata
27. thành-phố Saigon
28. bản Nắng chiều
29. người Ang-lê
30. nhà thương Bình-dân
31. đồng-hồ Thụy-sĩ
32. trà Bảo-lộc
33. mùa thu
34. danh-từ quân-sự
35. canh thịt heo

D.   AUXILIARY VERBS

Given: Answer:

Ông ấy ở khách-sạn Saigon.   (A) Ông ấy sẽ ở khách-sạn Saigon
                               (B) Ông ấy vẫn ở khách-sạn Saigon.
                               (C) Ông ấy còn ở khách-sạn Saigon.
                               (D) Ông ấy vẫn còn ở khách-sạn
                                    Saigon.

 1. Ông ấy hỏi cho tôi.
 2. Ông ấy phải đóng thuế.
 3. Họ đánh thuế.
 4. Tôi gửi cho nhà tôi.
 5. Tôi gửi quà Giáng-sinh cho ông Bằng.
 6. Tôi phải đi cắt tóc.
 7. Ông phải trả thêm tiền.
 8. Cô ấy học tiếng Việt bên Huê-Kỳ.
 9. Ông ba ấy ở bên Pháp.
10. Chủ tôi mở tiệm giặt ủi.
11. Họ ở Ba-lê bốn tháng.
12. Tôi đi về nhà quê.
13. Tôi gặp cô Thanh ở chợ Bến-thành.
14. Chúng tôi phải kiếm nhà.
15. Ông ba ấy phải dọn nhà.

16. Họ dọn đi Chợ-Lớn.
17. Chúng tôi đi tiễn ông Linh.
18. Các cháu nghỉ hè ở Vũng Tàu.
19. Vợ chồng ông Bưởi đi Nha-Trang.
20. Họ đi xe lửa.
21. Cô ấy ra bến xe đò.
22. Cháu nó đau bụng.
23. Nhật đoạt giải vô-địch thế-giới.
24. Bà Thomas đi chợ mua giày.
25. Bà ấy cho tôi vay tiền.
26. Chúng tôi vay tiền của ông bà ấy.
27. Chợ Cũ đông hơn chợ Bến-Thành.
28. Cái ví tiền ở ngay dưới đôi kính đen.
29. Ông phải đậu xe ở xa lắm.
30. Cô ấy phải mua cà-phê và thuốc lá ở đường Lê-Lợi.

E.   LẤY "ONESELF"

> Tôi nấu cơm lấy.
> *I cook my own meals.*

Given:

Ông Newman cạo râu.

Tôi cạo mặt.

Nó biết gội đầu.

Answer:

Ông Newman cạo râu lấy.

Tôi cạo mặt lấy.

Nó biết gội đầu lấy.

1. Cháu Hương học bài.
2. Ông Brown đi mua đồng hồ.
3. Anh Huân biết chụp ảnh.
4. Cô ấy trả tiền máy bay.
5. Ông ấy quay phim màu.
6. Bà ấy làm bánh ngọt, không phải mua.
7. Nhà tôi làm kem, không phải mua.
8. Tôi biết pha trà mà!
9. Ông có biết pha cà-phê không?
10. Anh ấy dịch ra tiếng Anh.
11. Cô ấy chép bài đó rồi.
12. Ông bà ấy kiếm nhà.
13. Nó biết mở cửa.
14. Nó cũng biết đóng cửa ở trên gác.
15. Nó biết bật đèn, tắt đèn.
16. Cháu còn bé không biết vặn quạt hay tắt quạt.

17. Em có biết kéo mạnh không?
18. Tôi mua sơ-mi ở Hồng-Công.
19. Cô có biết đánh dây thép không?
20. Chúng nó ra ga rồi.
21. Cháu Hằng biết tắm rửa.
22. Hai cháu biết mua giày.
23. Tôi không biết khóa cửa.
24. Nó đi ra nhà dây thép mà không lạc đường.
25. Em biết gọt bút chì sao?
26. Tôi biết vặn đĩa hát.
27. Bà ấy viết thư cho Bộ Kinh-tế.
28. Ông bà ấy dọn nhà.
29. Cháu bé đi học ở trường tiểu-học gần nhà.
30. Cô Huyền đi chợ được rồi.
31. Thôi được, chúng tôi gói.
32. Trường-hợp đó, ông bà phải lo.
33. Chúng tôi sẽ phải lo chuyện nhà cửa.
34. Mở tiệm cơm Việt-Nam thì phải làm.
35. Tôi phải giặt quần áo.
36. Bà ấy phải rửa bát.
37. Ông ấy phải sơn nhà.
38. Anh ấy biết ủi sơ-mi.
39. Cô ấy phải nấu cơm và giặt ủi.
40. Cái gì tôi cũng phải làm.

F. SUPERLATIVE

Given: Answer:

Món cá ngon hơn hết.   (A) Món cá ngon nhất.
                              (B) Ngon nhất là món cá.

Cái xe đạp của ông Kim   (A) Cái xe đạp của ông Kim cũ nhất.
cũ hơn hết.   (B) Cũ nhất là cái xe đạp của ông
                                   Kim.

1. Cô Trinh đẹp hơn hết.
2. Cô Thanh ngoan hơn hết.
3. Cô ấy ngoan hơn hết.
4. Xe buýt chậm hơn hết.
5. Tên ấy hay hơn hết.
6. Công-ty đó bán nhiều hơn hết.
7. Tiệm đó đắt hàng hơn hết.
8. Ông chủ tiệm sách phát-tài hơn hết.
9. Phòng này lạnh hơn hết.

10. Cá hấp ở tiệm đó ngon hơn hết.
11. Bài đó khó hơn hết.
12. Ông ấy mạnh hơn hết.
13. Cái phòng đó tốt hơn hết.
14. Cái ghế này dài hơn hết.
15. Cái cửa đó lớn hơn hết.
16. Bài thứ ba mươi khó hơn hết.
17. Món ấy, tôi thích hơn hết.
18. Đồng-hồ Thụy-Sĩ tốt hơn hết.
19. Máy ảnh này rẻ hơn hết.
20. Anh Tô nói to hơn hết.
21. Bà ấy nói lớn hơn hết.
22. Ông ấy rành hơn hết.
23. Ông bà Quảng bận hơn hết.
24. Sài-gòn nóng hơn hết.
25. Nhà này muỗi hơn hết.
26. Vi-la này mắc hơn hết.
27. Cháu Tung cao hơn hết.
28. Cái răng này yếu hơn hết.
29. Ông Linh mập hơn hết.
30. Cả Sài-gòn có tiệm này ngon hơn hết.
31. Tiệm giày này rẻ hơn hết.
32. Đôi giày này chật hơn hết.
33. Cái áo này rộng hơn hết.
34. Chỗ này đông hơn hết.
35. Vải này tốt hơn hết, không co, không phai.
36. Nhà bà Thomas xa hơn hết.
37. Cam này tươi hơn hết.
38. Ông Murphy nói tiếng Việt hay hơn hết.
39. Tháng này trời mát hơn hết.
40. Ông nói tiếng Việt giỏi hơn hết.
41. Tiệm cơm này đắt hàng hơn hết.
42. Chỗ này mát hơn hết.
43. Bạn đó gần hơn hết.
44. Tôi thích nghe nhạc Việt-Nam hơn hết.
45. Cô Helen thích coi kịch hơn hết.
46. Cô ca-sĩ đó giàu hơn hết.
47. Gia-đình ông Thống đông hơn hết.
48. Ông Bích già hơn hết.
49. Ông giáo-sư đó lười hơn hết.
50. Cái anh chàng đó kỳ-quặc hơn hết.

                    FLUENCY DRILL

Đắt.
Đắt lắm.
Đắt ghê lắm.
Năm nay đắt ghê lắm.

Đồ ăn năm nay đắt ghê lắm.
Đồ ăn năm nay đắt ghê lắm, phải không?

Ông ấy không biết.
Tôi hỏi, nhưng ông ấy không biết.
Tôi hỏi số điện-thoại, nhưng ông ấy không biết.
Tôi hỏi số điện-thoại của Bộ Ngoại-giao, nhưng ông ấy không biết.
Tôi hỏi bạn tôi số điện-thoại của Bộ Ngoại-giao, nhưng ông ấy
không biết.

Có phải số 2 không?
Có phải số 22 không?
Có phải số 222 không?
Có phải số 2.222 không?
Có phải số 22.222 không?
Đây có phải số 22.222 không?
Đây có phải số điện-thoại 22.222 không?
Đây có phải số điện-thoại 22.222 không, hở ông?

GRAMMAR NOTES

7.1.   Idiomatic Expression việc gì. The expression việc gì or việc
       chi 'what business?' can be translated 'Why should you...?',
       and is used to negate something very strongly, the thing in
       question being actually not necessary or required. Compare
       the following:

       Không phải đóng thuế.   *One does not have to pay taxes.*
       Việc chi phải đóng   *Why should one pay taxes?*
       thuế!
       Ông không phải đóng   *You don't have to pay taxes.*
       thuế.
       Việc gì ông phải đóng   *Why should you pay taxes?*
       thuế!

7.2.   Mà lị! We have learned the final particle mà!, which denotes
       the speaker's insistence on the content of the predication
       and whose closest English equivalent is 'I told you!' In
       this lesson we encounter mà lị! in Sentence 18: Quà Nô-en
       mà lị! 'Sure, they're Christmas presents,--It's Christmas,
       you know!' It may be a shortened form of mà lại! It somehow
       brings justification for a previous statement (in this case
       Sentence 17 Gửi bao nhiêu là quà! 'You're sending her so many
       presents!').

7.3. <u>Copula Particle (continued)</u>. The copula particle là not only equates two nouns or noun phrases (See Notes 4.1 to 4.3); it can also connect two verb phrases.

Thus:

> Thầy giáo nói / là phải   *Whenever your teacher speaks*
> nghe cho kỹ.   *you must listen carefully.*
> Hớt tóc / là cạo mặt luôn.   *The shave comes with the*
> (Lesson 7, Sentence 30)   *haircut.*

Note that there is a pause before là, and that the first member of the equation (i.e. the clause Thầy giáo nói) can begin with hễ or hễ mà, which functions very much like a conjunction with the meaning 'as sure as.' On the other hand, the verb or verb phrase in that first part of the equation may take the auxiliary đã 'already':

> Hễ thầy giáo nói là phải   *Whenever (or as soon as)*
> nghe cho kỹ.   *your teacher speaks you must*
>   *listen carefully.*
>
> Thầy giáo đã nói là phải   *id*
> nghe cho kỹ.
> Hễ hớt tóc là cạo mặt   *Each time you get a haircut*
> luôn.   *they give you a shave, too.*
> Đã hớt tóc là cạo mặt   *id*
> luôn.

Other examples with là:

> Đa-số người ta đến   *Most people come to a barber*
> tiệm là để cạo đầu chớ   *shop for a haircut and not*
> không cạo mặt.   *a shave.*
> (Sentence 32)

7.4. <u>Copula Particle là (continued)</u>. A sentence may have a noun phrase as its subject, then a verb phrase as its predicate introduced by là. The following examples are taken from Lesson 15 of <u>Speak Vietnamese</u>:

> Điều rất cần / là phải   *One very important point is*
> nhớ cách dùng trong cả   *to keep in mind the use (of*
> câu...   *each word) in a complete*
> (Sentence 10)   *sentence.*

Bắt cá hai tay.

Hay làm thì đói, hay nói thì no.

Mục-đích chúng ta / là   *Our objective is to be able to*
nghe hiểu tiếng Việt   *understand Vietnamese when other*
khi người khác nói...   *people speak...*
(Sentence 15)

Phương-pháp tốt nhất /   *The best method is the follow-*
là giáo-sư nói, học trò   *ing: first, the teacher says*
nhắc lại, nhại lại.   *something, then the student*
(Sentence 20)   *repeats after him, mimicks him.*

Điều rất quan-trọng /   *The most important thing is not*
là đừng nản...   *to be discouraged...*
(Sentence 21)

7.5.   Postverb lấy. Used after a main verb, lấy means that the
person does something all by himself, without any help from
other people.

Tôi cạo râu lấy.   *I shave myself.*
Ông Newman cạo mặt lấy.   *Mr. Newman shaves himself.*
Nó biết gội đầu lấy.   *He can wash his hair all by*
                               himself.
Ông ấy sơn nhà lấy.   *He painted his own house.*

7.6.   Postverb không. The postverb không when following a verb
means 'without effort, without pay, etc.,' and after a noun
it means 'alone, unaccompanied, unadorned, etc.'

ngồi không   *to sit idle*
ăn không   *to eat without paying; to earn*
                               dishonestly
tông-đơ không   *the clippers alone*
(Sentence 51)
dao không   *only the razor*
(Sentence 53)

7.7.   French Loan-Words. Several articles of clothing as well as
food items which were apparently introduced during the Frenc'
rule have names that are transliterations of French words:

sơ-mi   *(Fr. chemise)*   *shirt*
mùi-soa   *(Fr. mouchoir)*   *handkerchief*
may-ô   *(Fr. maillot)*   *undershirt*
⟩ cà-phê   *(Fr. café)*   *coffee*
kem   *(Fr. crème)*   *(ice) cream*

Anh em như chân tay.

Bé xé ra to.

Other French loan-words are:

buýt	*(Fr. bus)*	*bus*
díp	*(Fr. jeep)*	*jeep*
đô-la	*(Fr. dollar)*	*dollar*
ga	*(Fr. gare)*	*(railroad) station*
ki-lô	*(Fr. kilogramme)*	*kilogram*
la-ve	*(Fr. bière)*	*beer*
ô-ten	*(Fr. hôtel)*	*hotel*
ô-tô	*(Fr. automobile)*	*car*
phim	*(Fr. film)*	*film*
ra-đi-ô	*(Fr. radio)*	*radio*
tách	*(Fr. tasse)*	*teacup, coffee cup*
ten-nít	*(Fr. tennis)*	*tennis*
tê-lê-phôn	*(Fr. téléphone)*	*telephone*
tông-đơ	*(Fr. tondeuse)*	*clippers*
vi-la	*(Fr. villa)*	*villa*
xà-phòng	*(Fr. savon)*	*soap*
xích-lô	*(Fr. cyclo-pousse)*	*pedicab*
xoong	*(Fr. casserole)*	*saucepan*

7.8. <u>Time Expressions</u>. A time expression may consist of a word, such as mai 'tomorrow', a phrase such as ngày mai 'tomorrow', hôm qua 'yesterday', dạo này 'these days', mấy tuần nay 'these past few weeks'. It may also consist of a noun (like hồi, khi, lúc) denoting 'time, moment, period, etc.' follow-ed by a subject-predicate or topic-comment clause:

lúc ở bên Pháp... (Sentence 42)	*(at) the time (I) was in France...*
hồi ông đi học tiếng Việt bên Huê-Kỳ... (Sentence 38)	*(at) the time you were study-ing Vietnamese in the States...*
hồi chiến-tranh xong... (Sentence 52)	*(at) the time the war ended...*
thuở làm sinh-viên... (Sentence 36)	*(at) the time (I) was a student ...*

Other examples already encountered are:

sau khi điều-đình với công-ty của họ...	*after the time (I) negotiate with their company, — after negotiating with their com-pany...*

trước khi đi...	*before the time (I) go,—* *before leaving...*
khi nào tôi xong giấy má...	*any time I finish papers,—* *when I get all my papers...*
lúc mới về...	*right after his return...*
khi người khác nói...	*when other people speak...*
khi nói với người ta...	*when we speak to others...*
hôm nào rảnh (Lesson I)	*when (you are) free...*
hôm ông Chúc ở Pháp về (Lesson 2)	*the day Mr. Chuc came back* *from France...*
lúc tới Athens (Lesson 4)	*when he came to Athens...*
lúc tốt-nghiệp ở Viện Đại-học Ohio ra... (Lesson 4)	*when he graduated from Ohio U...*

Khi nào, hôm nào, lúc nào, etc., refer to the future.

PRONUNCIATION

Practice 30. Finals -ich and -inh in Saigonese

ích	*use*	inh	*din*
tích	*to accumulate*	mình	*body*
thích	*to like*	ninh	*to flatter*
đích	*target*	tình	*love*
nhích	*to move over*	thình lình	*suddenly*
lịch	*calendar*	bình	*vase*
trích	*to give a shot*	hình	*shape*

Practice 31. Finals -oach and -oanh in Saigonese

oạch	*thud*	oanh	*oriole*
toạch	*bang*	quanh	*around*
hoạch	*to draw*	loanh quanh	*to turn around*
quách	*casket*	hoành	*transversal*
		khoanh	*to fold (arms)*
		doanh	*enterprise*

<u>Practice 32</u>.   Finals <u>-on</u> and <u>-ot</u> in Saigonese

con	*child*	thọt	*lame*
ngon	*tasty*	bọt	*foam*
non	*tender*	gót	*heel*
thon	*slender*	mọt	*bookworm*
veo von	*melodious*	ngọt	*sweet*
gọn	*tidy, neat*	lọt	*to slip through*
nhọn	*pointed*	hót	*to sing*

<u>Practice 33</u>.   <u>Tone Drill</u>

411	Hỏi Ba đi!	*Ask Daddy.*
412	Bỏ vô túi.	*Put it in your pocket.*
413	Để trong nhà.	*Leave it inside the house.*
414	Cô chưa hỏi.	*She hasn't asked them yet.*
415	Ông không nghĩ.	*He didn't think about it.*
416	Hỏi ông Định.	*Ask Mr. Dinh.*

421	Bà có đi.	*She is going.*
422	Cô đến đó.	*She got there.*
423	Ông muốn về.	*He wants to return.*
424	Anh tới hỏi.	*He came to ask.*
425	Để thế vỡ.	*It'd fall if placed like that.*
426	Tủ đó nặng.	*That chest is heavy.*

431	Cảnh cùng đi.	*Canh went along.*
432	Để vào đó.	*Put it there.*
433	Hỏi nhiều người.	*He asked many people.*
434	Chẳng cần hỏi.	*No need to ask.*
435	Chả cần nghĩ.	*No need to think.*
436	Để vào lọ.	*Put it in the jar.*

TRANSLATION

(Listen once, then write down.   Hand in translation later.)

(A)   1. Ông Tân vẫn còn ở khách-sạn Sài-gòn, phòng số 405.   2. Có máy lạnh, nhưng ông ấy thích quạt trần hơn.   3. Phòng ông Tân ở tầng thứ tư, tường sơn xanh.   4. Khách-sạn đó có thang máy, nhưng điện yếu nên hỏng luôn.   5. Đồ sơn mài gửi sang Mỹ có phải đóng thuế không?   6. Ông làm ơn hỏi giúp Trung-tâm Tiểu-công-nghệ.   7. Mua làm quà thì việc gì phải thuế!   8. Vì ông Tân mua làm quà nên không ai đánh thuế cả.   9. Ông Tân muốn gửi cho bà ấy tranh sơn mài, nón Huế, lược sừng, đũa ngà, và quạt đồi-mồi.

(B) 1. Ông Tân gửi cho bà ấy bao nhiêu là quà! 2. Ông ấy cưng
bà Tân lắm. 3. Đây là quà Tết hay là quà Giáng-sinh?
4. Ông Tân xin lỗi ông bà Quảng vì phải đi cắt tóc. 5. Bên
cạnh nhà ông bà Quảng có tiệm uốn tóc đàn bà chứ không phải
tiệm hớt tóc đàn ông.

(C) 1. Ông thợ hớt tóc biết rằng ông Newman nói được tiếng Việt.
2. Nhưng ông ấy nói tiếng Anh đùa chơi. 3. Ở Việt-Nam đã
hớt tóc là bao giờ cũng cạo mặt luôn. 4. Bên Mỹ thì cắt tóc
riêng, cạo mặt riêng. 5. Đa-số người ta đến tiệm là để hớt
tóc. 6. Ông Newman làm biếng lắm, không bao giờ cạo râu lấy
cả. 7. Giáo-sư của ông Newman đặt tên cho ông ấy là Tân.
8. Ông Tân học tiếng Việt bên Hoa-Kỳ, ở Viện Đại-học Columbia.
9. Hồi ông Ngoạn ở bên Pháp cũng bập-bẹ mấy câu tiếng Anh.
10. Ba-si-ba-tồ là nói tầm-bậy tầm-bạ. 11. Ông Ngoạn mở tiệm
giặt ủi. 12. Đây, đồ giặt đây: bốn cái sơ-mi, năm cái mui-
soa, sáu cái may-ô và sáu cái quần cộc. 13. Nói không được.
14. Hồi chiến-tranh xong chính tôi cũng có ở Ba-Lê mấy tháng.
15. Tôi phải gội đầu vì đầu tôi dơ lắm. 16. Hôm qua đi xe
díp về nhà quê bụi quá, trắng xoá cả đầu. 17. Tôi mua được
mấy trái xoài to-tướng. 18. Ông Newman có tóc bạc. 19. Ông
cầm gương mà soi. 20. Tôi sẽ chải cho cô thiệt đẹp.

WHAT WOULD YOU SAY TEST

1. Here is a question: <u>Ông ấy bây giờ ở đâu?</u> 'Where does he live
now?' Give the following answers in Vietnamese:

    a. He's still staying at Saigon Hotel.
    b. Room 405, Saigon Hotel.
    c. Asia Hotel, Fourth Floor.
    d. Next to the Handicraft Center.
    e. Next to the barber shop.
    f. Next to a beauty parlor.
    g. Between the laundry shop and the restaurant.
    h. On Le-Thanh-Ton Street, beyond the park.
    i. Between the shoe store and the bookstore.
    j. Next to a tailor shop.

2. Mr. Brown found a nice house: <u>Ông Bằng kiếm được cái nhà tốt
lắm.</u>

    a. It is air-conditioned.
    b. It has three stories.
    c. It is painted white.
    d. It has an elevator and a lot of ceiling fans.
    e. It is near a hospital.

f. It is near a primary school.
g. It is a villa near the river.
h. It is not hot.
i. It does not have mosquitoes.
j. It has eight rooms and many windows.
k. It has three bedrooms.
l. The rent is not very high.

3. Ask your friend to do something when he is free: <u>Khi nào anh
    rảnh,...</u>

    a. please give me a call.
    b. please come again.
    c. look at this book.
    d. please let me see that.
    e. please show me the way to the bookstore.
    f. please draw a map.
    g. allow me to drop by to see you.
    h. please come to see me.
    i. please telephone Mr. Nguyen Van Be.
    j. take me to the Central Market.
    k. take me to the zoo.
    l. introduce me to Professor West.
    m. take this letter to Mr. and Mrs. Lam.
    n. take me to the American Embassy.

4. You want to telephone to someone: <u>Tôi muốn gọi điện-thoại cho...</u>

    a. my wife in San Francisco
    b. a friend in Dalat
    c. my uncle in Cantho
    d. the International Restaurant
    e. Miss Pike at the Bank of Asia
    f. the American Embassy
    g. Mr. Huyen of the Vinh-long Company
    h. Mr. Xuan at the Foreign Ministry
    i. Mr. Ha at the Ministry of Economic Affairs
    j. my cousin in Nha-trang
    k. my landlord
    l. the owner of the shoe store
    m. my boss (the boss of my company)

STRESS. REDUPLICATIONS

CONVERSATION

(John Payne và Nguyễn-Đức-Thơm đi nghỉ mát)

_____Unit I_____

THƠM:

1. *Gosh, I thought you weren't*   Gớm, tôi đã tưởng anh không tới.
    coming.

2. *Why are you so late? You*   Sao muộn thế? Bắt tôi đợi lâu
    kept me waiting for a long   lâu là!
    time.

FAYNE:

3. *May I address a thousand*   Tôi xin lỗi ông bạn quí một
    apologies to my distin-   ngàn lần.
    guished friend?

THƠM:

4. *Did you have trouble finding*   Không kiếm được tắc-xi sao?
    a taxi?

PAYNE:

5. *As soon as I got one its*   Vừa kiếm được một cái, nó lại
    engine broke down.   hỏng máy.

6. *So I had to look for another*   Thành tôi lại phải kiếm xe khác.
    one.

7. *What time is it?*   Mấy giờ rồi?

THƠM:

8. *Three. Oh, I forgot my*   Ba giờ rồi. Thôi chết, tôi
    typewriter.   quên máy chữ.

9. *We've got exactly eight*   Còn vển-vẹn có tám phút thôi.
    minutes.

PAYNE:

10. *Did you get the tickets?*   Mua giấy má gì chưa?

THƠM:

11. *Yes, I got two second-class*   Rồi, tôi mua hai vé hạng nhì
    tickets here. All right?   đây, bằng lòng không?

12. *I'd have got third-class*   Đáng lẽ lấy vé hạng ba.
    tickets.

13. *But I was afraid it would*   Nhưng tôi sợ đông quá không có
    be so crowded we couldn't   chỗ ngồi.
    find seats.

14. *And first-class is too*   Mà hạng nhất thì mắc quá xá.
    expensive.

PAYNE:

15. *Oh, you miser!*   Anh này hà-tiện thiệt!

16. *Well, (I was just kidding,)*   Nói đùa chớ hạng nhì được rồi.
    second-class is fine.

17. *Did you get one-way or*   Anh lấy một lượt hay khú-hồi?
    round-trip tickets?

THƠM:

18. *Round-trip, of course:*   Khú-hồi chớ: rẻ hơn.
    it's cheaper.

PAYNE:

19. *How much were they? I'll*   Bao nhiêu? Để tôi trả.
    pay you.

20. *What are you mumbling about?*   Lẩm-bẩm mãi.

THƠM:

21. *282 piasters, but you don't*   Hai trăm tám mươi hai đồng,
    have to pay me right now.   nhưng anh không cần trả tôi vội.

22. *You can wait till we get*   Tới Nhatrang trả cũng được.
    to Nhatrang.

PAYNE:

23. *Thanks.*   Cám ơn anh.

_____Unit 2_____

PAYNE:

24. *Look over there! There's*   Trông kìa! Làm gì mà đông như
    really a mob there.   kiến thế kia?

25. *We didn't bring any food,*   Chúng mình không mang đồ ăn,
    so I guess we'll have to   thành ra sẽ phải ăn trên tàu
    eat on the train.   hở?

THƠM:

26. *All right. The food is*   Cũng được chớ sao. Ăn cũng
    rather good and not too ex-   ngon mà không đắt lắm đâu.
    pensive.

27. *Have you ever been to Coney*   Anh đã đi Coney Island bao giờ
    Island?   chưa?

PAYNE:

28. *Yes, several times.*   Có, nhiều lần rồi.

29. *When I was still in high*   Khi tôi còn học trường trung-
    school in New York, Dad and   học ở Nữu-Ước, ba má tôi năm
    Mom took us to Coney Island   nào cũng đem chúng tôi tới đó.
    every year.

THƠM:

30. *Are there a lot of people*   Có nhiều người không?
    there?

PAYNE:

31.   *There're not very many*   Ở đó thì không nhiều lắm, nhưng
      people who live there, but   đến chơi thì nhiều vô kể.
      there are lots of tourists.

32.   *Every summer the beach is*   Mỗi mùa hè bãi bể là cứ chật
      simply jammed.   ních thôi.

33.   *We just passed Muong-Man*   Mình vừa đi qua ga Mường-Mán;
      Station; do we have to go   còn xa nữa không?
      much farther?

THƠM:

34.   *No, just about over a*   Không, lối hơn một trăm cây số
      hundred kilometers.   nữa thôi.

35.   *Look at the map here: we'll*   Anh coi bản đồ đây: quá Phan-
      go through Phanrang, and   rang là tới Nhatrang.
      then we'll come to Nhatrang.

VENDOR:

36.   *Roasted peanuts!*   Đậu phụng rang!

_____Unit 3_____

PAYNE:

37.   *Say, what time are we going*   Nầy, hôm nay mấy giờ chúng
      swimming today?   mình đi tắm hở?

THƠM:

38.   *Around three would be fine.*   Độ ba giờ được chớ gì!

PAYNE:

39.   *It's hot then, but the water*   Ba giờ thì trời nóng, nhưng
      is nice and warm.   nước lại ấm.

40.   *What do you think?*   Anh nghĩ thế nào?

THƠM:

41. *Any time would suit me.*   Tôi thì giờ nào cũng được.
     (After lunch they change,   (Ăn cơm trưa xong, họ thay đồ,
     then go for a walk along   rồi đi bộ dọc bãi biển.)
     the beach.)

THƠM:

42. *We can get in the water or*   Ai muốn xuống nước thì xuống,
     stay on shore--everyone to   ai muốn ở trên bờ thì ở.
     his own liking.

PAYNE:

43. *Look, what a pretty color*   Gớm cô kia có bộ áo tắm màu đẹp
     on her bathing suit!   quá!

PHƯƠNG:

44. *There are a lot of people on*   Chiều nay bãi biển đông người
     the beach this afternoon.   nhỉ.

45. *We'll certainly meet someone*   Mình đi thế này, thế nào cũng
     we know, walking this way.   gặp người quen.

LAN:

46. *Yes, some people come here*   Ờ, người thì hóng gió, người
     for the air, and others come   thì tắm nắng.
     for the sun.

PHƯƠNG:

47. *You folks go ahead and get*   Mọi người xuống nước trước đi.
     in the water.

48. *I'll find a place to sit on*   Tôi tìm chỗ ngồi trên bãi cát
     the beach so I can watch   để ngắm thuyền đánh cá đây.
     the fishing boats.

THƠM:

49. *Let's go in!*   Xuống đi!

LAN:

50. *Don't go out yet where the*   Đừng ra chỗ sâu vội, vì tôi bơi
     water's deep because I can't   chưa giỏi.
     swim very well yet.

51. *Sister Vân is afraid, scared   Chị Vân chị ấy nhát lắm, sợ
     of the big waves.*   sóng lớn.

THƠM:

52. *Never mind: if you drown   Có sao đâu: có chìm đã có tôi
     I'll help you.*   giúp.

LAN:

53. *No, let me practice where   Thôi, để tôi tập chỗ nông đã.
     it's shallow first.*

_____Unit 4_____

THƠM:

54. *What are you people giggling   Làm chi mà cười khúc-khích thế?
     about?*

HẢI:

55. *Well, we saw Tiến at the   Hì hì, hôm nọ chúng tôi gặp anh
     Sports Club swimming pool   Tiến ở hồ tắm Câu-lạc-bộ Thể-
     the other day.*   thao.

56. *The large-headed Tiến, you   Tiến đầu to ấy mà!
     know.*

57. *My kid brother asked whether   Thằng em tôi nó hỏi có thật
     it's true that he let a   ảnh cho bươm-bướm cắn rốn
     butterfly bite his navel.*   không.

58. *He burst out laughing and   Ảnh bật cười bảo không phải.
     said, 'no'.*

59. *If you wish to know how to   Muốn biết bơi phải cho chuồn-
     swim you let a dragonfly   chuồn cắn rún kia, chớ đâu
     bite your navel, not a   có phải bươm-bướm hay châu-
     butterfly or a grasshopper.*   chấu!

PHƯƠNG:

60. *Whoever doesn't want to eat   Ai không muốn ăn đu-đủ thì ăn
     papaya may have jackfruit   mít vậy.
     instead.*

LAN;

61. *It looks good and makes my*   Trông ngon quá, làm tôi thèm
    mouth water.   rỏ dãi.

THƠM:
62. *You want a piece of it?*   Làm một miếng chứ!

PAYNE:
63. *O.K.*   Ăn thì ăn.

64. *I haven't had anything to*   Từ trưa tôi đã ăn-iếc gì đâu!
    eat since twelve.

PHƯƠNG:
65. *Are you on a diet?*   Nhịn ăn sao?

PAYNE:
66. *Yes, I'm too fat.*   Dạ, mập quá.

VOCABULARY

ấm	SV	*to be lukewarm (Cf. lạnh, nóng)*
bạ	PR	*Dad, pop*
bãi	N	*stretch, beach*
bãi bể	N	*beach*
bãi biển	N	*beach*
bãi cát	N	*sandbeach*
bản đồ	N	*map*
bằng lòng	SV	*to be satisfied, happy*
bật cười	V	*to burst out laughing*
bơi	V	*to swim*
bướm-bướm	N	*butterfly (CL con)*
cát	N	*sand*
câu-lạc-bộ	N	*club*
cây số	N	*kilometer*
chật ních	SV	*to be jammed, packed*
châu-chấu	N	*grasshopper (CL con)*
chìm	V	*to sink*
chỗ ngồi	N	*seat*
chuồn-chuồn	N	*dragonfly (CL con)*
dãi	N	*saliva nước dãi*
dọc	SV	*to be lengthwise*
đang lẽ	PH	*according to original plan*
đậu phụng	N	*peanuts*
hà-tiện	SV	*to be stingy, be penny-pinching*
hóng	V	*to take in (coolness, breeze)*
hóng gió	V	*to get some air*
hồ	N	*lake*

hồ tắm	N	swimming pool
hồi*	V	to return (= về).
khứ hồi.	N	roundtrip
-iếc	SUF	(ironic, emphatic suffix)
kiến	N	ant (CL con)
khúc-khích	V	to giggle
khứ*	V	to go (=đi)
khứ-hồi.	N	roundtrip
lẩm bẩm	V	to mumble
lối	A	about, approximately
lượt	N	turn, time
mạng	V	to take, bring (=đem)
máy chữ	N	typewriter
mít	N	jackfruit (CL quả, trái)
mọi	NUM	every, all
muộn	SV	to be late
nông	SV	to be shallow (≠ sâu)
Nữu-Ước	N	New York
ngắm	V	to behold
nghỉ mát	VP	to have a summer vacation
nhát	SV	to be afraid, cowardly
nhịn	V	to abstain from
quá xá	A	excessively
quí	SV	to esteem
rang	V	to roast
rỏ	V	to drip, ooze
thèm. rỏ dãi	VP	to crave, desire, long for
rốn	N	navel
rún	N	navel
sâu	SV	to be deep (≠ nông)
sóng	N	wave
tắc-xi	N	taxi (CL cái, chiếc)
tắm nắng	V	to sunbathe
thay	V	to change
thay đồ	V-O	to change clothes
thèm.	V	to crave, to desire, to long for
thèm. rỏ dãi	VP	to crave, to desire, to long for
thuyền.	N	boat (CL chiếc)
thuyền. đánh cá	N	fishing boat
trả	V	to pay (=gia).
vé	N	ticket
ven yẹn	A	only, just
vô kể	SV	to be innumerable

Tay chèo, tay lái.

Tay bồng, tay ẵm.

Tam sao thất bản.

PATTERN DRILLS

A. GIỜ NÀO CŨNG ĐƯỢC

1. Cái gì cũng được.	*Anything at all will be fine.*
2. Cái nào cũng được.	*Either one will be fine.*
3. Trong ba cái, cái nào cũng được.	*Any one of the three will be fine.*
4. Lúc nào cũng được.	*Any time at all will be fine.*
5. Người nào cũng được.	*Anyone at all will be fine.*
6. Giờ nào cũng được.	*Any hour at all will be fine.*
7. Bao nhiêu người cũng được.	*Any number of people will be fine.*
8. Bao nhiêu sinh-viên cũng được.	*Any number of students will be fine.*
9. Cuốn nào cũng được.	*Any book will be fine.*
10. Tự-vị nào cũng được.	*Any dictionary will be fine.*
11. Của ai cũng được.	*No matter whose it is, it will be fine.*
12. Giờ nào bắt đầu cũng được.	*No matter what time it starts it will be fine.*
13. Tôi thì giờ nào cũng được.	*Any time would suit me.*

B. POSTVERB VỘI

> Anh không cần trả tôi vội.
> *You don't have to pay me right now.*
>
> Đừng ra chỗ sâu vội.
> *Don't go out where the water is deep yet.*

Given:

Anh không cần trả ông ấy.

Đừng ra chỗ sâu.

Answer:

(A) Anh không cần trả ông ấy vội.
(B) Anh không cần trả ông ấy ngay.
(A) Đừng ra chỗ sâu vội.
(B) Đừng ra chỗ sâu ngay.

1. Đừng xin lỗi.
2. Đừng kiếm tắc-xi.
3. Đừng kiếm xe khác.
4. Tôi không cần mang theo máy chữ.
5. Đừng mua giầy ten-nít.
6. Chúng ta không cần mua vé.
7. Anh đừng đi Đà-lạt.

8. Cô đừng đi Nha-trang.
9. Chúng mình không cần mang đồ ăn.
10. Các ông đừng đi Coney Island.
11. Đừng ở đó.
12. Đừng đến chơi đó.
13. Đừng ra bãi bể.
14. Đừng đi xa.
15. Các ông không cần coi bản đồ.
16. Chị không cần thay đồ. Ăn cơm đã.
17. Anh không cần học bài. Uống cà-phê đã.
18. Ba đừng đếm tiền. Uống trà đã.
19. Ông đừng đi làm.
20. Chúng ta không phải ra nhà dây thép.
21. Đừng mua đồng hồ. Đợi ông Bảo đi Hồng-Công về đã.
22. Anh đừng lấy vợ. Học xong đã.
23. Các anh đừng chụp ảnh. Đợi ăn xong đã.
24. Chúng ta đừng đi chơi. Đợi học thi xong đã.
25. Đừng đi Đà-lạt. Đợi ông ấy về đã.
26. Đừng ăn phở. Đợi khỏi ốm đã.
27. Đừng gọi đồ ăn. Đợi ông Kennedy đến đã.
28. Chị đừng xào thịt bò. Để ăn cá xong đã.
29. Đừng đem kem ra. Để ăn trái cây tráng miệng đã.
30. Đừng xoá bảng. Để chúng tôi chép đã.

C. NGƯỜI THÌ...NGƯỜI THÌ

> Người thì hóng gió, người thì tắm nắng.
> *Some come here for the air, others come*
> *for the sun.*

Given:

tắc-xi, xe đạp (đi)

máy ảnh, máy chữ (quên)

Answer:

Người thì đi tắc-xi, người thì đi xe đạp.

Người thì quên máy ảnh, người thì quên máy chữ.

1. hạng nhất, hạng nhì (đi)
2. ngồi, đứng.
3. cơm Việt, cơm Pháp (ăn)
4. trung-học, đại-học (học)
5. mùa hè, mùa đông (làm việc)
6. xa, gần (ở)
7. xuống nước, ở trên bờ
8. xuống nước, ở trên bờ (muốn)
9. hóng gió, tắm nắng
10. chỗ sâu, chỗ nông (bơi)

11. chuồn-chuồn, bươm-bướm (thích)
12. xoài, đu-đủ (thích ăn)
13. xem báo, chụp ảnh
14. bận, rảnh
15. buồn, vui
16. trà, cà-phê (uống)
17. cắt tóc, cạo mặt
18. 20 tuổi, 22 tuổi
19. sinh-viên, giáo-sư (làm)
20. người Pháp, người Mỹ
21. tiếng Pháp, tiếng Đức (nói)
22. đàn ông, đàn bà (là)
23. kỹ-sư, giáo-sư (làm)
24. mục-sư, chủ tiệm sách (làm)
25. cười, khóc
26. đẹp, xấu
27. gãy tay, gãy chân
28. cao, lùn
29. xe buýt, xe đạp (đi)
30. ăn mứt, cắn hạt dưa

D. POSTVERB VẬY

> Ai không muốn ăn đu-đủ thì ăn mít vậy.
> *Whoever doesn't want to eat papaya may*
> *have jackfruit instead.*

Given: Answer:

Không ăn đu-đủ thì ăn mít.   Không ăn đu-đủ thì ăn mít vậy.
Không có đu-đủ thì mua xoài.   Không có đu-đủ thì mua xoài vậy.

1. Không có cà-phê thì uống trà.
2. Không có áo mưa thì dùng ô.
3. Ai không muốn ăn bánh ngọt thì ăn chuối.
4. Không có bật lửa thì dùng diêm.
5. Không biết thì thôi.
6. Không có thì thôi.
7. Không có bút máy thì viết bút chì.
8. Không có cà-phê sữa thì uống cà-phê đen.
9. Không có cụ ông thì hỏi cụ bà.
10. Không có áo dài tay thì mua áo cộc tay.
11. Không có máy quay phim thì chụp ảnh.
12. Ông không đi Đài-Loan thì ông đi Nhật-Bản.
13. Không muốn đánh dây thép thì gọi dây nói.
14. Không có xe thì đi bộ.

15. Không có giầy kia thì đi giầy ten-nít.
16. Không có khăn tắm thì dùng khăn mặt.
17. Không có máy bay thì đi tàu thủy.
18. Không có sách mới thì mua sách cũ.
19. Nếu không có màu đỏ thì lấy màu vàng.
20. Không có nước dừa thì uống nước chanh.
21. Không có máy lạnh thì dùng quạt trần.
22. Không có tự-điển Việt-Anh thì mua tự-điển Anh-Việt.
23. Không có thư lớn thì mua thư nhỏ.
24. Chợ Bến-Thành không có thì ra Chợ Cũ.
25. Không thấy trứng gà thì mua trứng vịt.
26. Nếu ông không muốn đi Đa-lạt thì ông đi Nha-trang.
27. Nếu ông không thích thì thôi.
28. Không có giầy thì đi guốc.
29. Nếu ông Lâm không có nhà thì đem thư đến sở.
30. Nếu ngoài chợ không có chim bồ-câu thì chị mua một con gà thiệt lớn.

E. PLEASE TELL HIM THAT...

Ông làm ơn bảo ông ấy rằng tôi không kiếm được tắc-xi.
Please tell him that I could not find a taxicab.

Given:

Tôi không kiếm được tắc-xi.

Xe tôi hỏng máy.

Tôi quên máy chữ.

Answer:

Ông làm ơn bảo ông ấy rằng tôi không kiếm được tắc-xi.
Ông làm ơn bảo ông ấy rằng xe tôi hỏng máy.
Ông làm ơn bảo ông ấy rằng tôi quên máy chữ.

1. Tôi chưa mua vé.
2. Tôi mua có ba cái vé thôi.
3. Hạng nhất mắc lắm.
4. Tất cả hai trăm tám mươi lăm đồng.
5. Tôi lấy hai vé khứ-hồi.
6. Ông ấy không cần trả tiền tôi vội.
7. Tới Nha-trang ông ấy trả cũng được.
8. Chúng tôi sẽ phải ăn trên tàu.
9. Ăn trên tàu không đắt lắm đâu.
10. Cháu Tung học trường trung-học Chu-Văn-An.
11. Tôi gửi bản đồ cho ông ấy rồi.
12. Tôi đóng tiền Câu-lạc-bộ Thể-thao rồi.
13. Chúng tôi bận kiếm nhà.
14. Tôi dọn nhà tới Đường Trần-Hưng-Đạo rồi.

15. Chúng tôi cần năm phòng.
16. Tiền thuê nhà ở Saigon mắc lắm.
17. Dọn nhà xong tôi sẽ kêu dây nói cho ông ấy.
18. Chiều nay tôi đợi ở thư-viện.
19. Tôi muốn nói chuyện vào lúc 3 giờ.
20. Tôi muốn về nhà sớm.
21. Tôi sẽ gọi điện-thoại sau.
22. Hôm nay tôi đến sở bằng xe buýt.
23. Tối nay tôi học bài ở nhà.
24. Cái xe ô-tô ấy hỏng rồi.
25. Mai tôi bận cả ngày.
26. Tôi phải đi học từ 9 đến 11 giờ.
27. Ông Hai đi nghỉ hè ở Đa-lạt rồi.
28. Tôi đợi ông ấy đằng trước nhà dây thép lúc 6 giờ chiều nay.
29. Tôi muốn gặp ông ấy trưa mai.
30. Tôi phải đi nhà thương vì nhà tôi ốm.
31. Đến tháng sau cô Thanh mới về Mỹ.
32. Sáng mai tôi sẽ kêu tê-lê-phôn cho ông ấy từ Đa-lạt vào quãng 10 giờ.
33. Tôi sẽ ở Đại-học Văn-khoa cho tới 5 giờ rưỡi.
34. Số điện-thoại mới của tôi là số tự-động 24.766.
35. Ông Smith tới Saigon tối hôm qua và hiện ở khách-sạn Việt-Nam.
36. Ngày mai ông Linh sang Pháp với phái-đoàn Bộ Y-tế.
37. Ông Chức là chú tôi ở Pháp về rồi.
38. Cô Pike làm việc ở Ngân-hàng Á-châu, chớ không phải ở Tòa Đại-sứ.
39. Thứ bảy này tôi mời ông bà ấy dùng cơm ở tiệm ăn Quốc-tế.
40. Ông Huyền đi nghỉ mát ở ngoài Cấp chưa về.

F. QUÊN *'TO FORGET TO'*

> Tôi quên máy chữ.
> *I forgot the typewriter.*
>
> Tôi quên (không) đem máy chữ.
> *I forgot to bring a typewriter.*

Given:

Ông Thơm quên máy chữ.

Tôi quên xin lỗi ông Thơm.

Answer:

(A) Ông Thơm quên đem máy chữ.
(B) Ông Thơm quên không đem máy chữ.

(A) Tôi quên không xin lỗi ông Thơm.
(B) Tôi quên chưa xin lỗi ông Thơm.

1. Tôi quên chào ông bà Lâm.
2. Cô ấy quên đem tiền.
3. Bà ấy quên đóng cửa.
4. Bà Thomas quên tiền.
5. Cô Hoa quên học bài.
6. Tôi quên ra nhà dây thép.
7. À, tôi quên hỏi ông tên Việt-Nam của ông ấy là gì.
8. Chúng tôi quên hỏi thăm cô Thu.
9. Tôi quên hỏi thăm cô hiệu đồng-hồ ở đâu.
10. Tôi quên giới-thiệu ông với ông Kim.
11. Em lại quên đồng-hồ, phải không?
12. Bà ấy quên trả tiền khách-sạn.
13. Bà ấy quên đem lại tiền.
14. Nắng to thế này mà tôi quên máy ảnh.
15. Chúng tôi quên mời cô Thu.
16. Tôi quên máy quay phim nên chỉ chụp ảnh màu thôi.
17. Thôi chết, tôi quên bỏ thư rồi.
18. Tôi quên mua cà-chua.
19. Tôi quên mua ớt.
20. Chắc tôi quên bỏ nước mắm, nên món cá hơi lạt. (= nhạt)
21. Anh ấy thường hay quên cho đường vào nước trà (= nước chè)
22. Tôi quên mượn cuốn tự-điển của ông Chiêm.
23. Nó quên đóng cửa xe nên ngã xuống đường vỡ đầu.
24. Tôi quên xóa bảng.
25. Ông ấy quên đem phấn vào lớp học cho chúng tôi.
26. Chắc tôi quên tắt quạt trần và máy lạnh.
27. Mưa to sấm chớp thế này mà tôi quên ô, ông ấy quên áo mưa.
28. Bà ấy mải nói chuyện nên quên ghé Chợ Bến-Thành.
29. Nhà tôi quên đánh dây thép cho ông Nhung.
30. Tôi quên gọi dây nói xin lỗi ông Mô.
31. Vì tôi quên đóng cửa sổ nên ướt hết cả bàn giấy.
32. Tôi quên thuốc lá.
33. Tôi quên khoá cửa.
34. Tôi quên thìa khoá.
35. Chữ đó, tôi quên tra tự-vị.
36. Em Lan quên gọt bút chì.
37. Tôi quên cắt nghĩa và cho thí-dụ.
38. Các ông quên học ôn những bài đó, phải không?
39. Chúng tôi quên hỏi ông ông bà Quang được mấy cháu tất cả.
40. Ông ấy và tôi đều quên đọc báo xem tin thể-thao.
41. Tôi quên đem khăn mặt.
42. Anh ấy quên mua diêm.
43. Tôi quên mượn sách ở Thư-viện Morris.
44. Ông ấy quên khoá cửa xe ô-tô.
45. Tôi xin lỗi, tôi quên trả sách của thư-viện.
46. Cô quên mua báo chủ nhật, phải không?
47. Thôi chết, tôi quên mua nước-mắm rồi.
48. Anh quên mua vé xi-nê, phải không?
49. Chúng tôi quên viết thư mời ông bà ấy.
50. Bao giờ tôi cũng quên đem giấy bút theo.

G. SUBSTITUTION DRILL

Given: Answer:

Tôi ở đây hai năm rồi.   Tôi ở đây hai năm rồi.
    học   Tôi học ở đây hai năm rồi.
    sáu tháng   Tôi học ở đây sáu tháng rồi.

1. hai tuần
2. bốn giờ
3. bốn tiếng đồng hồ
4. đọc sách
5. nửa giờ
6. hai mươi phút
7. đợi đây
8. một tiếng rưỡi
9. đợi ở nhà ga
10. mười lăm phút
11. chụp ảnh
12. gọi dây nói
13. nói chuyện
14. gần hai tiếng đồng hồ
15. học bài
16. học tiếng Việt
17. nửa năm
18. học đại-học
19. đi làm
20. vào nhà thương
21. sáu tuần
22. bán thuốc lá
23. bán báo
24. làm ở thư-viện
25. kiếm nhà

FLUENCY DRILL

Mới, phải không?
Mới hơn tờ ông đang đọc, phải không?
Tờ báo ở trên bàn mới hơn tờ ông đang đọc, phải không?
Tờ báo ở trên bàn ăn mới hơn tờ ông đang đọc nhiều, phải không?

Phạm Ngọc Huyền.
Tên là Phạm Ngọc Huyền.
Bạn tôi tên là Phạm Ngọc Huyền.
Có hai người, nhưng bạn tôi tên là Phạm Ngọc Huyền.
Công-ty này có hai người tên là Huyền, nhưng bạn tôi tên là
Phạm Ngọc Huyền.
Trong công-ty này có hai người tên là Huyền, nhưng bạn tôi
tên là Phạm Ngọc Huyền.

GRAMMAR NOTES

8.1. <u>Postverb vội</u>. We have seen the verb vội 'to be in a hurry; hasty, urgent, pressing' and also the reduplicative form vội vàng. In this lesson, Sentences 21 and 50 have this word vội used somewhat differently:

Anh không cần·trả tôi vội.   *You don't have to pay me right now.*

Đừng ra chỗ sâu vội.   *Don't go out where the water is deep yet.*

The meaning is *'there is no hurry in doing that, and we can do this first'*. Other examples:

Không cần mua vé vội.	*No need to buy tickets yet.*
Anh đừng đi Đa-lạt vội.	*Don't go to Dalat yet.*
Đừng kiếm tắc-xi vội.	*Don't look for a taxi yet.*
Đừng mua giày·ten-nít vội.	*Don't buy tennis shoes yet.*
Không cần·mua bản đồ vội.	*No need to buy the map yet.*

8.2. <u>Some...others...</u> Sentence 46 of this lesson uses the word người·twice:

Người·thì hóng gió, người· thì tắm nắng.   *Some come here for fresh air, others come for the sun.*

The English translation makes use of *some...others...* But you must remember that all you need in a corresponding Vietnamese sentence is the noun người·, and that you should not use the word khác *'other'*. Compare: *Some dead, others wounded* and Người·thì chết, người·thì bị thương.

Other examples:

Người·thì cao, người·thì lùn.   *Some are tall, others are short.*

Người·thì uống trà, người· thì uống ca-phê.   *Some drank tea, others had coffee.*

Người·thì gãy tay, người· thì gãy chân.   *Some broke their arms, others broke their legs.*

8.3. <u>Postverb vậy</u>. We have seen the pro-verb vậy *'so, thus'* (whose equivalent is thế): Nếu vậy thì...Nếu thế thì *If it is so, then...*

The word vậy in Sentence 60 of this lesson has a very special meaning: whatever is proposed constitutes a makeshift solution or a substitute for something originally planned and whose lack or absence someone has now to resign himself to:

Ai không muốn ăn đu-đủ thì ăn mít vậy.	*Whoever doesn't want to eat papaya may have jackfruit instead.*

Other examples:

Không có xoài thì mua đu-đủ vậy.	*If there are no mangoes, buy a papaya instead.*
Không có màu đỏ thì lấy màu vàng vậy.	*If they don't have red, take yellow.*
Không có thì thôi vậy.	*If they don't have it, let's not talk about it.*
Không biết thì thôi vậy.	*If you don't know about it, let's not talk about it.*
Không muốn thì thôi vậy.	*If you don't want it, we won't do it.*
Nếu ông không thích thì thôi vậy.	*If you don't like it, we won't do it then.*

8.4. <u>Verb quên</u>. The verb quên when followed by a noun (or noun phrase) means '*to forget (something)*'. When followed by a verb (or verb phrase), it means '*to forget (to do something)*'.

Thôi chết, tôi quên máy chữ.	*Gee, I forgot my typewriter.*
Tôi quên đem máy chữ.	*I forgot to bring a (or the) typewriter.*

The last sentence may have the negative word không:

Tôi quên không đem máy chữ.	*I forgot to bring a (or the) typewriter.*

Other examples:

(a) Tôi quên rửa bát, Tôi quên không rửa bát.	*I forgot to wash the dishes.* *id*
(b) Tôi quên thêm muối tiêu. Tôi quên không thêm muối tiêu.	*I forgot to add salt and pepper.* *id*
(c) Tôi quên hỏi ông, Tôi quên không hỏi ông.	*I forgot to ask you.* *id*

When there is an intention to remedy the situation by doing something one has forgotten <u>so far</u> to do, then the sentences would be:

(aa) Tôi quên chưa rửa bát.	*I haven't done the dishes yet.*
(bb) Tôi quên chưa thêm muối tiêu.	*I haven't added salt and pepper yet*
(cc) Tôi quên chưa hỏi ông.	*I haven't asked you yet.*

The Vietnamese for *I forgot the way* would be Tôi quên đường
or Tôi quên không nhớ đường (with nhớ *'to remember'*).

8.5. <u>Stress in Vietnamese</u>. Take Sentence 31, 'Ở đó thì không
có nhiều lắm, nhưng đến chơi thì nhiều vô kể. *'There
are not very many people who live there, but there are
lots of tourists.'* The verb ở receives heavy stress (indicated
by a preceding apostrophe) since it means *'to live, reside,
dwell.'* In contrast, the same word has weak stress in
these sentences:

Ông ấy làm ở đó.	*He works there.*
Ông ấy ăn ở đó.	*He eats there.*
Ông ấy học ở đó.	*He studies there.*
Ông ấy có hiệu sách ở Cựu-Kim-Sơn.	*He owns a bookstore in San Francisco.*

In Sentence 31, the important verb ở *'to live'* is singled
out as opposed to the verb chơi *'to play, amuse oneself'*.
In the other examples, the word ở functions very much
like a preposition (*'at, in'*) in English or French: it
indicates a certain relationship between the main verb--
làm *'to work'*, ăn *'to eat'*, học *'to study'*--and the
idea of location or origin.

8.6. <u>Compounds Versus Phrases</u>. It is the stress which tells
apart a compound and a phrase. Contrast:

(a) hai người 'ở nhà này...	*the two servants in this house*
(b) hai người ở nhà này...	*the two persons living in this house.*
(c) hai người 'làm nhà này...	*the two servants in this house*
(d) hai người làm nhà này...	*the two people who built this house.*

In examples (a) and (c), the compounds người ở and người
làm (introduced in Lesson 5) are each made up of two parts,
with the second component heavily stressed. In Sentences
(b) and (d), on the other hand, the phrases, người ở
(nhà này) and người làm (nhà này) means respectively
'person living (in this house)' and *'person who built
(this house)'*.

Of course, the sentences Hai người / ở nhà này *'The two
of them live in this house.'* and Hai người / làm nhà
này. *'The two of them built this house.'* are still
different. In each case, hai người is the subject-matter
(or topic) and is separated from the predicate (or
comment) ở nhà này and làm nhà này by a pause.

8.7. Reduplications(continued). In this lesson we have three
reduplicative forms wherein the repetition of a syllable
is either complete or partial and which denote insects:

chuồn-chuồn	*dragonfly*
bướm-bướm	*butterfly*
châu-châu	*grasshopper*

Names of fruit are often reduplications, too: đu-đủ
'*papaya*'.
Other forms encountered in this lesson are vẻn-vẹn '*only
just*', làm-bàm '*to mumble*', khúc-khích '*to giggle*'.

8.8. Reduplications with -iếc. A peculiar pattern which is very
productive and more or less confined to the spoken
language makes use of the suffix -iếc or -iệc. When there
is no initial consonant, that is, when the base begins
with a vowel, the derived syllable is simply -iếc, as
in Sentence 64: Từ trưa tôi đã ăn-iếc gì đâu! '*I haven't
had anything to eat since twelve*.' When the base begins
with a consonant, that consonant is put together with -iếc
yielding an alliteration:

sách-siếc	*books and the like*
học-hiếc	*to study*

In two-syllable words the first one remains unchanged and
only the second one yields the -iếc derivation in an
interlocking fashion:

ám-tả	*dictation*	yields	ám-tả ám-tiếc
sơ-mi	*shirt*		sơ-mi sơ-miếc
đồng-hồ	*watch, clock*		đồng-hồ đồng-hiếc

8.9. Slang. When Thơm says (Sentence 62) Làm một miếng chứ!
'*You want a piece of this, don't you?*', the verb làm
substitutes for ăn '*to eat*'. Other examples of this
colloquialism:

Nó làm bốn bát cơm.	*He ate four bowls of rice.*
Nầy, làm một miếng đu-đủ.	*Have a piece of papaya.*
Làm một miếng bánh ngọt chơi.	*Have a piece of cake (for fun)!*
Anh ấy đói, làm năm bát phở một lúc.	*He was so hungry he ate five bowls of noodles in a row.*
Thằng bé con đói quá, làm một lúc ba quả chuối.	*The boy was so hungry that he ate up three bananas.*

The verb đánh '*to beat, hit, strike*' may also be used in slang
expressions such as: Nó đánh bốn bát cơm. *He ate four bowls
of rice.*

Practice 34. Finals -ôn and -ôt in Saigonese

tốn	to cost	tốt	good
bốn	four	bột	flour
đồn	fort	đốt	to burn
vốn	capital	dốt	uneducated
khôn	wise	cốt	bone
lộn	error	lột	to strip
hôn	to kiss	hột	seed
trốn	to escape	chột	one-eyed

Practice 35. Finals -ơn and -ơt in Saigonese

ơn	favor	ớt	(red) pepper
tợn	bold	bớt	to reduce
cơn	fit, outburst	đợt	wave
đau-đớn	painful	thớt	chopping board
sơn	paint	lợt	light, not dark
lớn	large	hớt	to trim
hơn	superior	ngớt	to subside

Practice 36. Finals -uân and -uất in Saigonese

tuân	to obey	tuất	relief
quân	army	quất	kumquat
thuẫn	shield	thuật	to relate
xuân	spring	xuất	to exit
luân-lý	morals	luật	law
huân	exploit	khuất	to submit oneself
khuân	to carry	truất	to dethrone

Practice 37. Tone Drill.

441. Bỏ ảnh đâu?   Where did you leave the pictures?
442. Để cả đó.   Leave them all there.
443. Cửa sổ nào?   Which window?
444. Rửa cửa sổ.   To wash the windows.
445. Cửa sổ giữa.   The window in the middle.
446. Chưa ngủ dậy.   He is up yet.

451. Bỏ nữa vô.   Put some more in.
452. Để sữa đây.   Leave the milk there.
453. Hỏi bữa nào.   When did he ask (about it)?
454. Nhỏ nữa hở?   Do you want them smaller?
455. Khổ mãi mãi.   Forever unhappy.
456. Bỏ cũng được.   It is all right if you leave it.

461. Bảy chậu hoa.   Seven flower pots.
462. Cẩn-thận nhé.   Be careful!
463. Của cậu Hoàng.   It belongs to Uncle Hoang.

464. Sửa-soạn chửa?   *Have they got things ready yet?*
465. Sửa-soạn mãi.   *She is taking a long time*
                              getting ready.

466. Tưởng bận dạy.   *I thought I had to teach.*

TRANSLATION

(Listen once, then write down. Hand in translation later.)

(A) 1. Tôi tưởng các ông không tới. 2. Chị bắt em đợi lâu-lâu
là. 3. Anh không kiếm được tắc-xi sao? 4. Tắc-xi của tôi
hỏng máy, thành tôi lại phải kiếm xe khác. 5. Thôi chết,
tôi quên thông-hành. 6. Con vẻn-vẹn mười phút nửa là xe
chạy. 7. Đáng lẽ lấy vé hạng nhất, nhưng tôi mua vé hạng
nhì. 8. Đông quá không có chỗ ngồi. 9. Hạng nhất mắc quá
xa. 10. Nói đùa chớ, hạng ba được rồi. 11. Chúng ta nên
mua vé khứ-hồi, rẻ hơn. 12. Anh không cần trả tôi vội.
13. Tới Huế trả cũng được.

(B) 1. Chỗ kia đông như kiến. 2. Chúng tôi không mang đồ ăn
thành ra phải ăn trên tàu. 3. Ăn trên xe lửa cũng ngon mà
không đắt lắm đâu. 4. Anh đã đi Nhật-Bản bao giờ chửa?
5. Khi tôi còn học ở trung-học, ba má tôi năm nào cũng đem
chúng tôi tới đó. 6. Ở đó thì không nhiều lắm, nhưng đến
chơi thì nhiều vô kể. 7. Bãi bể là cứ chật ních những người
thôi. 8. Còn xa nửa không? 9. Không xa lắm, lối hơn bốn
mươi cây số nữa thôi. 10. Quá Blao là tới Đa-lạt.

(C) 1. Mấy giờ chúng ta đi tắm? 2. Ba giờ thì trời nóng, nhưng
nước lại ấm. 3. Tôi thì giờ nào cũng được. 4. Ăn cơm trưa
xong, ông ấy thay đồ rồi đi bộ dọc bãi biển. 5. Ai muốn
xuống nước thì xuống. 6. Ai muốn tắm thì tắm. 7. Ai muốn
ở trên bờ thì ở. 8. Thế nào chúng mình cũng gặp người quen.
9. Người thì hỏng giò, người thì tắm nắng. 10. Tôi thích
ngồi trên bãi cát để ngắm thuyền đánh cá. 11. Đừng ra chỗ
sâu vội. 12. Đừng xuống nước vội. 13. Cô ấy nhát lắm, sợ
sóng lớn. 14. Có chìm đã có tôi giúp. 15. Để tôi tập cho
này đã.

(D) 1. Anh Hai cười khúc-khích. 2. Một hôm, em trai anh Hai,
gặp anh Tiến đầu to ở hồ tắm. 3. Hồ tắm nào? 4. Hồ tắm ở
Câu-lạc-bộ Thể-thao. 5. Em trai anh Hai hỏi anh Tiến có
thật anh ấy cho bướm-bướm cắn rốn không. 6. Anh bật cười
bảo không phải. 7. Muốn biết bơi phải cho chuồn-chuồn
cắn rún, chớ không phải bướm-bướm hay châu-chấu. 8. Đâu có
phải bướm-bướm hay châu-chấu, chuồn-chuồn chớ. 9. Anh không
muốn ăn mít thì ăn đu-đủ vậy. 10. Cơm ngon quá làm tôi thèm
rỏ dãi. 11. Mời anh làm một miếng đu-đủ. 12. Từ sáng anh
đã ăn-iếc gì chửa? 13. Anh ấy không ăn, anh ấy nhịn ăn vì
sợ mập quá.

WHAT WOULD YOU SAY TEST

1. Here is a question: Ông John Payne và ông Nguyễn Đức-Thom
   đi đâu? 'Where did John Payne and Nguyen-Duc-Thom go?'
   Give the following answers in Vietnamese:

   a. The two of them went to Nha-trang.
   b. They went by train.
   c. They did not go to Nha-trang by plane.
   d. First they went to the railroad station.
   e. John Payne was late because his taxi broke down.
   f. He got to the station at three o'clock.
   g. He only had eight minutes.
   h. Thom bought two second-class tickets, but he was afraid
      the train would be so crowded and they wouldn't be able
      to find seats.
   i. He should have got third-class tickets, but he was afraid
      the train would be so crowded and they wouldn't be able
      to find seats.
   j. Thom bought round-trip tickets because it is cheaper that
      way.
   k. The tickets cost 282 piasters.
   l. They did not bring any food, so they had to eat on the
      train.
   m. The food is rather good and not too expensive.
   n. The beach at Nha-trang was very crowded.

2. Here is a question: Ông đi nghỉ mát ở đâu có vui không?
   'Did you have a nice vacation?' Give the following answers
   in Vietnamese:

   a. Yes, I had a nice vacation in Nha-trang.
   b. I went by train with a friend.
   c. The beach was packed.
   d. There are not very many people who live there, but people
      who come there for fun are countless.
   e. Every day we went bathing at 3 o'clock.
   f. It is hot at three, but the water is nice and warm.
   g. After lunch we changed clothes, then went for a walk
      along the beach.
   h. Some of us went in the water, others stayed on shore.
   i. Miss Thanh had a pretty bathing suit on.
   j. That afternoon we met several friends.
   k. Some were just enjoying the cool breeze, others were
      sunbathing.
   l. I did not swim because I am not a good swimmer.
   m. I found a place to sit on the sandbeach so I could watch
      the fishing boats.
   n. My friend Van was afraid, she was scared of the big waves.
   o. Thom said if she got drowned he would help her.
   p. She said that she wanted to practice where it is shallow
      first.

3. Some is wondering about a joke: Làm chi mà cười khúc-khích thế? *'What are you people giggling about?'* Give the following answers in Vietnamese:

   a. This fellow said that if you wish to learn how to swim you have to let a grasshopper bite your belly button.
   b. Not a grasshopper of course.
   c. He called Tiến "the big-headed Tiến."
   d. My little brother said that if you wish to learn how to swim you have to let a butterfly bite your navel.
   e. Thinh said that he is on a diet: he is not fat.
   f. Thinh said that if you wish to learn how to swim you have to eat a lot of papaya.
   g. Thinh said that Lam was a miser because he bought third-class train tickets to Nha-trang.
   h. Thinh said that Lam did not eat anything on the train because the food was too expensive.
   i. Thinh said that the people who ate papaya on the train made his little brother's mouth water.

4. Make the following telephone calls:

   a. Call the Vinh-Long Company and ask if Mr. Huyen is in.
   b. Call the American Embassy and leave a message for Mr. West that the teacher is not coming today.
   c. Call the home of Mrs. Tam and tell her that the tailor shop will be open until 7 o'clock.
   d. Call a friend and ask him to go to Cholon with you. Tell him you'll come to his house at 9.
   e. Call Mr. Nam's house and ask Mr. Nam to call his next door neighbor to the phone.
   f. Call Mrs. Tam and ask when Dr. Tam will be back to Saigon.
   g. Call the Post Office to report that your phone (number 24.766) is out of order and needs to be fixed.
   h. Tell Mr. Thom that your taxi broke down.
   i. Tell your friend at your office that you forgot your typewriter.
   j. Call up Mr. Nam and ask him to buy two round-trip first-class tickets to Nha-trang. Repeat that you want train tickets, not plane tickets.

NOMINAL AND VERBAL PREDICATES

CONVERSATION
(Học-hành - Ốm đau)

─────────────────── Unit I ───────────────────

PETER:

1. *What time will the game start?*   Mấy giờ trận banh bắt đầu hở?

ỦNG:

2. *Fifteen hours.*   Mười lăm giờ.
3. *Kirchoo!*   Hắt-sì-hơi.

PETER:

4. *What?*   Cái gì cơ?
5. *Why are you sneezing so much?*   Làm gì mà nhảy mũi dữ vậy?

ỦNG:
6. *I mean around three.*   Tôi muốn nói ba giờ bắt đầu đá.

PETER:

7. *Who's playing who today?*   Hôm nay ai đá với ai?

ỦNG:
8. *Chu-Van-An is playing against Nguyen-Trai.*   Chu-Văn-An đá với Nguyễn-Trãi.
9. *Popcorn?*   Bắp rang không?

PETER:

10. *No, thanks. I prefer peanuts.*   Không, cám ơn anh. Tôi thích đậu phụng.
11. *This is a nice soccer field.*   Sân banh này đẹp đấy chứ!

ỨNG:

12. *Yes, it belongs to the*   Ừ, sân này của Đại-học Sư-phạm.
    Faculty of Pedagogy.
13. *But the students of Letters*   Nhưng sinh-viên Văn-khoa cũng
    are using it too.   được sử-dụng.

_____Unit 2_____

PETER:

14. *Say, how long have you*   Này, anh học trường này bao
    studied here?   lâu rồi?

ỨNG:

15. *I've completed three years.*   Tôi học trọn ba năm rồi.
16. *This is my last year.*   Năm nay là năm cuối cùng.

PETER:

17. *When will you graduate?*   Bao giờ anh thi ra?

ỨNG:

18. *In April next year.*   Tháng tư năm tới.
19. *Before the program was only*   Trước đây chương-trình chỉ có ba
    three years.   năm.
20. *Now it takes four years to*   Bây giờ phải mất bốn năm mới
    graduate.   tốt-nghiệp.

PETER:

21. *Will you receive the licence* Mãn-khóa anh có được bằng cử-
    when you graduate?   nhân không?

ỨNG:

22. *They deliver the licence*   Chỉ có Văn-khoa và Khoa-học là
    only in Letters and Science.   phát bằng cử-nhân thôi.
23. *We will just be graduates*   Chúng tôi sẽ chỉ là "tốt-nghiệp
    of the Faculty of Pedagogy.   Đại-học Sư-phạm" thôi.

PETER:

24. *Thom said you'll be teaching* Anh Thơm bảo các anh sẽ dạy ba
    in the upper three grades of   lớp trên ở trung-học, phỏng?
    high school, right?

ƯNG:

25. *Right, we call that the*   Đúng rồi, chúng tôi gọi là đệ-
    second-cycle, you know.   nhị-cấp đó.
26. *The first cycle has four*   Đệ-nhất-cấp thì có bốn lớp:
    grades: Seven, Six, Five   Đệ-Thất, Đệ-Lục, Đệ-Ngũ va
    and Four.   Đệ-Tứ.**

_____Unit 3_____

PETER:

27. *You are in the English*   Anh ở Ban Anh-Văn, phỏng?
    section, aren't you?

ƯNG:

28. *Yes, I am.*   Phải.

PETER:

29. *Which sections have the*   Ban nào có nhiều sinh-viên
    most students?   nhất?

ƯNG:

30. *Vietnamese, French, Physics*   Ban Việt, Ban Pháp-văn, Ban
    and Chemistry.   Lý-Hoá
31. *History and Geography,*   Sử-Địa, Triết.
    Philosophy.

PETER:

32. *What other sections are*   Còn những ban nào khác nữa?
    there?

ƯNG:

33. *We'll have to stand up to*   Lát nữa, họ cử quốc-thiều, chúng
    salute the flag when they   mình phải đứng dạy để chào
    play the national anthem.   quốc-kỳ nhé.

PETER:

34. *I know it.*   Tôi biết.
35. *How often do you practice*   Thế bao lâu lại đi thực-tập
    teaching?   một lần?

   **Những lớp này bây giờ gọi là Lớp 6, Lớp 7, Lớp 8 và Lớp 9.

ỨNG:

36. *We go every Wednesday, but*   Chúng tôi đi mỗi bữa thứ tư,
    each of us teaches only once   nhưng cách ba tuần mỗi người
    every three weeks.   mới dạy thứ một lần.

PETER:

37. *Would you like to go abroad?*   Anh có thích đi ngoại-quốc
                                     không ?

ỨNG:

38. *Sure, I'll like to spend*   Có chứ. Tôi thích đi Anh hay đi
    a year or two in America or   Mỹ một hai năm gì đó.
    in England.
39. *I want to speak English*   Tôi muốn nói tiếng Anh thật
    real well.   giỏi.

PETER:

40. *You're doing very well*   Anh nói thạo lắm rồi còn gì nữa!
    already.

ỨNG:

41. *Who said so?*   Thạo đâu mà thạo!

_____Unit 4_____

PETER:

42. *Didn't you say you had to*   Có phải lúc nãy anh bảo sáng
    go to the doctor's this   nay phải đi bác-sĩ không?
    morning?

ỨNG:

43. *No, it wasn't me, it was*   Không, không phải tôi, em tôi
    my younger brother.   đó.
44. *He has malaria.*   Nó bị bệnh sốt rét mà!

PETER:

45. *Poor kid!*   Tội-nghiệp!

ỨNG:

46. Dr. Tam, a relative of ours, has to examine him twice a week.

Bác-sĩ Tâm, là bà con với chúng tôi, phải khám nó mỗi tuần hai lần.

PETER:

47. How did he feel?

Anh ấy thấy trong mình ra sao?

ỨNG:

48. He felt fine this noon.
49. But some days his temperature goes up several degrees.
50. That's why the doctor can't say yet when he will recover.

Trưa nay thì nó chẳng sao cả.
Nhưng có ngày nó sốt lên mấy độ.
Vì thế đốc-tờ chịu, chưa biết bao giờ nó mới khỏi.

PETER:

51. Does he give him injections?

Ông ấy có tiêm cho anh ấy không?

ỨNG:

52. No, he prescribes quinine all the time.

Không chích, ông ấy cho uống ký-ninh hoài.

PETER:

53. I'm glad I don't have malaria.
54. In the States we are only afraid of cancer, TB, heart trouble, polio,... and toothaches.

May mà tôi không mắc bệnh sốt rét.
Bên Mỹ chúng tôi chỉ sợ bệnh ung-thư, bệnh ho lao, bệnh đau tim, bệnh tê-bại,...và bệnh đau răng.

ỨNG:

55. You're too young to worry about cancer....
56. That's the umpire and the Chu-Van-An team.

Anh còn trẻ lắm, lo gì ung-thư.
Kìa, trọng-tài với đội banh Chu-Văn-An ra đó.

PETER:

57. Speaking of diseases, my aunt has been in the hospital several weeks.

Lại nói đến bệnh với tật, bà cô tôi, à quên, bà dì chợ, nằm nhà thương đã mấy tuần nay rồi.

ỨNG:

58. *What's the matter with her?* Bà ấy làm sao kia?

PETER:

59. *Well, she had the stomach-ache off and on, but thought nothing of it.* Ấy, bà lâu lâu lại đau bụng, nhưng coi thường thôi.

60. *Only when the pain got so unbearable did she go to the doctor.* Mãi tới khi nó đau quá không chịu nổi mới đi bác-sĩ.

61. *He knew it was the appendix.* Ông biết ngay là đau ruột dư.

ỨNG:

62. *Did she have to be operated on?* Thế bà có phải mổ không?

PETER:

63. *Surely.* Mổ chớ!

64. *I like the Nguyen-Trai uniform.* Tôi thích đồng-phục của trường Nguyễn-Trãi ghê!

ỨNG:

65. *There blows the whistle.* Còi thổi rồi!

66. *Kick-off time!* Đến giờ khởi-sự đá đó!

VOCABULARY

bà con	N	*relatives*
bác-sĩ	N	*doctor, M.D*
ban	N	*section*
banh	N	*ball*
trận banh	N	*soccer match, football game*
sân banh	N	*soccer field*
bắp	N	*corn*
bắp-rang	N	*popcorn*
bằng	N	*diploma*
bằng cử-nhân	N	*license, bachelor's degree*
bệnh	N	*sickness, disease*
bệnh đau răng	N	*toothache*
bệnh đau tim	N	*heart trouble*
bệnh họ lao	N	*tuberculosis*
bệnh sốt rét	N	*malaria*
bệnh-tật	N	*diseases, ailments*
bệnh tê-bại	N	*polio*

bệnh ung-thư	N	cancer
bữa	N	meal, day
cấp	N	level, rank, cycle, degree, grade
còi	N	whistle (CL cái)
thổi còi	V	to blow a whistle, whistle
cử	V	[of band] to play [music, a national anthem]
chích	V	to inject, give a shot
chương-trình	N	program, project, plan, schedule, curriculum
*dụng,	V	to use (dùng)
sử-dụng	V	to apply, use
dì	N	mother's younger sister
dữ	SV	to be fierce, ferocious, tremendous
đá	V	to kick
đá banh	V	to play ball, play soccer
đau tim	N	heart trouble
bệnh đau tim	N	heart trouble
đau ruột dư	N	appendicitis
địa	N	geography
đốc-tờ	N	doctor [CL ông] [Fr. docteur]
đội	N	team, squad, company of soldiers
độ	N	degree in temperature
đồng-phục	N	uniform [CL bộ]
hắt-si-hơi	I/V	kerchoo! achoo!/ to sneeze
ho lao	N	tuberculosis
bệnh ho lao	N	tuberculosis
hoá	N	chemistry
lý-hoá	N	physics and chemistry
học	N	study of, the science of, -ics, -logy
âm-nhạc-học	N	study of music
chính-trị-học	N	political science
hoá-học	N	chemistry
kinh-tế-học	N	economics
luật-học	N	law
sử-học	N	history
triết-học	N	philosophy
văn-học	N	literature
học-hành	V/N	to study and practice; studies
kí-ninh	N	quinine
kỳ	N	flag, banner
quốc-kỳ	N	national flag
chào quốc-kỳ	V	to salute the flag
khám	V	to search, to examine a patient
khoa-học	N	science
khởi-sự	V	to begin; beginning
lát	N	short instant
lát nữa	A	in a moment

lâu lâu	A	*off and on, now and then*
lúc này	A	*a moment ago, just then*
lý	N	*physics*
lý-hoá	N	*physics and chemistry*
mãn-khoá	V	*to graduate*
mắc	V	*to catch [disease* bệnh*]*
mổ	V	*to dissect, to operate on*
nằm	V/SV	*to lie down; to be lying down*
ngoại-quốc	N	*foreign country*
nhảy mũi	V	*to sneeze*
ốm đau	SV	*to be sick(ly)*
phát	V	*to distribute, issue, deliver, confer*
quốc	N	*country, nation*
ngoại-quốc	N	*foreign country*
quốc-kỳ	N	*national flag*
quốc-thiều	N	*national anthem*
ruột	N	*intestines, bowels, viscera*
ruột dư	N	*appendix*
đau ruột dư	N	*appendicitis*
sốt	SV	*to be hot, be feverish*
sốt rét	N	*malaria*
bệnh sốt rét	N	*malaria*
sư-phạm	N	*pedagogy; methods of teaching*
Đại-học Sư-phạm		*Faculty of Pedagogy*
sử	N	*history*
sử-dụng	V	*to use, apply*
sử-địa	N	*history and geography*
sử-học	N	*history*
tật	N	*physical defect; bad habit*
bệnh tật	SV/N	*to be sickly; disease and defects*
tê	SV	*to be numb*
tê bại	N	*polio*
bệnh tê bại	N	*polio*
tim	N	*heart*
đau tim	N	*heart trouble*
bệnh đau tim	N	*heart trouble*
tiêm	V	*to inject, give a shot*
thực-tập	N/V	*practice training / to practice teaching*
trẻ	SV	*to be young*
triết	SV/N	*to be wise/ philosophy*
triết-học	N	*philosophy*
trọn	SV/A/V	*to be entire, full; entirely, fully; to fulfill, complete*
trọng-tài	N	*umpire*
ung-thư	N	*cancer*
bệnh ung-thư	N	*cancer*

PATTERN DRILLS
A. RESPONSE DRILL WITH MUỐN

Given: Answer:

Tôi đi ra nhà dây thép.(ông)   (A) Tôi đi ra nhà dây thép.
                                      (B) Ông muốn đi ra nhà dây
                                          thép với tôi không?

 1. Tôi đi mua đồng hồ.(cô)
 2. Chúng tôi đi học tiếng Việt.(ông)
 3. Tôi đi ra Bộ Ngoại-giao. (ông)
 4. Tôi đi đến Bộ Kinh-tế. (bà)
 5. Chúng tôi đi ăn cơm. (các ông)
 6. Tôi và ông Bằng đi chụp ảnh. (cô)
 7. Tôi đi chơi Hồng-công.(hai ông)
 8. Chúng tôi đi học. (các cô)
 9. Tôi đi làm dây. (ông)
10. Chúng tôi đi về Mỹ. (các ông)
11. Tôi đi Cựu-Kim-Sơn. (bà)
12. Cuối tuần này chúng tôi đi Đa-lạt. (hai ông)
13. Tôi đi ra nhà dây thép bỏ thư. (anh)
14. Tôi đi cạo đầu. (anh)
15. Tôi đi làm đầu. (chị)
16. Tôi đi chợ Bến-Thành mua thịt bò. (cô)
17. Tôi đi mua máy ảnh. (ông)
18. Chúng tôi đi ra Đường Lê-Lợi mua sách. (ba ông)
19. Chúng tôi đi học bên Mỹ. (ông và cô)
20. Tôi đi thi. (các ông)
21. Chúng tôi đi mua bàn ghế. (các bà)
22. Chúng tôi đi tìm nhà. (anh)
23. Tôi đi chụp ảnh ở Vườn Bách-thảo. (các ông)
24. Tôi đi ra đường Lê Lợi dùng cà-phê. (hai ông)
25. Chúng tôi đi mua tự-điển. (ông)
26. Chúng tôi đi Nhật-Bản. (các chị)
27. Tôi đi ra thư-viện đọc sách. (anh)
28. Tôi đi ra hãng máy bay. (anh)
29. Tôi đi Hồng-Công mua sơ-mi. (anh)
30. Tôi đi ra Đường Lê-Thánh-Tôn mua giày. (các cô)

B. EXPANSION DRILL

> Không (lấy gì làm) đẹp lắm.
> *Not very beautiful*

Given: Answer:

Ông ấy không bận.   Ông ấy không lấy gì làm bận.
Ông ấy không bận lắm.   Ông ấy không lấy gì làm bận lắm.

Bà ấy không đúng.   Bà ấy không lấy gì làm đúng.
Bà ấy không đúng lắm.   Bà ấy không lấy gì làm đúng lắm.

1. Bài này không dài lắm.
2. Tiếng Đức không khó lắm.
3. Tiếng Việt không dễ lắm.
4. Cái cửa này không lớn lắm.
5. Cái áo này không ngắn lắm.
6. Cái nhà của ông Nam không nhỏ lắm.
7. Cái xe này không nhanh lắm.
8. Món này không ngon lắm.
9. Bát canh này không ngọt lắm.
10. Việc này không quan trọng lắm.
11. Việc đó không rắc-rối lắm.
12. Việc đó không rõ lắm.
13. Con dao này không sắc (sharp) lắm.
14. Tôi không tiếc lắm.
15. Ông ấy không tốt lắm.
16. Vải này không trắng lắm.
17. Việc này không vội lắm.
18. Bà ấy không vui lắm.
19. Bà ấy không xấu lắm.
20. Trời hôm nay không đẹp lắm, không chụp ảnh được.

C. MAY MÀ

> May mà tôi không mắc bệnh sốt rét.
> *Fortunately I didn't get malaria.*

Given: Answer:

Tôi không mắc bệnh sốt rét.   May mà tôi không mắc bệnh sốt
                                     rét.
Tôi chưa đi.   May mà tôi chưa đi.
Nó chẳng sao cả.   May mà nó chẳng sao cả.

1. Tôi học ba năm rồi.
2. Chúng tôi không mệt lắm.
3. Tôi nhắc lại rồi.
4. Bà ấy đếm lại.
5. Tôi học bài ấy rồi.
6. Bài ấy không dài lắm.
7. Cô ấy biết ông Fox.
8. Hai người cùng làm một sở.

9. Tôi nhỏ.
10. Ông Kim là bạn nhà tôi.
11. Nó không sốt.
12. Cô ấy khỏi rồi.
13. Tôi uống ky-ninh rồi.
14. Tôi tiêm rồi.
15. Chúng tôi chích rồi.
16. Ông ấy không bị bệnh ung thư.
17. Họ không bị ho lao.
18. Chúng tôi hỏi rõ.
19. Tôi nhớ rõ.
20. Chúng tôi biết nói tiếng Việt-Nam.
21. Tôi biết dùng đũa.
22. Cô ấy ngoan.
23. Ba làm chủ hiệu sách.
24. Cô ấy không phải đi xa.
25. Ông Bang đi tàu thủy.
26. Ông ấy không đi máy bay.
27. Chúng tôi không ăn cơm ở hiệu ấy.
28. Chúng tôi có ky-ninh.
29. Nhà ấy không có muỗi.
30. Ông ấy có vợ rồi.

D. BẮT ĐẦU

Given:	Answer:
Mấy giờ trận banh bắt đầu?	Độ mấy giờ thì trận banh bắt đầu?
Mấy giờ người ta bắt đầu bán?	Độ mấy giờ thì người ta bắt đầu bán?
Mấy giờ họ bắt đầu trả tiền?	Độ mấy giờ thì người ta bắt đầu trả tiền?

1. Mấy giờ các ông bắt đầu xơi cơm?
2. Mấy giờ các ông ấy bắt đầu chụp ảnh?
3. Mấy giờ cô bắt đầu học thi?
4. Mấy giờ họ bắt đầu mở cửa?
5. Mấy giờ các ông bắt đầu thi?
6. Mấy giờ họ bắt đầu quay phim?
7. Mấy giờ các ông bắt đầu sơn nhà?
8. Mấy giờ ông ấy bắt đầu gọi các món ăn?
9. Mấy giờ cô ấy bắt đầu xào thịt bò?
10. Mấy giờ chúng ta bắt đầu nấu canh?
11. Mấy giờ chị mới bắt đầu quay ga?
12. Mấy giờ chúng ta bắt đầu nấu cơm?
13. Mấy giờ các ông ấy mới bắt đầu vào lớp?
14. Mấy giờ chúng ta bắt đầu viết ám-tả?

15. Mấy giờ các ông bắt đầu dịch?
16. Mấy giờ các ông bắt đầu đọc báo?
17. Mấy giờ các ông bắt đầu đánh dây thép?
18. Mấy giờ các ông mới gọi dây nói?
19. Mấy giờ trời bắt đầu mưa nhỉ?
20. Mấy giờ họ bắt đầu dọn nhà?

E. WHAT'S THE MATTER?

1. Bà ấy làm sao?	-- Bà ấy đau bụng.
2. Ông ấy làm sao ?	-- Ông ấy đau ruột dư.
3. Nó làm sao ?	-- Nó bị sốt.
4. Ông ấy làm sao?	-- Ông ấy bị sốt rét.
5. Bà ấy làm sao?	-- Bà ấy bị bệnh ung-thư.
6. Anh ấy làm sao?	-- Anh ấy bị ho lao.
7. Ông làm sao?	-- Ông bị bệnh đau tim.
8. Cô làm sao ?	-- Tôi đau răng.
9. Ông làm sao thế?	-- Tôi mệt.
10. Nó làm sao?	-- Nó nhảy mũi. Nó hắt-sì-hơi.
11. Cô ấy làm sao?	-- Cô ấy sốt 40 độ.
12. Chúng nó bị bệnh gì?	-- Chúng nó bị bệnh tê- bại.
13. Ông làm sao thế?	-- Tôi đau chân không đi bộ được.
14. Ông ấy làm sao thế?	-- Ông ấy bị cảm nắng.
15. Em đó làm sao?	-- Nó bị chảy máu.
16. Em đó làm sao thế ?	-- Nó bị gãy tay và gãy chân.
17. Cô làm sao?	-- Tôi chỉ hơi mệt một chút thôi.
18. Ông làm sao?	-- Tôi buồn ngủ lắm. Tôi thiếu ngủ.

FLUENCY DRILL

This gives you the ailments, and the remedies called for:

bệnh sốt rét	thuốc sốt rét
bệnh ung-thư	thuốc ung-thư
bệnh ho lao	thuốc ho lao
bệnh đau tim	thuốc đau tim
bệnh tê bại	thuốc tê-bại
bệnh đau răng	thuốc đau răng
bệnh đau mắt	thuốc đau mắt
bệnh đau bụng	thuốc đau bụng
bệnh đau ruột	thuốc đau ruột
bệnh sốt	thuốc sốt
bệnh hắt-sì-hơi	thuốc hắt-sì-hơi
bệnh cảm	thuốc cảm

F.   AUXILIARY VERB SẼ

Hai tuần nữa tôi sẽ đi Huế.
I will be going to Hue in two weeks.

Given:

Tôi đi Huế hai tuần.

Ông ấy về Mỹ ba tháng.

Chúng tôi đi Saigon bốn tuần.

Answer:

(A) Hai tuần nữa tôi đi Huế.
(B) Hai tuần nữa tôi sẽ đi Huế.
(A) Ba tháng nữa ông ấy về Mỹ.
(B) Ba tháng nữa ông ấy sẽ về Mỹ.
(A) Bốn tuần nữa chúng tôi đi Saigon.
(B) Bốn tuần nữa chúng tôi sẽ đi Saigon.

1. Cô ấy lên nghỉ mát Đà-lạt năm hôm.
2. Ba ấy đi làm hai tháng.
3. Nó đi học một năm.
4. Cô Green về nước tám tuần lễ.
5. Ông bà ấy về Cựu-Kim-Sơn năm tháng.
6. Ông ấy bán sách năm năm.
7. Ông ấy làm ở nhà dây thép ba tuần.
8. Ông Xuân làm ở Bộ Ngoại-giao hai năm.
9. Trời mưa hai tháng.
10. Cô ấy bận học thi hai tuần.
11. Ông Kennedy đi học bên Mỹ sáu tháng.
12. Ông Kim đi Nhật-Bản bốn năm tháng.
13. Ông bà ấy ghé Hồng-Công bốn ngày.
14. Ông Linh sang Đài-Loan độ mười ngay.
15. Anh tôi đi Ăng-lê ba tháng.
16. Bốn ông này đi Saigon một năm.
17. Chau đi học Đà-lạt sáu tháng.
18. Chúng tôi đi nghỉ hè sáu tuần.
19. Ông ấy được sang Pháp học sáu tháng.
20. Vợ chồng ông Bưởi đi Nha-trang ba tuần.
21. Ông đi nằm nhà thương năm hôm.
22. Chúng tôi học tiếng Việt ba tiếng đồng hồ.
23. Đại-học Văn-khoa phát bằng hai tiếng đồng hồ.
24. Chau Huân đi bác-sĩ bốn tháng.
25. Cô tôi làm việc ở Bộ Kinh-tế một tuần.
26. Các ông ấy đợi ở Đại-học Sư-phạm nửa giờ.
27. Chúng tôi ghé tiệm sách mười lăm phút.

G. CHỈ CÓ....(LÀ)...THÔI

> Chỉ có Văn-khoa và Khoa-học là
> phát bằng Cử-nhân thôi.
> *Only Letters and Sciences deliver*
> *the license.*

Given:

Văn-khoa phát bằng cử-nhân.

Văn-khoa và Khoa-học phát
bằng cử-nhân.

Answer:

(A) Văn-khoa thì phát bằng
    Cử-nhân.
(B) Chỉ có Văn-khoa là phát
    bằng Cử-nhân thôi.
(A) Văn-khoa và Khoa-học thì
    phát bằng Cử-nhân.
(B) Chỉ có Văn-khoa và Khoa-
    học là phát bằng Cử-nhân
    thôi.

1. Ông Xuân có vợ rồi.
2. Ông Xuân làm ở Bộ Ngoại-giao.
3. Ông Hạ làm ở Bộ Kinh-tế.
4. Ông Nam biết chụp ảnh.
5. Ông ấy biết quay phim.
6. Ông ấy có máy quay phim.
7. Ông Bằng nói chuyện với ông Nam.
8. Cô Thanh thích đi tàu thủy.
9. Tôi chụp ảnh màu.
10. Chúng tôi phải đợi lâu.
11. Ông Kennedy nói tiếng Việt hay.
12. Ông Bằng thích thịt bò xào cà-chua.
13. Tiệm này có cá hấp.
14. Ông bạn tôi dùng được ớt.
15. Ông bạn tôi ăn cay.
16. Cô ấy biết dùng đũa.
17. Thằng Trúc no.
18. Thằng kia không no.
19. Tôi không ăn kem dừa.
20. Ông ấy không cho đường vào nước chè.
21. Cô kia giơ tay.
22. Chúng tôi phải dịch bài này ra tiếng Anh.
23. Bài này phải học thuộc lòng.

> *Trồng cây chua, ăn quả chua,*
> *Trồng cây ngọt, ăn quả ngọt.*

GRAMMAR NOTES

9.1. <u>Nominal Predicate</u>. In Sentence 16, Năm nay / là năm cuối cùng. *'This is my last year.'* the noun-predicate năm cuối cùng is introduced by the particle là (See Note 4.1. for earlier examples).

In Sentence 12, Sân này / của Đại-học Sư-phạm. *'This soccer field belongs to the Faculty of Pedagogy.'*, the predicate is a prepositional phrase introduced by của (Literally : *possession, belonging, property; college; pedagogy*). This latter phrase, của Đại-học Sư-phạm is the contraction of sân của Đại-học Sư-phạm *'soccer field of the Faculty of Pedagogy'*--a noun phrase which could in turn be introduced by the particle là:

> Sân này / là sân của Đại-học Sư-phạm.
> Sân này / là của Đại-học Sư-phạm.
> Sân này / của Đại-học Sư-phạm.

A verbal predicate does not need là.

9.2. <u>Particle là.</u>(continued). In a sentence such as Bác-sĩ Tâm / là bà con với chúng tôi. *'Dr. Tam is a relative of ours.'* , the subject (or topic) is equated with bà con với chúng tôi, a nominal predicate introduced by the identifica- tional marker là.

But in Sentence 46, the utterance is longer: Bác-sĩ Tâm, là bà con với chúng tôi, phải khám nó mỗi tuần hai lần. *'Dr. Tam, (who) is a relative of ours, has to examine him twice a week.'*

The portion là bà con với chúng tôi, preceded and followed by a pause, is interpreted as a relative clause or an appositive clause which serves as a descriptive complement to the subject Bác-sĩ Tâm.

9.3. <u>Particle là</u> (continued). Let us now look at Sentence 61, Ông biết ngay là đau ruột dư *'He knew right away it was the appendix.'*

Here the particle là is very much like rằng *'that'*, used in an indirect quotation after verbs of knowing (biết), saying (nói, bảo), thinking (nghĩ, tưởng), etc.

9.4. <u>Resultative verb nổi</u>. This resultative verb indicates physical capacity to bear or stand, or achieve something: Sentence 60...đau quá không chịu nổi...*!the pain is excessive, and she could not stand it....'*

Compare: đau quá không chịu được.

9.5. <u>Verbal-Object Predicates</u> Such a sentence as Thổi còi rồi
(Literally: '(Someone) blew the whistle already.') can
be turned into:

     Còi thổi rồi.   *There blows the whistle.*

9.6. <u>Verbs tiêm, chích, khám, mổ.</u> Khám or khám bệnh means both
'*to have a medical examination*' and '*to give a medical
check-up*'. Tiêm or chích means both ' *to get an injection*'
and '*to give an injection*'. Mổ also means '*to be operated
on*' and '*to operate on*'.

    Examples:

      Ổng phải đi khám bệnh.   *He had to have a medical*
                               check-up.
      Ổng phải đi khám bác-sĩ.   *He had to see a doctor.*
      Bác-sĩ phải khám (cho)   *The doctor has to examine*
      ông ấy mỗi tuần hai lần.   *him twice a week.*

      Tôi phải đi tiêm.   *I have to go and get my shots.*
      Ổng ấy có tiêm cho anh   *Did he give him injections?*
      ấy không?

      Tôi phải đi chích.   *I have to go and get my shots.*
      Ổng ấy có chích cho cô   *Did he give you some*
      không?   *injections?*

      Bà có phải mổ không?   *Did she have to be operated*
                                 on?

      Bác-sĩ Tâm mổ cho tôi.   *Dr. Tam performed the opera-*
                                 tion on me.

    Compare:

      Tôi phải đi cắt tóc.   *I've to go and get a haircut.*
      Ổng ấy cắt tóc cho tôi.   *He cut my hair.*

9.7. <u>How Often?</u> Note various ways of saying how often something
happens or some action takes place:

    Sentence 35:
        Bao lâu lại đi thực-tập một lần?
        How often do you do practice teaching?

    Sentence 36:
        Chúng tôi đi mỗi bữa thứ tư.
        We go every Wednesday.

    Sentence 37:
        Cách ba tuần mỗi người mới dạy thử một lần.
        Each of us teaches only once every three weeks.

Sentence 46:
>   Bác-sĩ Tâm phải khám nó mỗi tuần hai lần.
>   *Dr. Tam has to examine him twice a week.*

9.8. <u>Time Table</u>. In Sentence 2, the phrase mười lăm giờ
'15:00 hours' is used for 3 p.m.   This is the practice for
train, bus or plane schedules:

mười hai giờ	(12:00)	mười hai giờ trưa	noon
mười ba giờ	(13:00)	một giờ chiều	1 p.m.
mười bốn giờ	(14:00)	hai giờ chiều	2 p.m.
mười lăm giờ	(15:00)	ba giờ chiều	3 p.m.
mười sáu giờ	(16:00)	bốn giờ chiều	4 p.m.
mười bảy giờ	(17:00)	năm giờ chiều	5 p.m.
mười tám giờ	(18:00)	sáu giờ chiều/tối	6 p.m.
mười chín giờ	(19:00)	bảy giờ tối	7 p.m.
hai mươi giờ	(20:00)	tám giờ tối	8 p.m.
hai mươi mốt giờ	(21:00)	chín giờ tối	9 p.m.
hai mươi hai giờ	(22:00)	mười giờ tối/đêm	10 p.m.
hai mươi ba giờ	(23:00)	mười một giờ đêm	11 p.m.

9.9. <u>Synonym Compounds</u>. When two nouns or two verbs are used
together they constitute a sort of generalizing compound
which refers to a general class of things or activities:

học hành	*to study and to practice--to study, learn*
mua bán	*to buy and to sell--to shop*
ốm đau	*sick and ill-- to be sick, be sickly*
bệnh tật	*disease and defect--illnesses*

The two elements may be separated by the conjunction với
'and, with':

học với hành	*to study; studying*
ốm với đau	*to be sick; sickness*
bệnh với tật	*to be sick; sickness, illness*
mua với bán	*to shop; shopping*

The conjunction với often sounds like mấy or mí.

9.10. <u>Terms of Relationship</u>. The kinship term dì denotes *'one's
mother's younger sister'*. Compare it with cô *'one's father's
younger sister'*. Either term for *'aunt'* is used in
conjunction with cháu *'nephew, niece.'*

9.11. <u>Pseudo-Compounds</u>. In a pseudo-compound--containing elements
borrowed from Chinese--a part may function as a suffix or
prefix. Names of (written) languages all have the suffix
văn:

Việt-văn	*Vietnamese*
Pháp-văn	*French*

Anh-văn	*English*
Đức-văn	*German*

Names of individual sciences or fields of academic study have the highly productive suffix -học:

luật-học	*law*
âm-nhạc-học	*music*
chính-trị-học	*political science*
sử-học	*history*
triết or triết-học	*philosophy*
vật-lý or vật-lý-học	*physics*

The morpheme (or syllable) quốc *'nation, country'* occurs as a prefix in several compounds:

quốc-văn	*national literature, Vietnamese*
quốc-kỳ	*national flag*
quốc-thiều	*national anthem*

PRONUNCIATION

Practice 38. Final -un in Saigonese

cùn	*dull*	thun	*elastic*
bùn	*mud*	đun	*to burn*
nhũn	*soft*	phun	*to spray*
vun	*to gather*	run	*to tremble*
hun	*to smoke out*	lùn	*dwarf-like*

Practice 39. Final -uôc in Saigonese

thuốc	*drug, medicine*	thuộc	*to know*
quốc	*nation, country*	cuộc	*party, session*
đuốc	*torch*	guốc	*wooden shoe*
luộc	*to boil*	chuộc	*to redeem*

Practice 40. Final -uôn in Saigonese

buồn	*sad*	cuốn	*book, roll*
luôn	*often*	luôn luôn	*very often*
chuồn-chuồn	*dragonfly*	muôn	*10,000*
muốn	*to desire*	khuôn	*mold*
tuôn	*to pour out*	nguồn	*source*

Practice 41. Tone Drill

511. Nguyễn Văn Bạ	514. Nguyễn Văn Bảy
512. Nguyễn Văn Bốn	515. Nguyễn Văn Mao
513. Nguyễn Văn Mười	516. Nguyễn Văn Hạ

521.	Chữ ấy đậu.	*Where is that word?*
522.	Chữ ấy đụng.	*That word is correct.*
523.	Chữ ấy dài.	*That word is long.*
524.	Chữ ấy nhỏ.	*That type is small.*
525.	Cũng uống sữa.	*Also drinks milk.*
526.	Vỡ cái lọ.	*The vase is broken.*
531.	Chỗ này mưa.	*It's raining here.*
532.	Chỗ này tối.	*This place is dark.*
533.	Chỗ này ầm.	*This place is noisy.*
534.	Chỗ này bận.	*This place is dirty.*
535.	Chỗ này rõ.	*You see better from this place.*
536.	Chỗ này ạ.	*This place here.*

TRANSLATION

Listen once, then write down. Hand in translation later.

(A) 1. Mấy giờ bắt đầu đá banh ? 2. Mười lăm giờ trận banh bắt đầu. 3. Làm gì mà nhảy mũi dữ vậy ? 4. Hôm nay ai đá với ai ? 5. Sận banh này của Đại-học Sư-phạm, nhưng sinh-viên Văn-khoa cũng được sử-dụng, phải không ? 6. Ông Ưng học Đại-học Sư-phạm bao lâu rồi ? 7. Ông ấy học trọn ba năm rồi. 8. Năm nay là năm thứ tư. 9. Tháng tư năm tới ông ấy thi ra. 10. Trước chương-trình mất bốn năm nhưng bây giờ chỉ có ba năm thôi. 11. Sinh-viên tốt-nghiệp được bằng Cử-nhân. 12. Văn-khoa phát bằng Cử-nhân. 13. Các ông ấy sẽ dạy ba lớp trên, gọi là đệ-nhị-cấp. 14. Ban Việt-văn có nhiều sinh-viên nhất. 15. Lát nữa họ cử quốc-thiệu, ta phải chào quốc-kỳ. 16. Chúng tôi đi thực-tập mỗi bữa thứ tư. 17. Cách ba tuần chúng tôi dạy thử một lần. 18. Tôi thích đi sang Việt-Nam để học nói tiếng Việt thật giỏi.

(B) 1. Tôi bị bệnh sốt rét, phải khám bác-sĩ mỗi tuần hai lần. 2. Đốc-tơ không biết bao giờ mới khỏi. 3. Không phải chích, chỉ uống ký-ninh thôi. 4. May mà tôi không mắc bệnh đó. 5. Bên Mỹ có ung-thư, bệnh ho lao, bệnh đau tim, bệnh tê-bại. 6. Em tôi nằm nhà thương đã mấy tuần nay rồi. 7. Ông ấy không làm sao, chỉ đau bụng thường thôi. 8. Bác-sĩ bảo là đau ruột dư, phải mổ. 9. Cô ấy bị cảm nên hắt-sĩ-hơi mãi. 10. Hôm nay ba thấy trong mình ra sao? 11. Hôm qua tôi sốt, nhưng hôm nay chẳng sao cả. 12. Đau quá, không chịu nổi.

Thật-thà là cha dại.

WHAT WOULD YOU SAY TEST

1. Ask your new Vietnamese friend at the university the following
   questions:

   a. Find out his name.
   b. Find out if he speaks English.
   c. Find out if he can go to the university library with you.
   d. Find out if his younger brother is a student at the
      Faculty of Pedagogy or the Faculty of Letters.
   e. Find out how long he has been studying at Pedagogy.
   f. Find out when he will graduate.
   g. Find out what grades he will be teaching upon graduation.
   h. Find out which section has the most students.
   i. Find out how often the students at Pedagogy have to do
      practice teaching.
   j. Find out whether he would like to go abroad.
   k. Find out what secondary school his younger brother is
      attending.

2. Make the following suggestions to your friend Ứng:

   a. Suggest that you and he go to the movies.
   b. Suggest that you and he go to the Botanical Gardens to take
      color pictures.
   c. Suggest that you two go to the soccer field of the Faculty
      of Pedagogy to take some movies.
   d. Suggest that you two arrive before the game starts.
   e. Suggest that you two buy some popcorn or peanuts.
   f. Suggest that your friend Ứng invite Miss Thu.
   g. Suggest that he stand up to salute the national flag.
   h. Suggest that he go to the university library every day.
   i. Suggest that he go and study English in England for a
      year or two.

3. Here is a question about a sick person: Ông ấy làm sao? *'What
   is the matter with him?'* Give the following answers about
   his condition:

   a. This morning he had to go to the doctor's.
   b. He has malaria, I think.
   c. Dr. Tam is not a relative of his.
   d. Dr. Tam has to examine him three times a week.
   e. He was feeling fine this noon.
   f. But this afternoon his temperature ran up a few degrees.
   g. The doctor gave up.
   h. The doctor does not know when he will recover.
   i. The doctor makes him take quinine all the time.
   j. His wife is afraid he may have cancer.
   k. His father is afraid he may have T.B.

l. He has been in the hospital several weeks.
m. He has a belly-ache off and on.
n. When he could not bear the pain he went to the doctor.
o. The doctor knew that it was appendicitis.
p. He had to be operated on.

4. Ask the following favors of a Vietnamese friend:

a. Ask him to go upstairs and get you the fountain pen.
b. Ask him to buy a Vietnamese-English dictionary for you.
c. Ask him to give you some more chalk.
d. Ask him to go to the post office and send this telegram.
e. Ask him to telephone you when he gets his passport.
f. Ask him to introduce you to the manager of a shoe store.
g. Ask him to wrap the books carefully for you.
h. Ask him to go to the Ministry of Agriculture with you.
i. Ask him to take some color pictures for you because
   there are plenty of flowers where you happen to be.

5. Ask the following questions:

a. How long has Miss Green been in Vietnam?
b. How long has Mr. Murphy been in Saigon?
c. How long have you been looking for a house?
d. How long has Tùng (your son) been studying in Chu-Văn-An
   High School?
e. How long has your father been living in Dalat?
f. How long have you known the Mr. Linh who is an engineer
   in the Ministry of Agriculture?
g. How long have you been vacationing in Vung Tau?
h. How long have you been parking the car here ?
i. How long has Miss Pike been working in the U.S. Embassy?
j. How long have you been studying law, Miss Lan?
k. How long has your fiancée been studying pharmacy, Mr. Thanh?
l. How long have you been teaching in Petrus Ky High School,
   Mr. Chanh?
m. How long has your father's younger brother been in the
   Binh-Dan Hospital?

VERBAL EXPRESSIONS

CONVERSATION

(Trong Nhà)

_____ Unit I _____

MRS. TRỰC:

1. *Huan, why do you keep teasing the baby?*　　Thằng Huân, sao cứ trêu em bé thế?

HUÂN:

2. *He took the red ball from me, Mommy.*　　Thưa mẹ, nó lấy của con quả bóng đỏ.

MRS. TRỰC:

3. *Let him play with it a little bit, he will give it back to you; never mind him.*　　Nó chơi một tí nó giả mà, mặc-kệ nó.

4. *Chị bếp!*　　Kìa chị bếp ơi!

5. *Tell Chị Hai to calm the baby down; why do you let him cry like that?*　　Bảo chị Hai dỗ em đi, để cho nó khóc thế!

6. *Pick him up!*　　Ẫm em lên!

7. *Please remember to wash the dishes right after lunch.*　　Ăn cơm xong, chị rửa chén đĩa ngay nhé!

COOK:

8. *I do.*　　Cháu rửa ngay đấy ạ.

MRS. TRỰC:

9. *That's right. Wash them right after each meal.*　　Phải rồi, ăn xong bữa nào rửa luôn bữa nấy chứ!

| 10. | Did you wash the clothes this morning? | Thế sáng nay chị giặt quần áo chưa? |

COOK:

| 11. | I washed the clothes, but haven't washed the diapers yet. | Thưa bà, quần áo giặt rồi, còn tã thì chưa ạ. |

MRS. TRỰC:

| 12. | Why don't you wash them now for the baby, then go to the market instead of dillydallying like that. | Thế giặt luôn cho em đi, rồi còn đi chợ chứ dung-đa dung-đỉnh mãi thế. |

_____ Unit 2 _____

MRS. TRỰC:

| 13. | Here I'm giving you two hundred and fifty piasters. | Đây, tôi đưa chị hai trăm rưởi đây. |

| 14. | Go to the Central Market, don't go to the Tandinh Market. | Chị ra hẳn chợ Bến-Thành chứ đừng có đi chợ Tân-định nhé. |

| 15. | Take a pedicab. | Gọi xích-lô mà đi. |

COOK:

| 16. | Shall I take the big basket? | Thưa bà, cháu mang cái rổ lớn đi được không? |

MRS. TRỰC:

| 17. | Take the big one with a handle, you can carry it more easily on the way back. | Thôi chị mang cái làn to đi, lúc về xách cho nó tiện. |

| 18. | You want to buy so many things: how are you going to carry them all by yourself! | Chớ chị mua bao nhiêu thứ, một mình vác ra làm sao? |

| 19. | Now, buy a chicken first. | Đây nhé, trước hết mua con gà này. |

| 20. | Be sure to choose a big fat one. | Chọn con nào thật béo ấy! |

21. *Three hundred grams of beef.*   Ba lạng thịt bò này.

22. *A piece of pork....*   Một miếng thịt heo này...

23. *No, get half a kilo of spare*   Hay thôi, mua nửa kí sườn đi.
    ribs instead.

24. *Remember to buy mustard*   Nhớ mua rau cải xanh nấu canh
    greens to put in the soup.   nhớ!

25. *Go ahead and buy some pork*   Thôi cứ mua thịt heo để chiên
    to fry with rice and eggs.   cơm với trứng gà vậy.

26. *Be sure to pick out some*   Chọn những hột gà nào thật tươi
    real fresh eggs!   nghe.

27. *Here, let me write it down*   Đây, tôi biên cho chị đây:
    for you: một chục trứng gà này, năm
    ten eggs, five tomatoes,   quả cà chua này, một kí hành
    a kilo of onions, a bunch   tây này, một bó hành ta này.
    of scallion.

28. *If they have liver, buy some.*   Có gan thì mua nhớ!

29. *Liver, not charcoal.*   <u>Gan</u>, chứ không phải than.

30. *Don't buy any kidneys.*   Đừng mua bầu-dục.

31. *Go on now.*   Thôi đi đi.

32. *You never bargain when I'm*   Không có tôi, chị chẳng mặc-cả
    not shopping with you.   chi hết.

33. *They always ask for a lot,*   Họ nói thách lắm, phải trả
    you have to bargain hard.   giá.

34. *Don't just pay any price*   Đừng có mua đại đi nghe.
    they name.

35. *Be sure to choose a real*   Chọn trái đu-đủ với nải chuối
    good papaya and a real good   cho thiệt tốt ấy.
    hand of bananas.

36. *Tell Chi Hai to remember,*   Nhớ dặn chị Hai giặt chiếu xong
    after washing the sleeping   đem chăn mền ra phơi nắng nhé.
    mat, to hang the blankets out
    in the sun.

Ăn mặn nói ngay, hơn ăn chay nói dối.

–––––––––––––––––––––––––––––– Unit 3 ––––––––––––––––––––––––––––––

MRS. THUẢN:

37. *How come your chi hai is*   Chị Hai nhà này sao mà ốm thế?
    so skinny?

MRS. TRỰC:

38. *No, nothing is the matter*   Không, chị ấy không ốm đau gì đâu.
    with her.
39. *She's just skinny, that's*   Chỉ phải cái tội gầy đó thôi.
    all.

MRS. THUẢN:

40. *Send her out for an X-ray!*   Cho đi rọi kiến đi!

MRS. TRỰC:

41. *X-ray?*   "Rọi kiến" là gì?

MRS. THUẢN:

42. *Yes, an X-ray picture of*   "Rọi kiến" là chiếu điện đó, chiếu
    her lungs.   phổi đó.

–––––––––––––––––––––––––––––– Unit 4 ––––––––––––––––––––––––––––––

MRS. THUẢN:

43. *Say, do you still remem-*   Này, chị còn nhớ hồi mình ở Hà-nội
    ber the time in Hanoi when   phải tản-cư bom Nhật không?
    we had to evacuate the city
    because of Japanese air
    raids?

MRS. TRỰC:

44. *Oh, Heavens! It was horrible.* Ối giời ơi, gớm...

MRS. THUẢN:

45. *How was it?*   Sao kia chị?

            Cây nhà, lá vườn.

MRS. TRỰC:

46. *Each time the alarm sounded people just rushed to the suburbs in great crowds as fast as they could.*   Hễ có còi báo động là cứ lũ lượt người ta đổ xô chạy ra ngoại-ô cho nhanh.

47. *I was so helpless, with my children, too.*   Mình thì lúng-túng có trẻ con chớ?

48. *You just had to push and shove.*   Thôi thì mạnh ai nấy chen.

49. *Some carried this, others carried that: it was so funny.*   Gồng gánh, buồn cười lắm cơ!

50. *Truc had to carry Hung and Tuyet in the back of this rickety bike.*   Ông Trực thì phải đèo thằng Hưng với con Tuyết đằng sau cái xe đạp cộc-ca cộc-cạch.

51. *People fought their way by pushing and shoving: it was a mess.*   Chen-chúc, xô-đẩy nhau, là cứ lung-tung-beng.

52. *Children were crying like mad.*   Trẻ con thì khóc như ri.

_____ Unit 5 _____

MRS. TRỰC:

53. *Chi Hai, will you tie Baby's pants?*   Kìa, chị Hai, buộc quần cho em.

54. *Here, let me wipe his nose.*   Đưa đây, tôi chùi mũi cho em.

55. *You don't have to make those faces.*   Làm gì mà mếu máo thế!

56. *Come here, darling!*   Lại đây má yêu, con!

57. *Oh! you little treasure!*   Ô, cưng quá!

58. *Give Mommy a kiss! Come on, sniff!*   Hôn má đi! Thơm đi!

59. *How come your clothes are messy like this?*   Áo quần gì mà xốc-xếch thế này?

MRS. THUẦN:

60. *Nice baby.*   Cháu ngoan quá nhỉ?

MRS. TRỰC:

61. *Say hi to Auntie.*   Lạy bác đi, con.

HUÂN:

62. *Hi, Auntie.*   Lạy bác ạ.

MRS. THUẬN:

63. *Nice boy!*	Ngoan quá!
64. *You're a good boy!*	Giỏi quá!

MRS. TRỰC:

65. *Now, go on to Chi Hai and let Mommy talk to Auntie.*	Thôi, đi ra với chị Hai, cho mạ nói chuyện với bác.
66. *Wash his face and hands and feet, then change his clothes, will you?*	Rửa mặt mũi, chân tay rồi thay quần áo cho em đi, chị nhé.
67. *Let him wear his new pajamas.*	Thay pi-gia-ma mới vào!

VOCABULARY

ẵm	V	*to carry (baby)*
báo	V	*to announce*
báo động	V	*to sound the alert*
bầu dục	N	*kidney*
béo	SV	*to be fat (= mập; ≠ gầy, ốm)*
bếp	N	*cook*
anh bếp	N	*the cook (male)*
chị bếp	N	*the cook (female)*
bó	V/N	*to tie/bunch*
bó buộc	V	*to compel, coerce*
bom (Fr. bombe)	N	*bomb (CL quả, trái)*
buộc	V	*to tie*
bó buộc	V	*to compel, coerce*
bữa	N	*meal*
còi báo động	N	*air-raid siren*
chăn	N	*blanket (=mền)*
chen	V	*to jostle, bump, push, elbow one's way*
chen-chúc	V	*to jostle, bump, push, elbow one's way*
chén	N	*eating bowl (= bát)*
chén đĩa	N-N	*dishes*
chị bếp	N	*the cook (female)*
chị hai	N	*the nursemaid, housemaid*
chiên	V	*to fry (= rán)*
chiếu	N	*sleeping mat (CL chiếc for single one, đôi for a pair)*
chiếu	V	*to project*
chiếu điện	V	*to have an X-ray*
chiếu phổi	V	*to have a chest X-ray*
chọn	V	*to select, choose*
chùi	V	*to wipe; to rub, polish, scrub*
dặn	V	*to recommend*
dỗ	V	*to coax, wheedle, cajole*
đại	A	*to act despite inability, advice or warning*

đẹo	V	to carry (extra passenger)
dụng-dạ dụng-dỉnh	V	to dillydally
dụng-dỉnh	V	to go slowly, leisurely
gánh	V	to carry with a pole and two containers
gầy	SV	to be skinny (≠ béo, mập)
gồng	V	to carry with a pole
gồng gánh	V	to carry with a pole
hành	N	scallion hành ta, onion hành tây
hành ta	N	scallion, green onion
hành tây	N	onion
hẳn	A	to act thoroughly, go all the way to
heo	N	pig (= lợn)
thịt heo	N	pork
hôn	V	to kiss
hột gà	N	chicken's egg
hột vịt	N	duck's egg
kí (Fr. kilogramme)	N	kilogram
khóc như ri	PH	to cry bitterly
làn	N	shopping bag (CL cái)
lạy	V	to prostrate oneself, to offer greetings
lũ	N	band, gang
lũ lượt	N	crowd, crowds
lung-tung	SV	to be in disorder, be chaotic
lung-tung-beng	SV	to be topsy-turvy, be in a mess, be chaotic
lúng-tạ lúng-túng	SV	to be embarrassed, helpless
lúng-túng	SV	to be confounded, embarrassed
mặc	V	to leave (someone, something) alone, ignore
mặc-cả	V	to bargain, to haggle
mặc-kệ	V	to leave alone, ignore
mặt mui	N	face
mền	N	blanket (= chăn)
mếu	V	to start to cry
mếu-máo	V	to make faces, to start to cry
nai	CL	hand (of bananas)
pi-gia-ma	N	pajamas (CL bộ for a pair)
phổi	N	lung (CL lá)
chiếu phổi	V	to have a chest X-ray
lao phổi		tuberculosis
phơi	V	to dry in the sun
ngoại-ô	N	suburb
rau	N	vegetables
rau cải	N	mustard greens
rọi	V	to project
rọi kiến	V	to have an X-ray
rổ	N	round basket (CL cái)

sườn	N	*rib, sparerib*
tã	N	*diaper*
tản-cư	V	*to evacuate*
tí	N	*jiffy*
tội	N	*sin, crime, guilt*
có tội	SV	*guilty*
tươi	SV	*(of fruit, vegetable) to be fresh*
thách	V	*to demand a high price*
than	N	*coal, charcoal*
thơm	SV/V	*to be fragrant; to sniff, kiss*
trả giá	V	*to bargain, haggle*
trêu	V	*to tease, annoy, harass*
xách	V	*to carry (hanging from one's hand or by means of a handle)*
xô	V	*to push, shove*
đổ xô	V	*(of crowd) to rush in*
xô-đẩy	V	*to shove and push, jostle*
xốc-xếch	SV	*to be in disarray (=xộc-xệch)*
yêu	V	*to love*

PATTERN DRILLS

A. THINGS TO DO FOR BABY

1. Buộc giầy cho em đi.
2. Giặt quần áo cho em đi.
3. Buộc quần cho em đi.
4. Chui mui cho em đi.
5. Rửa mặt cho em đi.
6. Rửa mặt mui cho em đi.
7. Rửa chân cho em đi.
8. Rửa tay cho em đi.
9. Thay quần áo cho em đi.
10. Thay pi-gia-ma cho em đi.
11. Thay tã cho em đi.
12. Cho em ăn sữa đi.
13. Cho em ăn cơm đi.
14. Cho em ra vườn đi.
15. Cho em ra vườn hoa đi.
16. Đưa em đi chơi đi.
17. Đưa em đi học đi.
18. Đưa em ra chỗ kia.
19. Cho em đi ngủ đi.
20. Quạt cho em đi.
21. Tắm cho em đi.
22. Cho em ăn canh đi.
23. Cho em ăn thịt đi.
24. Cho em ăn cá đi.
25. Cho em ăn bánh đi.

B. VERBS OF GIVING

> Tôi đưa hai trăm cho ông ấy.
> Tôi đưa cho ông ấy hai trăm.
> Tôi đưa ông ấy hai trăm.
> *I gave him two hundred piasters.*

Given:

Tôi đưa hai trăm cho ông ấy.

Answer:

(A) Tôi đưa cho ông ấy hai trăm.
(B) Tôi đưa ông ấy hai trăm.

1. Tôi đưa hai trăm rưởi cho chị nhé.
2. Tôi trả quyển sách cho ông ấy rồi.
3. Ông ấy gửi cái bật lửa cho tôi.
4. Bà ấy bán cái xe hơi ấy cho anh tôi.
5. Ông bà ấy gửi một cái thư dài cho tôi.
6. Cô ấy mua một cái đĩa hát cho tôi.
7. Ông Kim ông ấy mua một cái áo mưa cho tôi.
8. Ông Hiếu mua nhiều đồ chơi cho các con ông ấy.
9. Ông lãnh-sự đưa giấy thông-hành cho ông Bang.
10. Ông ấy gửi hàng Hồng-Công cho tiệm ấy.
11. Bà làm ơn bán năm thước vải cho tôi.
12. Chị làm ơn mua hai con gà thật mập cho tôi.
13. Ông làm ơn đưa cốc nước cam này cho ông Nam.
14. Ông bà ấy mua một cái xe đạp mới cho nó.
15. Chị làm ơn mua một bát phở cho tôi.
16. Anh nhớ gửi quà Nô-en cho tôi nhé.
17. Họ gửi quần áo cho thằng bé lớn.
18. Tôi vừa gửi hai quyển tự-vị cho cô Thu rồi.
19. Tôi phải đem cái thư này cho ông Lâm.
20. Tôi bán cái xe đạp ấy cho anh Thanh rồi.
21. Xin ông đưa cái thư ấy cho ông Kim.
22. Ông nên gia (or trả) cái đồng hồ ấy cho ông Vinh.

C. VERBS OF TAKING

> Nó lấy quả bóng của con.
> Nó lấy của con quả bóng.
> *He took the ball from me.*

Given:

Nó lấy quả bóng của thằng Hai.

Answer:

Nó lấy của thằng Hai quả bóng.

1. Anh lấy cái bút đó của ai?

2. Ai lấy bao diêm của tôi rồi?
3. Ai lấy tờ báo Tự-do của tôi rồi?
4. Không biết ai lấy mất cái đồng hồ Ômêga của tôi.
5. Nó lấy mất cái đĩa hát của tôi rồi.
6. Không biết ai lấy tiền của bà ấy rồi.
7. Tôi phải mượn hai trăm đồng của ông ấy.
8. Ông ấy phải thuê một cái vi-la to tướng của Mỹ-Kim.
9. Chúng tôi mượn thìa khóa thư-viện của ông bạn.
10. Nó lấy quyển tự-điển của ông Nha.
11. Ông ấy mượn hai cái bút máy Parker của ông Đức.
12. Tôi mượn sáu quyển tự-điển của thư-viện đại-học.
13. Nó lấy một trăm quyển sách của Khai-Trí.
14. Nó ăn ba trăm đồng bạc phở của tiệm phở "Tàu bay".
15. Nó lấy mười lăm cái áo mưa của tiệm đó.
16. Không biết ai lấy tất cả giấy má của tôi rồi.
17. Họ lấy máy ảnh và máy quay phim của ông lãnh-sự.
18. Tôi mượn cái máy quay phim của thư-viện Abraham Lincoln.
19. Ông ấy mượn quyển tự-điển Việt-Anh của Giáo-sư Thông.
20. Họ lấy rất nhiều sách báo của thư-viện đại-học.

D. N nào N nấy

> Ăn bữa nào rửa bữa (n)ấy.
> *Wash the dishes after each meal.*
>
> Ăn cây nào rào cây (n)ấy.
> *Look after the tree that gives you fruit.*
>
> Cha nào con (n)ấy.
> *Like father like son.*

1. Ăn bữa nào rửa bữa (n)ấy.	*Wash the dishes after each meal.*
2. Ăn cây nào rào (*to fence, protect*) cây (n)ấy.	*Look after the tree that gives you fruit.*
3. Cha (*father*) nào con (*child*) (n)ấy.	*Like father, like son.*
4. Rau (*vegetable*) nào sâu (*worm*), (n)ấy.	*Like father, like son.*
5. Sách của người nào người (n)ấy đọc.	*Everyone reads his own book(s).*
5a. Sách của ai người nấy đọc.	*Everyone reads his own book(s).*
6. Tự-điển của người nào người (n)ấy dùng.	*Everyone uses his own dictionary.*
6a. Tự-điển của ai người nấy dùng.	*Everyone uses his own dictionary.*
7. Mạnh ai nấy chen.	*You just push and shove with all your strength.*
8. Mạnh ai nấy chạy.	*You run for your own life.*

9. Mạnh ai nấy ăn.
10. Ai làm nấy chịu.

Everyone ate what he could.
Whoever did it will bear the
consequences.

E. VERB + ADJECTIVE

Ông phải nghe kỹ.
Ông phải nghe cho kỹ.
You must listen carefully.

Given:

nghe kỹ

đọc kỹ

đọc đúng

Answer:

(A) Anh phải nghe cho kỹ.
(B) Anh phải nghe cho thật kỹ.
(A) Anh phải đọc cho kỹ.
(B) Anh phải đọc cho thật kỹ.
(A) Anh phải đọc cho đúng.
(B) Anh phải đọc cho thật đúng.

1. rửa sạch
2. đọc nhanh
3. giặt sạch
4. viết đúng
5. nhắc đúng
6. chạy nhanh
7. dịch đúng
8. học thuộc
9. dịch nhanh
10. viết nhanh
11. ăn nhanh
12. nói nhanh
13. bắt chước đúng
14. làm bài cận thận
15. học bài kỹ
16. viết đẹp
17. hỏi kỹ
18. đếm đúng
19. đóng kỹ
20. làm kỹ
21. làm việc nhanh
22. nấu kỹ
23. phân-biệt rõ-ràng
24. nói tự-nhiên
25. viết thẳng

26. đứng thẳng
27. đi thẳng
28. xoá kỹ
29. nói to
30. nói lớn
31. nói rõ
32. sửa-soạn kỹ
33. gói kỹ
34. nấu kỹ
35. nấu chín
36. uống say
37. nói tiếng Việt giỏi
38. đọc chữ Việt đúng
39. hát tiếng Việt hay
40. viết chữ Việt đúng

Sống có khúc, người có lúc.

F. SEQUENTIAL ACTIONS

> Anh nên đem sách ra (mà) đọc đi!
> *Get your book out and read!*

Given:

Đem sách ra đọc đi!
Đem chăn ra phơi đi!
Đem mền ra phơi nắng đi!

Answer:

Anh nên đem sách ra mà đọc đi!
Anh nên đem chăn ra mà phơi đi!
Anh nên đem mền ra mà phơi nắng đi!

1. Đem bài ra học đi!
2. Đem thư ra viết đi!
3. Đem bút máy mới ra dùng đi!
4. Đem dưa ra ăn đi!
5. Đem giấy ra viết thư đi!
6. Đem tiền ra đếm đi!
7. Đem sách ra phơi đi!
8. Đem bóng ra chơi đi!
9. Đem bài đó ra dịch đi!
10. Đem mười bài đầu ra học lại đi!
11. Đem năm bài đó ra học ôn đi!
12. Đem đĩa hát ra nghe đi!
13. Đem dây nhựa (tapes) ra nghe đi!
14. Đem bài dịch ra làm đi!
15. Đem bài tập ra làm đi!
16. Đem những câu kiểu-mẫu ra dịch đi!

G. VERBS OF TELLING

> Bảo chị Hai chị ấy đi chợ.
> Bảo chị Hai đi chợ.
> *Tell Chi Hai to go to the market.*

1. Bảo chị Hai dỗ em đi. — *Tell Chi Hai to calm the baby down.*
2. Nhớ dặn chị Hai giặt chiếu. — *Remember to tell Chi Hai to wash the sleeping mat.*
3. Bảo chị Hai giặt quần áo đi. — *Tell Chi Hai to wash the clothes.*
4. Tôi bảo chị Ba đi chợ Bến-thành. — *I told Chi Ba to go to the Central market.*
5. Tôi bảo anh ấy gọi xích-lô. — *I told him to call a pedicab.*

6. Cô ấy mời tôi đến chơi.   *She invited me to come over.*
7. Bà Trực bảo chị bếp mua   *Mrs. Truc told the cook to buy*
    thịt bò.   *some beef.*
8. Tôi vừa mới bảo chị bếp   *I just told the cook to fry some*
    chiên cơm.   *rice.*
9. Ông làm ơn bảo ông ấy đi   *Please tell him to go to work.*
    làm.
10. Tôi nhờ ông ra nhà dây   *I am asking you to go to the*
    thép.   *post office.*
11. Ông ấy nhờ tôi đi Cựu-Kim   *He asked me to go to San Francisco*
    Sơn mua sách.   *to buy books.*
12. Bà ấy bảo tôi đi mua đồng   *She told me to go and buy watches*
    hồ và máy ảnh.   *and cameras.*
13. Giáo-sư Thống bảo tôi đợi   *Professor Thong told me to wait*
    ở đây.   *here.*
14. Giáo-sư bảo sinh-viên mở   *The teacher told the students to*
    sách ra.   *open their books.*
15. Ông bà ấy nhờ tôi kiếm   *They asked me to look for a house*
    nhà gần trường đại-học.   *near the university.*

FLUENCY DRILL

Quyển sách này có hai mươi trang.
Trang này có hai mươi câu.
Câu này có hai mươi chữ.
Chữ này dấu huyền.

GRAMMAR NOTES

10.1. <u>Verbs of giving</u>. Verbs of giving are those like đưa
'*to hand*', gửi '*to send*', trả, '*to pay*', etc. The so-called
direct object ("what is given") may precede or follow
the so-called indirect object ("the recipient"). The
latter is introduced by the preposition cho '*to, toward*':

a) Tôi đưa hai trăm cho   *I gave him two hundred piasters.*
    ông ấy.
b) Tôi đưa cho ông ấy   *id*
    hai trăm.

In the latter case, cho is usually left out:

c) Tôi đưa ông ấy hai trăm.

The two noun phrases denoting the direct object and the
indirect object are switched around, as shown in the following
tree diagrams:

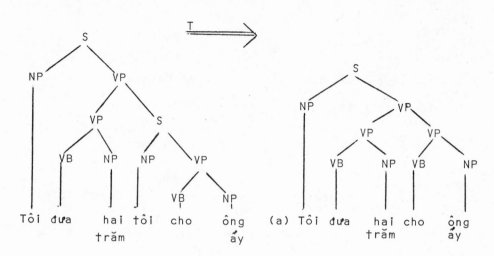

Deep structure

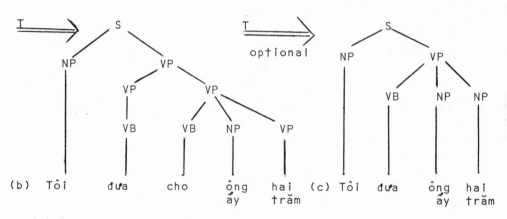

Other examples:

1. a) Tôi đưa hai trăm rưới   *Shall I give you 250 piasters?*
      cho chị nhé.
   b) Tôi đưa cho chị hai trăm   *id.*
      rưới nhé.
   c) Tôi đưa chị hai trăm   *id.*
      rưới nhé.

2. a) Tôi trả quyển sách cho   *I already returned the book*
        ông ấy, rồi.   *to him.*
    b) Tôi trả cho ông ấy quyển   *id.*
        sách rồi.
    c) Tôi trả ông ấy quyển   *id.*
        sách rồi.

3. a) Ông ấy gửi cái bật lửa   *He sent the cigarette lighter*
        cho tôi.   *to me.*
    b) Ông ấy gửi cho tôi cái   *He sent me the cigarette*
        bật lửa.   *lighter.*
    c) [Ông ấy gửi tôi cái   *He entrusted me with his*
        bật lửa]   *cigarette lighter.*

4. a) Bà ấy bán cái xe hơi đó   *She sold that car to my elder*
        cho anh tôi.   *brother.*
    b) Bà ấy bán cho anh tôi   *She sold my elder brother that*
        cái xe hơi đó.   *car.*

10.2. <u>Verbs of taking</u>. Like the verbs of giving, verbs of taking
       such as lấy *'to take'*, mượn *'to borrow'*, thuê *'to rent,*
       hire' etc. have both a direct object ("what is taken") and
       an indirect object ("the loser"). The phrase composed of
       preposition của *'of, from'* and the noun denoting the
       person from whom something is taken, either follows or
       precedes the direct object:

    a) Nó lấy quả bóng đỏ của con. *He took the red ball from me.*
    b) Nó lấy của con quả bóng đỏ.   *id.*

    These sentences are derived from Nó lấy quả bóng đỏ. Quả
    bóng đỏ là của con.

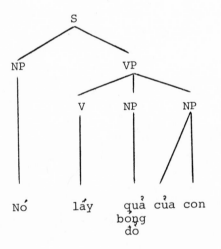 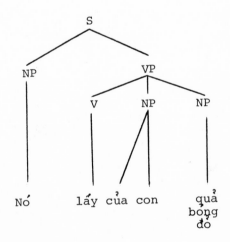

Other examples:

1. a) Tôi mượn hai trăm đồng của ông ấy.

   I borrowed 200 piasters from him.

  b) Tôi mượn của ông ấy hai trăm đồng.

   id

  c) Tôi mượn ông ấy hai trăm đồng.

   id

2. a) Ông ấy thuê vi-la to-tướng của Mỹ-Kim.

   He rented a big villa from My-Kim.

  b) Ông ấy thuê của Mỹ-Kim vi-la to-tướng.

   id

3. a) Nó ăn ba trăm đồng bạc phở của Tiệm 79.

   He ate three hundred piasters' worth of <u>phở</u> at the 79 store.

  b) Nó ăn của Tiệm 79 ba trăm đồng bạc phở.

10.3. <u>Causative verbs</u>. These verbs include such verbs of asking as bảo *'to tell'*, nhờ *'to ask'*, mời *'to invite'*, etc. Here are some examples:

Ông ấy bảo tôi đi.	*He told me to go.*
Ông ấy bắt tôi đi.	*He made me go.*
Ông ấy bắt buộc tôi đi.	*He forced me to go.*
Ông ấy cho tôi đi.	*He allowed me to go.*
Ông ấy để tôi đi.	*He let me go.*
Ông ấy mời tôi đi.	*He invited me to go.*
Ông ấy nhờ tôi đi.	*He asked me to go.*

10.4. <u>Use of này in enumerations</u>. In listing several articles, the word denoting each item is usually followed by này:

Thịt bò này, thịt heo này, trứng gà này, cà chua này, hành tây này...

   Beef, pork, eggs, tomatoes, onions...

Một phòng khách này, một phòng ăn này, ba phòng ngủ này, bếp này...

   A living room, a dining room, three bedrooms, a kitchen ...

Đọc báo này, học bài này, nghe nhạc này,...

   Reading the newspaper, studying, listening to music, ...

PRONUNCIATION

Practice 42. Syllable -oc

óc	brain	nhọc	tired
học	to study, learn	ngọc	precious stone
dọc	to read	sọc	stripe
tóc	hair	dọc	lengthwise
thóc	unhusked rice	khóc	to cry
cóc	toad	góc	angle
bóc	to peel	lọc	to filter
mọc	to grow		

Practice 43.

Cô có khoẻ không?   Are you well?
Có khó không?   Is it difficult?

Practice 44

Xin đọc theo tôi.   Please read after me.
Tôi thôi.   I quit.
Thôi, tôi thôi.   Well, I quit.
thư-từ   correspondence
thứ tư   Wednesday
thi tú tài   to take the baccalaureat (senior
thứ tám   eight   high exam)
tối thứ tư   Wednesday evening

Practice 45.

Bây giờ mấy giờ?   What time is it now?
--Bây giờ bảy giờ.   It's seven.
Bây giờ mấy giờ?   What time was it then?
--Bây giờ bảy giờ.   It was seven.

Practice 46

	Mua chưa?	--Chưa mua.	
mua cụa	Mua cụa chưa?	--Chưa mua.	
mua mía	Mua mía chưa?	--Chưa mua.	
mua búa	Mua búa chưa?	--Chưa mua.	
mua dưa	Mua dưa chưa?	--Chưa mua.	
mua dứa	Mua dứa chưa?	--Chưa mua.	
mua dừa	Mua dừa chưa?	--Chưa mua.	
mưa	Mưa chưa?	--Chưa mưa.	

Practice 47. Tone Drill

541. Giẫm phải gai.   *He stepped on a thorn.*
542. Mỹ hỏi giấy.   *The Americans asked for your ID.*
543. Đỡ phải làm.   *That way I don't have to do it.*
544. Đỡ phải hỏi.   *You don't have to ask.*
545. Vẫn phải mỡ.   *You still need some lard.*
546. Giẫm phải cọc.   *He stepped on a stake.*

551. Đã đỡ chưa?   *Has he improved?*
552. Hoãn mãi thế?   *Why do they keep postponing it ?*
553. Hoãn mãi a?   *Are you going to postpone it?*
554. Hoan mai hở?   *id*
555. Nguyễn Vĩnh Viễn   *(personal name)*
556. Nguyễn-Hữu-Tại   *(personal name)*

561. Đã chịu chưa?   *Do you give up?*
562. Cũng sợ chứ.   *Sure, I'm afraid.*
563. Nguyễn-Đình-Tường   *(personal name)*
564. Nghĩa phụ tử.   *Relation between father and son.*
565. Vẫn ngại mai.   *(I) have hesitated.*
566. Vẫn ngụ tại...   *Still live at...*

TRANSLATION

1. Thằng Huân trêu em bé hoài. 2. Mẹ nó bảo nó đừng trêu em nó nữa. 3. Vì em bé khóc nên ba Trực bảo chị Hai ẵm nó lên. 4. Bà Trực bảo chị Bếp phải rửa chén sau mỗi bữa ăn. 5. Bà ấy cũng bảo chị Bếp giặt tã rồi còn đi chợ, chứ đừng dung-da dung-dinh. 6. Bà Trực đưa cho chị Bếp hai trăm rưởi để đi chợ mua đồ ăn. 7. Bà ấy muốn chị ấy đi chợ Bến-Thành chứ không phải chợ Tân-Định. 8. Bà ấy bảo chị Bếp mua một con gà thật béo, ba lạng thịt bò, và một nửa ký sườn. 9. Chị Bếp cũng phải mua rau cải xanh để nấu canh và thịt heo để chiên cơm với trứng gà. 10. Bà Trực biền những thứ phải mua, cho chị Bếp khỏi quên. 11. Bà ấy cũng không quên bảo chị Bếp phải mặc cả vì họ nói thách lắm. 12. Rồi bà ấy bảo chị Bếp bảo chị Hai đem chăn mền ra phơi nắng. 13. Chị Hai nhà bà Trực chỉ phải cái tội gầy thôi chứ không đau ốm gì. 14. Bà Thuận bảo ba Trực cho chị ấy đi rọi kiện. 15. Bà Trực không hiểu "rọi kiện" là gì. 16. Bà Thuận hỏi bà Trực còn nhớ khi họ còn ở Hanội phải tản cư bom Nhật không. 17. Hồi ấy hễ có còi báo động là người ta đổ xô chạy ra ngoại-ô cho nhanh. 18. Gia-đình bà Trực thì lúng túng vì có trẻ con. 19. Ông Trực phải đèo thằng Hưng với con Tuyết đằng sau cái xe đạp cọc-cà cọc-cạch. 20. Vì quần áo của em bé xốc-xếch nên bà Trực bảo chị Hai buộc quần cho nó. 21. Bà ấy chùi mũi cho con bà ấy và bảo nó hôn bà ấy. 22. Bà Trực bảo thằng bé chào bà Thuận. 23. Huân chào bà Thuận rồi đi ra với chị Hai để cho hai bà nói chuyện. 24. Chị Hai thay pi-gia-ma mới cho Huân.

WHAT WOULD YOU SAY TEST

1. Mrs. Truc tells Huan not to tease his younger brother:

    a. Thằng Huân trêu ai thế ?
    b. Em bé khóc là tại vì thằng Huân trêu.
    c. Huân, không được trêu em nữa.
    d. Thằng Huân lại trêu em đấy, phải không?

2. The baby is crying, Mrs. Truc tells Chi Hai to calm him down:

    a. Chị Hai để nó khóc, mặc kệ nó.
    b. Chị Hai, em nó đang chơi, dỗ em đi.
    c. Chị Hai, thằng Huân nó lại đang trêu em bé kia kìa.
    d. Dỗ em đi, đừng để nó khóc nữa.

3. How much money did Mrs. Truc give Chi Hai to buy food?
   (according to the dialogue).

    a. Hai trăm năm mươi đồng.
    b. Hai trăm năm chục đồng.
    c. Hai trăm rưỡi.
    d. Ba trăm đồng.

4. What kind of transportation did Chi Bep use to go to the
   market?

    a. Chị ấy đi chợ bằng xe hơi.
    b. Chị ấy đi chợ bằng xe đạp.
    c. Chị ấy đi chợ bằng xe buýt.
    d. Chị ấy đi chợ bằng xe xích-lô.

5. Liver, not charcoal.

    a. Gan chứ không phải bầu-dục.
    b. Bầu-dục chứ không phải than.
    c. Gan, chứ không phải than.
    d. Gạo, chứ không phải than.

6. Why did Mrs. Truc tell Chi Bep to bargain?

    a. Tại vì ai cũng mặc cả.
    b. Bởi vì họ nói thách lắm.
    c. Tại vì bà Trực thích mặc cả.
    d. Tại vì ai cũng trả giá.

7. What does Mrs. Truc tell Chi Bep to buy mustard greens for?

    a. Bà Trực bảo chị Bếp mua rau cải xanh để xào thịt bò..
    b. Bà ấy bảo chị Bếp mua rau cải xanh để tráng trứng.
    c. Bà Trực bảo chị Bếp mua rau cải xanh để nấu canh.
    d. Bà Trực bảo chị Bếp mua nửa ký sườn để nấu canh.

8. Mrs. Thuan asks Mrs. Truc why her Chi Hai is so skinny?

   a. Chị Hai nhà này sao mà béo thế?
   b. Chị Hai nhà này sao mà gầy thế?
   c. Chị Hai nhà này sao mà ốm thế?
   d. Chị Hai nhà này sao mà khoẻ thế?

9. Send her out for an X-ray.

   a. Cho chị ấy đi chiếu điện đi.
   b. Cho chị ấy đi chiếu phoi đi.
   c. Cho chị ấy đi rọi kiến đi.
   d. Cho chị ấy nghỉ đi.

10. Mrs. Thuan asks Mrs. Truc if she remembers the time in Hanoi
    when they had to evacuate the city because of several air
    raids:

   a. Này, chị còn nhớ hồi mình ở Hanoi đi ăn cơm Nhật không?
   b. Này, chị còn nhớ hồi ở Hanội mình phải tản cư bom Nhật
      không?
   c. Này, chị còn nhớ hồi Nhật ở Hanội không?
   d. Hồi ở Hanội mình phải tản cư bom Nhật ghê quá nhỉ!

COMPLEX SENTENCES

CONVERSATION
(Chạy công việc)

_____Unit I_____

HIẾU:

1. *Where shall we go first, the bank or the post office?*

Chúng mình đi đâu trước? Ngân-hàng hay bưu-điện?

BROWNELL:

2. *The Exchange Office right away.*

Thôi ra phắt Hối-đoái đi.

3. *I need their authorization before I can open an account at the Treasury,...I mean, at the bank.*

Tôi cần có giấy phép của họ mới mở trương-mục ở Ngân-khố, à quên ở nhà băng được.

4. *See, I want to deposit some piasters and cash this check.*

Này, tôi muốn bỏ một ít tiền vào và lãnh cái chi-phiếu này.

_____Unit 2_____

CLERK:

5. *Please fill out this form.*

Ông làm ơn điền vào cái mẫu đơn này.

BROWNELL:

6. *Five copies!*

Năm bản à?

CLERK:

7. *Yes, but not the red ones; the yellow ones.*

Vâng, nhưng những tờ vàng kia, chứ không phải những tờ đỏ.

8. *May I see your passport?*

Ông cho xem thông-hành của ông.

9. *Please sign here.*

Xin ông ký vô đây.

10. *If you come here tomorrow morning your paper will be ready at window 5.*

Sáng mai ông tới, giấy phép sẽ xong ở ghi-sê số 5.

_____ _____Unit 3_____

BROWNELL:

11. *I want to buy three five-*   Tôi muốn mua ba cái tem đằng
    piaster stamps.   năm đồng.
12. *These are beautiful stamps.* Mấy con tem này đẹp quá.

HIẾU:

13. *They were just issued*   Vừa phát-hành hôm qua để kỷ-niệm
    yesterday to commemorate   Hai Bà Trưng.
    the Trung Sisters.

BROWNELL:

14. *May I have some more to put* Ông cho tôi mua thêm mấy cái
    on this package?   để tôi dán vào gói này.

CLERK:

15. *Sure, let me weigh it first.* Được, nhưng để tôi cân đã.
16. *I'll give you two of these,* Tôi sẽ bán cho ông hai cái này,
    three of these, and four of ba cái này và bốn cái đo-đỏ này.
    those pink ones.
17. *Now if you want to send that* Bây giờ nếu ông muốn gửi cái
    postcard by air mail it's bưu-thiếp đó bằng máy bay thì
    going to cost you another mất thêm mười lăm đồng nữa.
    fifteen piasters.

18. *Sorry, we don't sell enve-* Rất tiếc, chúng tôi không bán
    lopes here.   bao thơ ở đây.
19. *Registered mail? Window 4* Thơ bảo-đảm ấy à? Ghi-sê số 4
    on your right.   bên tay mặt.
20. *Money order? Window 7.*   Ngân-phiếu hả? Ghi-sê số 7.

BROWNELL:

21. *What are these boys*   Những em nhỏ này nó bán cái gì?
    selling?

HIẾU:

22. *The first-day covers.*   Tem ngày phát-hành đầu tiên ấy.

     Nhất mẹ, nhì cha, thứ ba bà ngoại.

_____Unit 4_____

HIỂU:

23. *By the way, how do you apply*   À này, ở Mỹ xin thông-hành thế
    for a passport in the U.S.?   nào?
24. *The procedure....*   Thủ-tục ra làm sao?

BROWNELL:

25. *Back home we apply at the*   Bên Mỹ, chúng tôi xin ở Bộ
    Department of State.   Ngoại-giao.
26. *They ask you what your name*   Họ hỏi tên mình là gì...
    is.
27. *They ask you about your age..*   Họ hỏi mình bao nhiêu tuổi này...
28. *Whether you are a man or a*   Đàn ông hay đàn bà này,
    woman, single or married..   độc-thân hay có vợ này....
29. *What color your eyes and*   Mắt màu gì và tóc màu gì...
    hair are...
30. *Then your height and weight..*   Rồi thì cao bao nhiêu, nặng
         bao nhiêu...
31. *They also take down your*   Họ biên địa-chỉ với lại tên
    address and your parents'   tuổi bố mẹ nữa.
    names.

_____Unit 5_____

HIỂU:

32. *What countries did you*   Dọc đường, ông ghé thăm những
    visit on the way?   nước nào?

BROWNELL:

33. *I first took the boat to*   Đầu tiên tôi đi tàu thuỷ sang
    Europe, then flew the rest   Âu-châu, còn thì đi toàn máy
    of the way.   bay.
34. *I stopped in England, France,*   Tôi dừng lại bên Anh, Pháp, Ý,
    Italy, Greece, no, Egypt,   Hy-lạp, không, Ai-cập chứ,
    Pakistan, India, and Thai-   Hồi-quốc, Ấn-độ và Thái-lan.
    land.
35. *What does P.T.T. stand for?*   P.T.T. là cái gì?

HIỂU:

36. *Those are French abbrevia-*   Đó là những chữ Pháp viết tắt.
    tions.
37. *P means Postal Service,*   P là bưu-chính,
    T means Telegraph,   T là điện-tín,
    and T stands for Telephone.   Còn T là điện-thoại.

BROWNELL:

38. *Oh, yes! I see some tele-*
    phone booths in there.
39. *Are the drugstores still*
    open at this hour?

Ừ nhỉ! Tôi thấy mấy cái phòng-
điện-thoại ở trong kia.
Giờ này tiệm thuốc còn mở cửa
không?

HIỂU:

40. *I think so.*

Chắc còn.

BROWNELL:

41. *There're a lot of cars here.*

Đây nhiều xe quá nhỉ!

HIỂU:

42. *Those parked over there*
    belong to the people who
    are in church.

Xe đậu bên kia là của những
người đi nhà thờ.

BROWNELL:

43. *I like the style of this*
    church, do you?

Tôi thích lối kiến-trúc cái
nhà thờ này, còn ông?

HIỂU:

44. *Yes, I like this architec-*
    ture just as much as that
    of the Xa-Loi Temple.

Tôi cũng thích kiểu này như
kiểu Chùa Xá-Lợi.

_____Unit 6_____

BROWNELL:

45. *You told me you have a*
    brother in the V.N.Navy.

Ông bảo tôi ông có một người
em trong Hải-quân V.N., phải
không?

HIỂU:

46. *Not the navy, not the air*
    force.
47. *He's a Major in the army.*

Không phải Hải-quân, không
phải Không-quân.
Chú ấy là Thiếu-tá Lục-quân.

BROWNELL:

48. *Is he?*
49. *How can you tell one rank*
    from another?

Thế à?
Làm sao mà phân-biệt được cấp-
bậc này cấp-bậc kia?

HIẾU:

50. *You go by the collar insignia.*

Cứ theo cái phù-hiệu ở cổ áo.

51. *With three silver apricot blossoms, it means a colonel.*

Ba hoa mai bạc là Đại-tá.

52. *Two of them means a lieutenant colonel.*

Hai hoa mai bạc là Trung-tá.

53. *One of them means a major.*

Một hoa mai bạc là Thiếu-tá.

54. *From the rank of captain down they have the brass apricot blossom.*

Từ Đại-uý trở xuống thì hoa mai đồng.

55. *Only generals have stars: two stars for a brigadier general, three stars for a major general, and four stars for a lieutenant general.*

Chỉ có Tướng là có sao thôi: Thiếu-Tướng hai sao, Trung-Tướng ba sao, và Đại-Tướng bốn sao.

BROWNELL:

56. *How much does this newspaper cost?*

Báo này mỗi số bao nhiêu tiền, anh?

HIẾU:

57. *Twelve piasters a copy.*

Mỗi số mười hai đồng.

BROWNELL:

58. *Where's their office?*

Toà báo ở đâu?

HIẾU:

59. *On Gia-Long Street.*

Ở đường Gia-Long.

BROWNELL:

60. *Only four pages?*

Có bốn trang thôi à?

HIẾU:

61. *Four pages every weekday, but the Sunday edition has a two-page supplement.*

Ngày thường bốn trang, chủ nhật thêm phụ-trương hai trang.

BROWNELL:

62. *Which page is the editorial on? I don't see it.*

Bài xã-luận đăng trang nào? Tôi không thấy.

HIỂU:

63. *Here it is, on Page Two,*   Đây, trang hai, cạnh bức tranh
    next to that cartoon; the   hí-họa đó, còn thì toàn tiểu-
    rest is only serialized   thuyết và quảng-cáo.
    novels and ads.

VOCABULARY

Ai-cập	N	*Egypt*
Ấn-Độ	N	*India*
Âu-châu	N	*Europe*
bản	N	*copy*
bao	N	*envelope, bag*
bao thư	N	*envelope*
bảo-đảm	V	*to assure, insure*
thư bảo-đảm		*registered letter*
băng	N	(Fr. banque) *bank* (=ngân-hàng)
nhà băng		*bank* (= ngân-hàng)
bưu-chính	N	*postal administration*
bưu-điện	N	*post office*
bưu-thiếp	N	*postcard*
cân	V	*to weigh*
cấp-bậc	N	*level, grade, rank*
chạy	V	*to run around looking for a job or special favor; to run errands*
chi-phiếu	N	*check* (CL tấm)
chùa	N	*Buddhist temple* (CL ngôi)
dọc	SV	*to be or go lengthwise* (Cf.ngang)
dán	V	*to paste, stick*
dừng	V	*to stop*
dọc đường	V	*to be on the way; on the way*
đại-tá	N	*colonel* (CL viên)
đại-tướng	N	*general* (CL viên)
đại-úy	N	*captain* (CL viên)
đầu tiên	A	*first, at first*
địa-chỉ	N	*address*
điền	V	*to fill out (a form)*
điện-tín	N	*telegram* (CL bức)
đo-đỏ	V	*to be reddish, be pink*
độc-thân	SV	*to be single, be a bachelor*
đồng	N	*copper, brass*
đơn	N	*application blank* (CL lá)
em nhỏ	N	*little boy, little girl*
ghi-sê	N	(Fr. guichet) *window (at the bank, post office)*
giấy phép	N	*permit, authorization, license*
hải-quân	N	*navy* (Cf. không-quân, lục-quân)
hí-họa	N	*cartoon*
hoa mai	N	*apricot blossom, plum blossom*

hối-đoái	N	*exchange*
sở hối-đoái		*exchange office*
Hồi-quốc	N	*Pakistan*
kiến-trúc	N	*architecture*
ký	V	*to sign (one's name or a document)*
ký-niệm	V	*to commemorate*
không-quân	N	*air force (Cf. hải-quân, lục-quân)*
lãnh	V	*to receive (money), cash (check)*
lục-quân	N	*army (Cf. hải-quân, không-quân)*
mai	N	*apricot, plum*
mẫu	N	*sample, model*
mẫu đơn	N	*application blank*
ngang	SV	*to be or go crosswise. Cf. dọc*
ngân-khố	N	*treasury*
ngân-phiếu	N	*money order (CL tấm)*
nhà băng	N	*bank (= ngân-hàng)*
nhà thờ	N	*church*
phát-hành	V	*to issue*
ngày phát-hành đầu tiên		*first day of issue*
phắt	V	*to act right away*
phòng điện-thoại	N	*telephone booth*
phù-hiệu	N	*insignia*
phụ-trương	N	*supplement (in paper)*
quảng-cáo	V	*to advertise, give publicity to*
-tá	N	*field officer. Cf. tướng, ủy*
đại-tá	N	*colonel*
thiếu-tá	N	*major*
trung-tá	N	*lieutenant colonel*
tắt	V	*to abbreviate (viết tắt)*
tem	N	*(Fr. timbre-poste) postage stamp(CL con, cái)*
tiểu-thuyết	N	*novel (CL cuốn)*
tòa báo	N	*newspaper office*
toàn	SV	*to be complete, perfect*
-tướng	N	*general. Cf. tá, ủy*
đại-tướng	N	*lieutenant general*
thiếu-tướng	N	*brigadier general*
trung-tướng	N	*major-general*
Thái-lan	N	*Thailand*
thiếu-tá	N	*major (CL viên)*
thiếu-tướng	N	*brigadier general (CL viên)*
thiếu-ủy	N	*second lieutenant(CL viên)*
thủ-tục	N	*procedure*
tranh hí-họa	N	*cartoon*
trung-tá	N	*lieutenant colonel (CL viên)*
trung-tướng	N	*major general (CL viên)*
trung-ủy	N	*first lieutenant (CL viên)*
trương-mục	N	*bank account*
-ủy	N	*junior officer*

đại-úy	N	*captain*
thiếu-úy	N	*second lieutenant*
trung-úy	N	*first lieutenant*
xã-luận	N	*editorial*
Ý	N	*Italy*

PATTERN DRILLS

A. FIRST AND NEXT

Given:

Chúng mình đi đâu trước?
Ngân-hàng hay bưu-điện?
Ông đi đâu trước? Hối-
đoái hay nhà ga?

Answer:

Đi ngân-hàng trước đã, đi bưu-
điện sau.
Đi Hối-đoái trước, đi nhà ga sau.

1. Ông ấy đi đâu trước? Cựu-Kim-Sơn hay Hoa-thịnh-đốn?
2. Cô ấy học tiếng nào trước ? Tiếng Pháp hay tiếng Việt?
3. Chúng ta học gì trước? Học nói hay học viết?
4. Người Mỹ ăn gì trước? Canh hay cơm?
5. Người Việt ăn gì trước? Cơm hay canh?
6. Anh muốn đi đâu trước? Bộ Kinh-tế hay Bộ Ngoại-giao?
7. Làm gì trước? Dịch hay cắt nghĩa?
8. Các ông muốn dùng gì trước? Bánh ngọt hay chuối?
9. Ông ba đi đâu trước? Đài-loan hay Nhật-bản?
10. Ông muốn đi đâu trước? Anh hay Pháp?
11. Chúng ta đi chụp ảnh ở đâu trước? Vườn Bách-thảo hay Trường
    đại-học.
12. Ăn gì trước? Ăn canh hay ăn cơm?
13. Làm gì trước? Đi cắt tóc hay đi tiệm thợ giặt?
14. Đến đâu trước? Bộ Ngoại-giao hay Bộ Kinh-tế?
15. Đón ai trước? Ông Chân hay ông Trực?
16. Mời ai trước? Anh Thuận hay anh Hiếu?
17. Họ ghé đâu trước? Nhật-bản hay Đài-loan?
18. Các ông định đi đâu trước? Hoa-thịnh-đốn hay Nữu-ước?
19. Chị muốn mua cái gì trước? Thịt hay cá?
20. Viết thư cho ai trước ? Ông đại-sứ hay ông lãnh-sự?

B. CLASSIFIERS

1. xe buýt	một chiếc xe buýt	một chuyến xe buýt
xe hơi	một chiếc xe hơi	một chuyến xe hơi
xe lửa	một toa xe lửa	một chuyến xe lửa
xe ô-tô	một chiếc xe ô-tô	một chuyến xe ô-tô
xe tắc-xi	một chiếc xe tắc-xi	một chuyến xe tắc-xi
xe xích-lô	một chiếc xe xích-lô	một chuyến xe xích-lô
xe máy	một chiếc xe máy	một chuyến xe máy
xe đạp	một chiếc xe đạp	một chuyến xe đạp

```
tàu          một chiếc tàu          một chuyến tàu
tàu bay      một chiếc tàu bay      một chuyến tàu bay
tàu thuỷ     một chiếc tàu thuỷ     một chuyến tàu thuỷ
máy bay      một chiếc máy bay      một chuyến máy bay
```

2.
```
chuối        một quả chuối      Xin cô cho tôi một quả chuối.
dưa          một quả dưa        Xin cô cho tôi một quả dưa.
dừa          một quả dừa        Xin cô cho tôi một quả dừa.
dưa          một quả dưa        Xin cô cho tôi một quả dưa.
bí           một quả bí         Xin cô cho tôi một quả bí.
cà-chua      một quả cà-chua    Xin cô cho tôi một quả cà-chua.
ớt           một quả ớt         Xin cô cho tôi một quả ớt.
trứng        một quả trứng      Xin cô cho tôi một quả trứng
trứng gà     một quả trứng gà   Xin cô cho tôi một quả trứng gà.
trứng vịt    một quả trứng vịt  Xin cô cho tôi một quả trứng vịt.
chanh        một quả chanh      Xin cô cho tôi một quả chanh.
```

3.
```
ấm           một cái ấm         một ấm chè
                                một ấm ca-phê
bát          một cái bát (ăn cơm)  một bát cơm
                                một bát canh
cốc          một cái cốc        một cốc sữa
                                một cốc ca-phê sữa
                                một cốc nước chanh
chén         một cái chén       một chén nước chè
                                một chén nước mắm
đĩa          một cái đĩa        một đĩa cơm
                                một đĩa thịt bò
                                một đĩa thịt gà
                                một đĩa thịt vịt
tách         một cái tách       một tách nước chè
                                một tách ca-phê
```

C. NỮA

Given: Answer:

một quả chuối   Xin cô cho tôi một quả chuối
                                nữa.
một quả ớt   Xin cô cho tôi một quả ớt nữa.
một bát cơm   Xin cô cho tôi một bát cơm nữa.

```
1. một bát canh          15. một chút dấm
2. một cái bát           16. một chút nước mắm
3. một cốc sữa           17. một chút ớt
4. một đĩa cơm           18. một chút ca-phê
5. một đĩa thịt bò       19. một ấm ca-phê
6. một đĩa thịt gà       20. một cái bánh ngọt
7. một đĩa thịt vịt      21. một quả dưa
8. một tách ca-phê       22. một quả dừa
9. một chén cơm          23. một quả dưa
```

10. một cốc kem
11. một ấm chè
12. một chút đường
13. một chút sữa
14. một chút chanh

24. một quả trứng
25. một quả cà chua
26. một quả ớt
27. một quả chanh
28. một bát đường

D. DEMONSTRATIVES

bao giờ	bây giờ	bấy giờ	
đâu	đây	đấy	
cái nào	cái này	cái ấy	cái kia
dạo nào	dạo này	dạo ấy	dạo kia
hôm nào	hôm nay	hôm ấy	hôm kia
tuần nào	tuần nay	tuần ấy	tuần kia
tháng nào	tháng nay	tháng ấy	tháng kia
năm nào	năm nay	năm ấy	năm kia
bài nào	bài nay	bài ấy	bài kia
buồng nào	buồng nay	buồng ấy	buồng kia
bàn nào	bàn nay	bàn ấy	bàn kia
ghế nào	ghế nay	ghế ấy	ghế kia
chữ nào	chữ nay	chữ ấy	chữ kia
sách nào	sách nay	sách ấy	sách kia
quyển nào	quyển nay	quyển ấy	quyển kia
trang nào	trang nay	trang ấy	trang kia
cửa nào	cửa nay	cửa ấy	cửa kia
hiệu nào	hiệu nay	hiệu ấy	hiệu kia
nhà nào	nhà nay	nhà ấy	nhà kia
đồng hồ nào	đồng hồ nay	đồng hồ ấy	đồng hồ kia
hiệu sách nào	hiệu sách nay	hiệu sách ấy	hiệu sách kia
ông nào	ông nay	ông ấy	ông kia
bà nào	bà nay	bà ấy	bà kia
cô nào	cô nay	cô ấy	cô kia
phố nào	phố nay	phố ấy	phố kia
người nào	người nay	người ấy	người kia
nước nào	nước nay	nước ấy	nước kia
tiếng nào	tiếng nay	tiếng ấy	tiếng kia
mùa nào	mùa nay	mùa ấy	mùa kia
bộ nào	bộ nay	bộ ấy	bộ kia
trường nào	trường nay	trường ấy	trường kia
	trong nay	trong ấy	trong kia
	ngoài nay	ngoài ấy	ngoài kia
	trên nay	trên ấy	trên kia
	dưới nay	dưới ấy	dưới kia
	sau nay		
			trước kia

Nhất vợ, nhì trời.

E. FINAL PARTICLE ĐẤY

> Ông đi đâu đấy?
> *Where are you going?*

Given: Answer:

Ông đi đâu?   Ông đi đâu đấy?
Ông ấy đi đâu?   Ông ấy đi đâu đấy?
Cô ấy bận gì?   Cô ấy bận gì đấy?

1. Dạo này ông có mạnh không?
2. Hôm nay ông có bận không?
3. Ông Hill có khỏe không?
4. Cô Thu có mạnh không?
5. Hôm nay ông ấy mạnh không?
6. Trong buồng học có bao nhiêu cái bàn?
7. Buồng này có mấy cái cửa?
8. Buồng này có mấy cái cửa sổ?
9. Quyển sách này có bao nhiêu trang?
10. Có khó không?
11. Cô đếm chưa?
12. Hôm nay chúng ta học bài nào?
13. Cô học bài thứ ba chưa?
14. Ông học bài thứ ba chưa?
15. Bài thứ nhất có bao nhiêu chữ?
16. Bao giờ cô ấy về Mỹ?
17. Ông biết không?
18. Ông Fox là ai?
19. Ông ấy bây giờ làm gì?
20. Dạo này ông ấy có khỏe không?
21. Ba ấy bây giờ ở đâu?
22. Dạo này cô Thu làm gì?
23. Anh chào ông Bang chưa?
24. Bà mua gì?
25. Đồng hồ ông kiểu gì?
26. Đồng hồ kiểu này tốt lắm.
27. Các ông ăn cơm chưa?
28. Hai nghìn tám trăm đồng có rẻ không?
29. Quyển sách này giá bao nhiêu tiền?
30. Tạnh mưa chưa?
31. Họ đi Huế chưa?
32. Hai cháu tốt-nghiệp chưa?
33. Trẻ con rửa mặt mũi chân tay chưa?
34. Cô Trinh, con ông Kỹ-sư Trinh, lấy ai?
35. Anh ra bưu-điện gửi ngân-phiếu đi đâu?

F. RESPONSE DRILL

Given: Answer:

Ông đi đâu đấy?(đi chơi)   Thưa ông, tôi đi chơi.
Ông ấy đi đâu đấy?(đi làm)   Thưa cô, ông ấy đi làm.

1. Cô đi đâu đấy? (đi học)
2. Bà ấy đi đâu đấy? (đi ra nhà dây thép)
3. Cô Green đi đâu đấy ?(đi Mỹ)
4. Ông Fox đi đâu đấy?(đi ra sở)
5. Ông đi đâu đấy ? (đi vào buồng học)
6. Cô đi đâu đấy ? (đi đến sở)
7. Ông đi đâu đấy? (đi chơi)
8. Ông Bang đi đâu đấy? (đi làm)
9. Cô và ông Brown đi đâu đấy?(đi đến nhà dây thép)
10. Bà đi đâu đấy?(đi đến hiệu sách)
11. Ông Hill đi đâu đấy? (đi Cựu-Kim-Sơn)
12. Ông đi đâu đấy? (đi học tiếng Việt-Nam)
13. Các ông đi đâu đấy? (đi đến Bộ Ngoại-giao)
14. Các anh đi đâu đấy? (đi đến Bộ Kinh-tế)
15. Họ đi đâu đấy? (đi đến Vườn Bách-thảo)
16. Cô đi đâu đấy? (đi thăm bà Thu)
17. Bà Thanh đi đâu đấy? (đi xem phong-cảnh)
18. Các bà ấy đi đâu đấy? (đi chụp ảnh)
19. Anh đi đâu đấy? (đi thi)
20. Anh đi đâu đấy?(đi mua đồng hồ)
21. Các ông, các bà đi đâu đấy? (đi vào Chợlớn ăn phở)
22. Bà anh đi đâu đấy? (đi đến chơi nhà ông Nam)
23. Các cô đi đâu đấy? (đi đến thư-viện)
24. Ông đi đâu đấy? (đi về nhà)
25. Anh đi đâu bây giờ đấy? (ra nhà dây thép bỏ cái thư)
26. Hai anh đi đâu đấy? (đi cạo đầu)
27. Các ông đi đâu đấy? (đi đến khách-sạn Quốc-tế ăn cơm)
28. Ông ấy đi đâu đấy?(đi ra phi-trường)
29. Anh đi đâu đấy? (đi lên trên gác)
30. Anh ấy đi đâu đấy? (đi xuống dưới nhà)
31. Bà định đi chợ nào đấy? (chợ Bến-thành)
32. Cháu Quí học trường nào đấy? (trường Chu-Văn-An)
33. Cô Loan hôm nào thì ra đấy? (cuối tháng 6)
34. Họ đi nghỉ hè ở đâu đấy? (ở Nha-trang)
35. Bà anh đi đâu bây giờ đấy? (ra Hối-đoái)
36. Chị đưa cháu đi đâu đấy? (đi ra Bộ Y-tế)
37. Đi ra Bộ Y-tế làm gì đấy? (để chiếu điện)
38. Hai ông bà ra ngoại-ô làm gì đấy? (mua rau tươi)
39. Bên Mỹ người ta xin thông-hành ở đâu? (ở Bộ Ngoại-giao)
40. Bà ấy đi đâu đấy? (ra chùa Xá-lợi)

G. VERB QUÊN

Tôi quên chưa hỏi ông.
I forgot to ask you.

Given:

Tôi quên hỏi ông.

Tôi quên chào ông Nam.

Answer:

a) Tôi quên không hỏi ông.
b) Tôi quên chưa hỏi ông.
a) Tôi quên không chào ông Nam.
b) Tôi quên chưa chào ông Nam.

1. Tôi quên cảm ơn ông ấy.
2. Tôi quên đếm.
3. Tôi quên đọc.
4. Tôi quên hỏi ông Nam.
5. Tôi quên đếm bàn.
6. Tôi quên nhắc lại.
7. Tôi quên học bài.
8. Ông ấy quên học bài thứ tư.
9. Cô ấy quên đọc sách.
10. Tôi quên hỏi thăm cô Thu.
11. Tôi quên ra nhà dây thép.
12. Cô ấy quên đi học.
13. Bà ấy quên bảo tôi.
14. Chúng tôi quên mời cô ấy.
15. Cô ấy quên bảo cô Thanh.
16. Tôi quên bảo cô Thanh.
17. À, tôi quên mua đồng hồ.
18. Tôi quên giới-thiệu ông Brown.
19. À quên, tôi quên hỏi anh tôi.
20. Tôi quên đeo đồng hồ.
21. Ông ấy quên gia tiền.
22. Bà ấy quên đếm tiền.
23. Tôi cũng quên đếm lại.
24. Tôi quên hỏi tên ông ấy.
25. Ông ấy quên gọi đồ ăn.
26. Tôi quên đưa ông ấy đến vườn Bách-Thảo.
27. Cô ấy quên cho chó ăn.
28. Tôi quên đi thăm ông Quang.
29. Ông ấy quên bảo tôi số nhà ông ấy.
30. Tôi quên gọt cái bút chì này cho ông ấy.
31. Chết, tôi quên đóng cửa.
32. Tôi quên khoá cửa lớp học.
33. Tôi quên khoá cửa xe.
34. Ông ấy quên dán tem.
35. Tôi quên gọi dây nói cho ông bà ấy.

H. VERB MỜI

Given: Answer:

Cô ấy mời tôi. Tôi đến chơi.   Cô ấy mời tôi đến chơi.

1. Ông ấy mời tôi. Tôi đi chơi Đà-lạt.
2. Ông ấy mời tôi. Tôi đến sở.
3. Ba ấy mời cô ấy. Cô ấy đến hiệu sách.
4. Ông ấy mời tôi. Tôi đi Mỹ.
5. Cô ấy mời cô Thu. Cô Thu đi Cựu-Kim-Sơn.
6. Ông ấy mời chúng tôi. Chúng tôi đến chơi.
7. Ông ấy mời chúng ta. Chúng ta ăn cơm.
8. Ba ấy mời tôi. Tôi đi mua bán.
9. Ông Nam mời tôi. Tôi đến nhà ông Kim.
10. Ông Kim mời ông Bang. Ông Bang đi mua đồng hồ.
11. Ông ấy cũng mời tôi. Tôi đi bán đồng hồ.
12. Ông ấy mời tôi. Tôi đi ăn cơm.
13. Ông ấy không mời tôi. Tôi ăn cơm.
14. Ông ấy mời tôi. Tôi đến chơi nhà ông Nam.
15. Ông ấy chưa mời tôi. Tôi đi xem phong-cảnh với ông ấy.
16. Ba ấy mời tôi. Tôi đến chơi nhà ba ấy.
17. Tôi mời các ông ấy. Các ông ấy đi ăn phở.
18. Anh ấy mời mọi người. Mọi người đến chơi nhà anh ấy.
19. Anh Kim mời cô Thu. Cô Thu đi chụp ảnh.
20. Ba Thu mời ông Xuân. Ông Xuân ăn món trứng tráng.
21. Anh Xuân mời cô Thanh. Cô Thanh đi xem xi-nê.
22. Họ mời chúng tôi. Chúng tôi uống nước chè đá.
23. Ông ấy mời tất cả sinh-viên. Tất cả sinh-viên ăn cơm Việt.
24. Tôi mời các anh ấy. Các anh ấy đến khách-sạn Quốc-tế ăn cơm Pháp.
25. Ba Thanh mời ông Brown. Ông Brown thử món nước mắm.
26. Cô hầu bàn mời chúng tôi. Chúng tôi dùng đồ tráng miệng.
27. Xin mời ông ấy. Ông ấy đứng lên.
28. Ông mời họ. Họ ngồi xuống.
29. Ba ấy mời tôi. Tôi ăn thịt vịt quay.
30. Ông Thiệu mời ông Brown. Ông Brown đến Saigon.

I. VERB MỜI

Given: Answer:

Cô ấy mời tôi. Cô ấy mời đến   Cô ấy mời tôi đến chơi.
chơi.

1. Ông ấy mời tôi. Ông ấy mời đi chơi Đà-lạt.
2. Ông ấy mời tôi. Ông ấy mời đến sở.
3. Ba ấy mời cô ấy. Ba ấy mời đến hiệu sách.
4. Ông ấy mời tôi. Ông ấy mời đi Mỹ.

5. Cô ấy mời cô Thu. Cô ấy mời đi Cựu-Kim-Sơn.
6. Ông ấy mời chúng tôi. Ông ấy mời đến chơi.
7. Ông ấy mời chúng ta. Ông ấy mời đến chơi.
8. Bà ấy mời tôi. Bà ấy mời đi mua bán.
9. Ông Nam mời tôi. Ông Nam mời đến nhà ông Kim.
10. Ông Kim mời ông Bang. Ông Kim mời mua đồng hồ.
11. Ông ấy cũng mời tôi. Ông ấy mời đi bán đồng hồ.
12. Ông ấy mời tôi. Ông ấy mời đi ăn cơm.
13. Ông ấy không mời tôi. Ông ấy không mời ăn cơm.
14. Ông ấy mời tôi. Ông ấy mời đến chơi nhà ông Nam.
15. Cô hầu bàn mời chúng tôi. Cô hầu bàn mời ăn đồ tráng-miệng.
16. Ông chủ hiệu sách mời chúng tôi. Ông chủ hiệu sách mời mua sách.
17. Ông Giáo-sư mời tất cả sinh-viên. Ông Giáo-sư mời đến nhà ông ấy ăn cơm Việt.
18. Ông Thanh không mời bà Thu. Ông Thanh không mời đi xem phong-cảnh.
19. Anh ấy chẳng mời ai cả. Anh ấy chẳng mời đến chơi nhà anh ấy.
20. Chú tôi mời các anh. Chú tôi mời đi chụp ảnh.
21. Bà nội tôi mời các ông ấy. Bà nội tôi mời ngồi chơi.
22. Ông ấy mời cô ấy. Ông ấy mời ngồi đằng trước với ông ấy.
23. Anh ấy mời tôi. Anh ấy mời uống cà-phê.
24. Tôi mời anh ấy. Tôi mời hút thuốc lá.
25. Ông Quang mời chúng tôi. Ông Quang mời ăn cơm Tàu ở Chinatown.
26. Bà Quang mời các sinh viên. Bà Quang mời ăn canh thịt lợn nấu với bí.
27. Chúng tôi mời các ông ấy. Chúng tôi mời đi vườn Bách-thảo chụp ảnh.
28. Ông Kim mời ông bà Quảng. Ông Kim mời ăn phở ở hiệu Tàu Bay.
29. Chúng tôi mời khách. Chúng tôi mời tới ăn cơm chiều hôm nay.
30. Các ông ấy quên mời cô Thu. Các ông ấy quên mời cùng đi chụp ảnh ở vườn Bách-thảo.

J. PREVERB MUỐN

> Tôi muốn mua đồng hồ.
> *I want to buy a watch.*

Given: Answer:

Tôi mua đồng hồ.   Tôi muốn mua đồng hồ.
Tôi nói tiếng Việt-Nam.   Tôi muốn nói tiếng Việt-Nam.
Cô ấy đi học bên Mỹ.   Cô ấy muốn đi học bên Mỹ.

1. Tôi chào ông Nam.
2. Bà ấy cảm ơn ông Bang.
3. Chúng tôi học đêm bằng tiếng Việt-Nam.
4. Chúng tôi đọc sách.
5. Ông ấy đọc theo ông.

6. Tôi nhắc lại từ đầu.
7. Tôi đếm ghế.
8. Cô học bài thứ sáu phải không?
9. Tôi đi chơi.
10. Chúng tôi đi ra nhà dây thép.
11. Tôi đi làm.
12. Tôi đi học.
13. Tôi gặp cô Thu.
14. Chúng tôi về nước.
15. Tôi bảo ông Nam.
16. Ông Nam bảo tôi.
17. Ba ấy về Mỹ.
18. Cô ấy đi với ông Fox.
19. Hai người làm một sở.
20. Ông ấy làm chủ hiệu sách.
21. Tôi biết tên Việt-Nam của ông ấy là gì.
22. Chúng tôi hỏi ông Bằng.
23. Chúng tôi mời ông đến chơi.
24. Chúng tôi hỏi thăm cô Thanh.
25. Tôi đi mua đồng hồ.
26. Cô ấy vào hiệu đồng hồ.
27. Chúng tôi vào hiệu sách.
28. Tôi giới-thiệu ông với ông Nam.
29. Chúng tôi nói tiếng Việt-Nam.
30. Ông mua kiểu nào?
31. Tôi mua một chiếc đồng hồ Thụy-sĩ.
32. Ba ấy giả tiền.
33. Ông ấy đếm lại.
34. Tôi ngồi vì tôi mệt lắm.
35. Ông ấy làm ở Bộ Ngoại-giao.

GRAMMAR NOTES

II.1. <u>Co-verbs of direction</u>. Such co-verbs of direction as vào 'to enter', ra 'to exit', lên 'to go up', xuống 'to go down'. etc. may be translated by means of English prepositions ('into out, up, down etc.')

Tôi muốn bỏ một ít tiền vào nhà băng. — *I want to deposit some money in the bank.*

Ông làm ơn điền tên vào cái mẫu đơn này. — *Please fill out this form. (literally: fill out, name, into this form)*

Xin ông ký tên vô đây. — *Please sign your name here (literally: sign, name, into this space)*

Tôi dán tem vào gói này. — *I put stamps on this package (literally: paste, stamps, into this package)*

II.2. <u>Verb thêm</u>. The verb thêm *'to add'* when used after a main verb, denotes the idea that something is being spent (bought, sold, etc.) additionally:

Tôi muốn mua thêm mấy cái tem. — *I want to buy a few more stamps.*

Tôi muốn bỏ thêm một ít tiền. — *I want to deposit a little more money.*

Xịn ông cho tôi thêm một   *Please give me another copy.*
bản nữa.
Tôi mất thêm mười lăm   *It cost me another fifteen*
đồng nữa.   *piasters.*
Mời ông dùng thêm cơm.   *Please have some more rice.*

II.3. <u>Postverb lại</u>. When preceded by a main verb lại denotes
the idea that movement or process is stopped or interrupted:

dừng lại   *to stop (while walking,*
          marching or driving), come to
          a standstill
dừng lại   *to stop off (to rest, etc)*
ghé lại   *to stop off at*
chậm lại   *to slow down, reduce one's speed*
giữ lại   *to hold back*

II.4. <u>S-P Predicates</u>. A very interesting sentence structure
often used to describe a person or an object, is made up of
a subject (or topic) followed by a predicate (or comment)
which consists itself of a subject and a predicate:

(1) Ông ấy tên là gì?   *What's his name?*
(2) Ông ấy tên là Bang.   *His name is Bang.*
(3) Cô ấy mắt màu gì?   *What color are her eyes?*
(4) Cô ấy mắt màu xanh.   *She has blue eyes.*
(5) Bà ấy tóc màu gì?.   *What color is her hair?*
(6) Bà ấy tóc màu đen.   *She has black hair, she is*
          a brunette.

(7) Bà cụ mắt kém.   *The old lady has weak eyes.*
(8) Bà ấy răng yếu.   *She has poor teeth.*

When the main subject denotes a person and the second subject
a part of his body or a characteristic of his, the latter may
be moved in front:

Subject or topic   subject or topic - predicate or comment

Ông ấy   tên   là Bang
  1   2   3

Tên   ông ấy   là Bang
  2   1   3

Thus, the sentences above may have the following equivalents:

(1a) Tên ông ấy là gì?   *What's his name?*
(2a) Tên ông ấy là Bang.   *His name is Bang.*
(3a) Mắt cô ấy màu gì?   *What color are her eyes?*
(4a) Mắt cô ấy màu xanh.   *Her eyes are blue.*
(5a) Tóc bà ấy màu gì?.   *What color is her hair?*

(6a) Tóc bà ấy màu đen.   *Her hair is black.*
(7a) Mắt bà cụ kém.   *The old lady's eyes are weak.*
(8a) Răng bà ấy yếu.   *Her teeth are poor.*

II.5. <u>Stative verbs</u> (continued). We have seen that, unlike
functive verbs, stative verbs or adjectives may be preceded
by such a degree marker as rất *'very'*, khá *'pretty, rather'*,
hơi *'a little'*.

rất to	*very big*	khá to	*pretty big*
rất lớn	*very large*	khá lớn	*pretty large*
rất nhỏ	*very small*	khá nhỏ	*pretty small*
rất rõ	*very clear*	khá rõ	*pretty clear*
rất nóng	*very warm*	khá nóng	*pretty warm*
rất xa	*very far*	khá xa	*pretty far*
rất gần.	*very close*	khá gần	*pretty close*
rất mắc	*very expensive*	khá mắc	*pretty expensive*
rất đắt	*very expensive*	khá đắt	*pretty expensive*
rất rẻ	*very cheap*	khá rẻ	*pretty cheap*
rất hay	*very interesting*	khá hay	*pretty interesting*
rất cao	*very tall*	khá cao	*pretty tall*
rất lâu	*very long*	khá lâu	*pretty long*

The intensifier may occur after the stative verb or the
functive verb:

to lắm	*very big*	to quá	*too big*
lớn lắm	*very large*	lớn quá	*too large*
nhỏ lắm	*very small*	nhỏ quá	*too small*
rõ lắm	*very clear*	rõ quá	*too clear*
lâu lắm	*very long*	lâu quá	*too long*
nóng lắm	*very warm*	nóng quá	*too warm*
xa lắm	*very far*	xa quá	*too far*
gần lắm	*very close*	gần quá	*too close*
mắc lắm	*very expensive*	mắc quá	*too expensive*
rẻ lắm	*very cheap*	đắt quá	*too expensive*
hay lắm	*very interesting*	rẻ quá	*too cheap*
cao lắm	*very tall*	hay quá	*too interesting*
đắt lắm	*very expensive*	cao quá	*too tall*

The quality or condition described can be compared: đỏ *'red'*,
vàng *'yellow'*, nặng *'heavy'*, nhẹ *'light'*, nhanh *'fast'*, chậm,
'slow', kỹ *'careful, thorough'*, etc. can all occur in the
construction X...hơn Y. *'X is more...than Y'*.
Some stative verbs do not describe an action, but express a
quantitative notion:

nhiều *'much, many'*, ít *'little, few'*, đông *'crowded'*,
đủ *'sufficient'* (Lesson 3), etc.

The adjectives chung and riêng, denoting absolute qualities
('public, common' and 'private, individual' respectively), cannot
be intensified and thus do not enter a comparative form:

One does not say:

* rất chung or * chung lắm   * rất riêng or * riêng lắm
* riêng quá   * riêng hơn

Likewise, such adjectives as quân-sự, 'military', độc-thân
'single, unmarried' do not have any comparative form and do
not take a degree marker like rất..., khá..., or..lắm,... quá.

PRONUNCIATION

Practice 48. Tone Drill

Xin ông cho tôi ăn cơm.	Xin ông cho tôi ăn cháo.
Ông Ba đi chơi xa.	Ông Ba đi chơi tối.
Sao cô không ăn cơm no?	Sao cô không ăn cơm đó?
Tôi đi mua bông cho ông.	Tôi đi mua bông cho nó.
Tôi cho anh năm mươi con dao.	Tôi cho anh năm mươi cây chuối.
Ông đi đâu?	Tôi đi tắm.
Tôi đi ra băng.	Tôi đi ra dây thép.
Tôi đi mua xăng.	Tôi đi mua bút.
Tôi đi ăn cơm.	Tôi đi ăn bún.
Anh tôi đi xe đi Nha-trang.	Anh tôi đi xe đi Thanh-hoá.
Đi cho mau.	Đi cho chóng.
Tôi không mua.	Tôi không bán.
Ông ta không nghe.	Ông ta không nói.
Hôm nay mưa to.	Hôm nay mưa lớn.
Ông ăn cơm chưa?	Ông ăn cơm tối.
Con tôi khôn hơn con anh.	Con tôi khôn hơn con nó.
Mai tôi sang bên kia sông.	Mai tôi sang bên kia phố.
Năm cây cam cao.	Ba cây lê lớn.
Ba cây cau cao.	Hai cây cau tốt.
Con voi to hơn con tôm.	Con voi to hơn con chó.

Practice 49. Alliterative Reduplications (with various tone
            sequences)

(a) bàn bạc   bài bạc
    bè bọng   bắt bớ
    bạc bẽo   bụi bậm
    bừa bãi   bậy bạ

(b) cò kè   kẹo cự
    cậu cọ   cáu kỉnh
    cụ kỳ   cậy cục
    cằn cỗi   cặm cụi

-244-

                cục cằn   cúc cung

    (c) chăm chỉ   chắc chắn
         chậm chạp   chặt chẽ
         chật chội   chen chúc
         chim chóc   chết chóc

    (d) dại dột   dối dá
         dai dẳng   dản dạ
         dọ dẫm   dọa dẫm
         dài dàu   gia giẵn

    (e) đẹp đẽ   đẫy đà
         dậm đa   đọ đản
         đu đơn   dung dỉnh

Practice 50. Riming Reduplications

    (a) lì xì   nhỏ lì-tì   tỉ mỉ   khóc ti-tỉ
         lè mè   lẻ mẻ   rè rè
         thấp lè tè   lè nhè   kè nhè

    (b) tù mù   lù mù   lủ rủ
         lù đù   cù rù   cù rù cù rù
         bộ bộ   lò chò   lò mò
         tò mò   co ro   lo cò
         tò vò   lo do   lo mo

    (c) lơ mơ   lớ ngớ   bơ phờ
         bơ xơ   xơ rơ   lớ mớ
         la cà   la đà   xa xa   bả lả

Practice 51. Tone Drill

    611. Đặng văn Hai   (personal name)
    612. Tạ văn Chấn   (personal name)
    613. Họ không vạo.   They didn't come in.
    614. Họ không hỏi.   They didn't ask.
    615. Vợ ông Vĩnh.   Mr. Vinh's wife.
    616. Họ đi chợ.   They went to the market.

    621. Họ tới chưa?   Have they arrived?
    622. Họ sướng lắm.   They are very happy.
    623. Họ tới rồi.   They have arrived.
    624. Ngọn gió thổi.   The wind blows.
    625. Bị cát vỡ.   The sandbag broke.
    626. Ngọn gió lạ.   A strange gust of wind.

        Một con sâu làm rầu nồi canh.

631. Mẹ thằng Vinh.   *Little Vinh's mother.*
632. Chị thằng Chính.   *Little Chinh's older sister.*
633. Chuộng hoạ-bình.   *To love peace.*
634. Đạo Hoa-Hảo.   *Hoa Hao sect.*
635. Bị cài bẫy.   *He was trapped.*
636. Đội bị gạo.   *He carried the bag of rice
                             on his head.*

Practice 52. Tone Drill

641. Họ bỏ nhậu.   *They are divorced.*
642. Họ bảo nọ.   *They told him.*
643. Định ngỏ lời.   *I intend to speak out.*
644. Bị xử tử.   *Being executed.*
645. Vị trưởng-lão.   *The oldest man.*
646. Vị chủ-tịch.   *The chairman.*

651. Bị ngã đau.   *Get hurt from falling.*
652. Họ cũng sướng.   *They are also happy.*
653. Được vững vàng.   *To be stable.*
654. Họ trễ nhỉ.   *They are late, aren't they?*
655. Phạm Ngũ Lão   *(personal name)*
656. Bọn nhũng-lạm.   *A group of corrupted people.*

661. Tụi Việt-gian   *Vietnamese traitors*
662. Định đọ súng.   *They plan to have a duel.*
663. Phạm Bội Hoàn   *(personal name)*
664. Đại-Việt đảng.   *Dai-Viet Party.*
665. Một vạn chỗ   *Ten thousand places.*
666. Tiệm Vạn-Lợi   *Van-Loi store*

Practice 53. Tone Drill

Ông Quang cho tôi hoa.   Ông Quang cho tôi sách.
Cô Chi lên xe hoa.   Cô Chi lên trên núi.
Ba anh thôi ăn cơm.   Ba anh thôi ăn cơm.
Cô Hai mua cho tôi.   Cô Hai mua cho nọ.
Ba ơi, cho con ăn.   Ba ơi, cho con bánh.
Ba con heo con ăn.   Ba con heo con cắn.
Mưa rơi rơi trên không.   Mưa rơi rơi trên mái.
Da ông ta nhăn nheo.   Trông ông ta nhăn nhó.
Anh đi trong bao lâu?   Tôi đi trong ba tháng.
Sinh ra trong binh đao.   Sinh ra trong gươm giáo
Cô kia đang đi đâu?   Cô kia đi đâu đấy?
Mai anh đi chơi đâu không?   Mai anh đi chơi đâu đấy?
Xe hơi đi nhanh không?   Xe hơi đi nhanh lắm.
Hôm qua mưa to ghê.   Hôm qua mưa to quá.
Ông Lai đi câu tôm.   Ông Lai đi câu cá.
Anh đau chân không anh?   Anh đau chân không đấy?
Anh lang thang đi đâu?   Tôi lang thang đi phố.
Đi đâu đi nhanh lên.   Đi đâu nhanh lên nhé.
Anh sang bên tôi chơi.   Anh sang bên tôi nhé.
Năm năm xa quê hương.   Năm năm xa đất nước.

TRANSLATION

(A) 1. Chúng ta đi đâu trước? 2. Ngân-hàng hay Hối-đoái?
3. Chúng mình ra phát Bộ Ngoại-giao đi. 4. Bưu-điện nghĩa
là nhà dây thép. 5. Tôi muốn mở trương-mục ở Ngân-hàng
Đông-Nam-Á. 6. Ông cần có giấy phép của Hối-đoái mới mở
trương-mục được. 7. Bà muốn bỏ tiền vào Ngân-khố. 8. Tôi
muốn lãnh cái chi-phiếu này.

(B) 1. Xin ông (làm ơn) điền vào cái mẫu đơn này. 2. Ông cần
mấy bản. 3. Tôi cần sáu bản. 4. Tờ đỏ kia chứ không phải
tờ vàng. 5. Xin ông cho tôi xem thông-hành. 6. Xin ông ký
vào đây. 7. Chiều mai ông đến, giấy phép sẽ xong.

(C) 1. Tôi cần mua ba cái tem đáng hai đồng. 2. Mấy con tem này
vừa phát-hành hôm qua. 3. Ông cho tôi mua thêm mấy cái tem
nữa. 4. Tôi cần dán vào bao thơ này. 5. Để tôi cân đã. 6. Nếu
ông muốn gửi cái gói này bằng máy bay thì mất bốn mươi lăm
đồng nữa. 7. Tiếc quá, tôi không có tem ở đây. 8. Muốn gửi
thơ bảo-đảm xin lại ghi-sê số 6 bên tay trái. 9. Nhưng em
nhỏ này bán cái gì? 10. Nó bán tem mới.

(D) 1. Thủ-tục xin thông-hành ở Việt-Nam thế nào? 2. Bên Mỹ
người ta xin thông-hành ở Bộ Ngoại-giao. 3. Họ hỏi tôi
tên là gì? 4. Họ hỏi tôi bao nhiêu tuổi. 5. Họ hỏi ông ấy
độc-thân hay có vợ. 6. Cô ấy mắt màu gì? 7. Tóc bà ấy
màu gì? 8. Anh cao bao nhiêu? Nặng bao nhiêu? 9. Họ biên
tên tôi, địa-chỉ của tôi, với lại tên tuổi của bố mẹ tôi
nữa.

(E) 1. Tôi đi tàu thuỷ sang Âu-châu, rồi đi máy bay sang Thái-
lan. 2. Ông ấy đi toàn máy bay, chứ không đi tàu thuỷ. 3. Bà
ấy có dừng lại bên Mỹ không? 4. P.T.T là chữ viết tắt Post,
Telegraph, Telephone. 5. Ở đây có phòng điện-thoại không?
6. Trong tiệm thuốc Rexall có bốn cái phòng điện-thoại.
7. Giờ này thư-viện còn mở cửa không? 8. Đường Tự-do
nhiều xe. 9. Trước cửa nhà thờ những xe là xe! 10. Tôi
thích kiến-trúc cái thư-viện này. 11. Chúng tôi thích kiểu
chùa này lắm. 12. Những người đi nhà thờ đậu xe bên kia.

(F) 1. Bà ấy có một người anh trong Hải-quân. 2. Chú cháu là
Thiếu-tá Không-quân. 3. Làm sao mà phân-biệt được trương
này trương kia. 4. Phải theo phụ-hiệu ở cổ áo. 5. Đại-tá
thì ba hoa mai bạc. 6. Trung-tá thì hai hoa mai bạc. 7. Một
hoa mai bạc là Thiếu-tá. 8. Từ Thiếu-tá trở lên thì hoa mai
bạc. 9. Từ Đại-úy trở xuống thì hoa mai đồng. 10. Trung-
tướng thì ba sao. 11. Toà báo của ông ở đâu? 12. Báo này
ngày thường sáu trang, chủ nhật thêm phụ-trương bốn trang,
là mười trang. 13. Bài xã-luận đăng trang hai. 14. Cạnh
bức tranh hí-hoạ là quảng-cáo và tiểu-thuyết.

WHAT WOULD YOU SAY TEST

1. You approach a Vietnamese gentleman on Tu-do street.

   a. You excuse yourself and ask if that is the Bank.
   b. The Vietnamese says no, that that is the Post Office.
   c. You ask where the Exchange Office is.
   d. The Vietnamese tells you that it is at the end of this street, to the right of the Treasury.
   e. You ask if it is very far.
   f. The Vietnamese says it is not very far, and not very near either.
   g. You thank the Vietnamese.
   h. He says you speak Vietnamese very well.

2. You enter the bank.

   a. You say you wish to open an account.
   b. The clerk says please fill out this form in quadruplicate.
   c. You ask if you should use the yellow form.
   d. The clerk says no, the red one.
   e. He asks to see your passport.
   f. You tell him you want to deposit some money and cash a check.
   g. He asks you to sign your name.
   h. He tells you to go to Window number 8.

3. You enter the Post Office.

   a. You say you want to buy some new stamps.
   b. The clerk asks you which ones.
   c. You answer that you want the Trung Sisters stamps, just issued yesterday.
   d. You say you want to buy five additional stamps to put on your package.
   e. The clerk asks you whether you want to send the five postcards by airmail.
   f. You ask whether they sell envelopes.
   g. He says sorry he does not.
   h. He asks you where you studied Vietnamese.
   i. You answer in the US, at Southern Illinois University.

4. You apply for an ID card. Give the following information in Vietnamese:

   a. My name is John Doe.
   b. I am 31 years old.
   c. I am single. I am not married.
   d. My eyes are blue.
   e. My hair is blond (yellow).

    f. I weigh 70 kilos.
    g. I am 1.8 meters tall
    h. My parents' address is 2926 Legation Street, N.W.,
        Washington D.C.
    i. My passport number is 1234567.

5. You talk to a new Vietnamese friend.

    a. You ask him whether he has a younger brother in Tay-Ninh.
    b. He says yes, that that brother is a captain in the
        Vietnamese Navy.
    c. He asks you how long you have been in Vietnam.
    d. You answer 15 months.
    e. He asks whether you came to Vietnam by plane.
    f. You say you traveled by boat all the way and stopped in
        England, France, Italy, India and Thailand.
    g. He asks when you arrived in Saigon.
    h. You answer you arrived in Hue last year and stayed there
        until last month.

DIRECT AND INDIRECT QUOTATIONS

CONVERSATION

(Chuyện bạn gái)

_____Unit I_____

MRS. TAM:

1. *Hello!*	A-lô.
2. *Yes, who is it?*	Dạ, tôi nghe đây, ai đấy?

MRS. THUY:

3. *It's me, Thuy.*	Em đây, Thuỷ đây.
4. *I called the wrong number.*	Em gọi lầm số.
5. *I didn't know that your phone is a dial phone now.*	Không biết điện-thoại của anh chị đổi ra tự-động rồi.
6. *Are you well?*	Chị mạnh chứ ?

MRS. TAM:

7. *No, I am coughing like mad.*	Mạnh gì, đang ho khù-khụ đây.
8. *And you?*	Còn chị ra sao?

MRS. THUY:

9. *Thank you, I have been all right.*	Cám ơn chị, em vẫn mạnh.
10. *Did you go anywhere last night?*	Hôm qua anh chị có đi đâu không?

MRS. TAM:

11. *I stayed up too late last night, so I am so tired.*	Hôm qua thức khuya quá, thành ra mệt mệt là!
12. *I got a very interesting detective story, so I just read on and on.*	Em vớ được cuốn tiểu-thuyết trinh-thám, thích quá, đọc mãi.

Sống chết có số.

MRS. THUY:

13. *Detective again! You're always*   Trinh-thám! Chị thì lúc nào
    reading detective stories and   cũng truyện trinh-thám với
    seeing detective films.   phim trinh-thám.

MRS. TAM:

14. *I enjoyed guessing while*   Vừa đọc vừa đoán, khoái chứ!
    reading, don't you?
15. *This story took place in*   Cuốn này là truyện bên Đức.
    Germany.
16. *It's about a scientist who*   Anh chàng khoa-học-gia giết
    killed his wife in order to   vợ đề lấy tình-nhân.
    marry his lover.
17. *It took the police a long*   Mãi cảnh-sát mới tìm ra được
    time to find out who did it.   thủ-phạm.

_____Unit 2_____

MRS. THUY:

18. *By the way, do you hear from*   Này, thỉnh-thoảng chị có được
    Mrs. Can?   tin chị Can không?

MRS. TAM:

19. *You mean Yen?*   Yến ấy, à?
20. *Yes, she just got to New*   Cỏ, mới tới Nữu-Ước tháng
    York last month.   trước.
21. *She complained about losing*   Cô ta kêu mất va-li va-liếc
    a suitcase or something like   chi đó.
    that.

MRS. THUY:

22. *Say, Mrs. Tam, I have to go*   Này, chị Tâm ơi, bây giờ em
    and pick up my boy at his   phải đi rước cháu ở trương
    school now.   nhé.
23. *Can you come with me to the*   Chiều nay em rủ chị tới tiệm
    tailor shop this afternoon?   may được không?

MRS. TAM:

24. *Are you going to have some*   Bà này lại đi may áo nữa hả?
    new dresses made?

MRS. THUY:

25. *Well, a friend of mine who*   Ấy, có chị bạn ở Nhật về cho
    returned from Japan gave me

three meters of some real beautiful silk.	em ba thước lụa đẹp lắm.
26. *What time this afternoon then?*	Chiều mấy giờ?
27. *Is 3:30 all right?*	Ba rưỡi được không?

MRS. TAM:

28. *It's too hot and sunny at that hour .*	Ba rưỡi còn nắng lắm.
29. *Let's wait until four.*	Thôi, bốn giờ hãy đi.

MRS. THUY:

30. *See you this afternoon then.*	Dạ, thôi chiều em tới.
31. *Good-bye.*	Chào chị nhé.

———————————————————Unit 3————————————————————

MRS. THUY:

32. *Did you get some sleep?*	Ngủ lại sức chưa?
33. *What did Dao say in this letter?*	Thư chị Đào nói gì đây?

MRS. TAM:

34. *You mean Dao?*	Đào ấy à?
35. *I haven't had time to read it...here.*	Em chưa kịp xem...Đây.
36. *Usually it costs only 25 cents to send a letter from the States.*	Đáng lẽ từ Mỹ sang đây chỉ có hai các rưỡi thôi.
37. *But she had some pictures this time, so the envelope is heavy, and the postage was 50 cents.*	Nhưng cô ấy gửi hình nên nặng quá, nhưng năm các.

MRS. THUY:

38. *She mailed it on the 12th, and it already got here today: it's really very fast service.*	Thơ gửi hôm mười hai mà hôm nay đã tới nơi rồi, mau thật.

MRS. TAM:

39. *That's airmail, of course.*	Thơ hàng-không đó.
40. *If sent by regular mail it would at least take one and a half or two months.*	Chở đi đường thuỷ thì phải tháng rưỡi, hai tháng là ít.

MRS. THUY:

41. *Please open it and see.*   Chị bóc ra coi đi.

MRS. TAM:

42. *She says that during her*   Cô nói trong khi đang hưởng
    honeymoon trip, she sent   trăng mật đa gởi hai ba cái
    me two or three post cards   bưu-thiếp cho em, mà hổng
    but got no answer.   được thơ trả lời.
43. *Isn't it strange?*   Thế có lạ không?

MRS. THUY:

44. *She got the wrong address*   À, địa-chỉ đề lầm.
    here.
45. *No wonder.*   Thảo nào!
46. *P.O.Box 314 instead of*   Hộp thơ 341, lại đề 314!
    341.

MRS. TAM:

47. *She got it backward: no*   Đề ngược, hèn chi!
    wonder.

MRS. THUY:

48. *Whom did she marry? A*   Lấy ai đó? Sinh-viên à?
    student?

MRS. TAM:

49. *No, a pharmacist, I think,*   Không. Lấy một ông dược-sĩ
    by the name of Fine.   dược-siếc chi đó, tên là Fine.

MRS. THUY:

50. *Where did they get married?*   Họ làm đám cưới tại đâu?

MRS. TAM:

51. *New York.*   Ở Nữu-Ước.
52. *Then they went to Washing-*   Xong rồi đi Hoa-thịnh-đốn
    ton for the cherry blossom   xem hoa anh-đào, rồi về thăm
    festival, then on to   ba mẹ chồng ở Chicago.
    Chicago to visit her mother-
    in-law.

Trời cao, bể rộng.

_____Unit 4_____

MRS. TAM:

53. *Has the boy delivered the paper?*   Thằng bé con đưa báo chưa chị?

MRS. THUY:

54. *Yes, madam, here it is.*   Rồi ạ, đây ạ.

MRS. TAM:

55. *Anything new?*   Có tin-tức gì lạ không?

MRS. THUY:

56. *This piece of news about red snow in Japan.*   Có tin này: bên Nhật có tuyết màu đỏ.

MRS. TAM:

57. *What? Red-colored snow?*   Cái gì? Tuyết màu đỏ.

MRS. THUY:

58. *Sure, listen to this.*   Ừ, nghe đây.
59. *"Tokyo: last Monday and Tuesday red snow fell on the Niigata area on the West coast of Japan."*   "Tin Đông-kinh: hôm thứ hai và thứ ba vừa qua, tuyết màu đỏ đã rơi xuống vùng Niigata trên bờ biển phía tây nước Nhật."

60. *This news was broadcast by the Central Weather Station.*   Tin này do Thiên-văn-đài Trung-ương loan đi.

MRS. TAM:

61. *What a strange thing! I never heard about that phenomenon before.*   Lạ nhỉ! Tôi chưa nghe nói đến hiện-tượng ấy bao giờ đấy.

VOCABULARY

anh-đào	N	cherry
hoa anh-đào		cherry blossom
bóc	V	to peel
cảnh-sát	N	police, policeman
cắc	N	dime

cưới	V	*to wed*
đám cưới	N	*wedding*
đáng lẽ	PH	*in principle, actually, normally*
đề	V	*to inscribe, write*
đoán	V	*to guess*
Đông-kinh	N	*Tokyo*
đường thuỷ	N	*sea route*
-gia		*expert*
gơi	V	*to send (=gửi)*
giết	V	*to kill*
hiện-tượng	N	*phenomenon*
Hoa-thịnh-đốn	N	*Washington*
hàng-không	N	*air (mail), air travel*
hèn chi!	C	*no wonder*
hổng [= không]		*not*
hộp	N	*box (CL cái); boxful*
hộp thư	N	*postal box, mail box (hộp thơ)*
kịp	V	*to have time to*
hương	V	*to enjoy*
khoa-học-gia	N	*scientist*
khoái	V	*to like, be fond of; to be pleasurable*
khù khụ	V	*to cough repeatedly*
ho khù khụ	V	*to cough repeatedly*
lại sức	V	*to recover one's strength*
lầm	V	*to err*
loan	V	*to announce (news tin)*
lụa	N	*silk*
may	V	*to make; tailor*
mật	N	*honey*
trăng mật	N.	*honeymoon*
nhưng		*as much as, as many as*
rơi	V	*to drop, fall down*
rước	V	*to parade; to pick up (person)*
tiệm may	N	*tailor shop*
tin-tức	N	*news*
tình-nhân	N	*lover*
thành ra	C	*so, consequently*
thảo nào.	C	*no wonder*
thiên-văn-đài	N	*weather station*
thỉnh thoảng	A	*from time to time, once in a while*
thủ-phạm	N	*culprit, principal*
thức	V	*to stay up*
trăng mật	N	*honeymoon*
trinh-thám	N	*detective*
trung-ương	N/SV	*center; central*
truyện	N	*story, narrative*
va-li	N	*(Fr. valise) suitcase*
vợ	V	*to snatch, grab*
vùng	N	*area, region, zone*

A. CO-VERB ĐẾN

> Tôi đưa ông đến nhà dây thép.
> *I'll take you to the post office!*

Tôi muốn đưa ông đến   vườn Bách Thảo
Xin ông đưa tôi đến   hiệu sách
                     hiệu đồng hồ
                     nhà dây thép
                     hiệu bàn ghế
                     nhà ông Nam
                     nhà cô Thu
                     Cựu-Kim-Sơn
                     hiệu sách của ông Bằng
                     Hoa-thịnh-đốn
                     phố Hai Bà Trưng

B. CO-VERB CHO

> Ông chụp cho tôi mấy cái ảnh nhé.

1. Ông chụp cho tôi mấy cái ảnh nhé.   Xin ông chụp mấy cái ảnh cho tôi.
2. Ông mua cho tôi một quyển sách nhé.   Xin ông mua một quyển sách cho tôi.
3. Ông đem cho tôi mấy cái bàn này nhé.   Xin ông đem mấy cái bàn này cho tôi.
4. Ông bán cho tôi quyển sách này nhé.   Xin ông bán quyển sách này cho tôi.
5. Ông mua cho tôi một chiếc Ômêga nhé.   Xin ông mua một chiếc Ômêga cho tôi.
6. Ông mở cho tôi hai cái cửa ấy nhé.   Xin ông mở hai cái cửa ấy cho tôi.
7. Ông đóng cho tôi cái cửa sổ ấy nhé.   Xin ông đóng cái cửa sổ ấy cho tôi.
8. Ông pha cho tôi một ly cà-phê nhé.   Xin ông pha một ly cà-phê cho tôi.
9. Ông lấy cho tôi quyển sách tiếng Việt ở trên gác nhé.   Xin ông lấy quyển sách tiếng Việt ở trên gác cho tôi.
10. Ông đưa cho tôi quyển sách ấy.   Xin ông đưa quyển sách ấy cho tôi.
11. Ông giữ cho tôi cái đèn này nhé.   Xin ông giữ cái đèn này cho tôi.
12. Ông tắt cho tôi cái quạt ở phòng ngủ nhé.   Xin ông tắt cái quạt ở phòng ngủ cho tôi.

C. RESPONSE DRILL

Given: Answer:

Xin ông đọc lại.   Ông nên đọc lại.
Xin cô nhắc lại.   Cô nên nhắc lại.

1. Xin cô nhắc lại từ đầu.   Cô nên nhắc lại từ đầu.
2. Xin ông đọc theo tôi.   Ông nên đọc theo tôi.
3. Xin bà đếm lại.   Bà nên đếm lại.
4. Xin các ông nói tiếng   Các ông nên nói tiếng Việt-Nam.
   Việt-Nam.
5. Xin ông nói nhỏ.   Ông nên nói nhỏ.
6. Xin ông đóng cửa.   Ông nên đóng cửa.
7. Xin các cô học đếm bằng   Các cô nên học đếm bằng tiếng
   tiếng Việt-Nam.   Việt-Nam.
8. Xin ông đếm lại xem.   Ông nên đếm lại xem.
9. Xin cô hỏi ông Nam.   Cô nên hỏi ông Nam.
10. Xin các ông học tiếng Việt-   Các ông nên học tiếng Việt-Nam.
    Nam.
11. Xin ông nhớ mời cô ấy.   Ông nên nhớ mời cô ấy.
12. Xin ông nhớ bảo cô Thanh.   Ông nên nhớ bảo cô Thanh.
13. Xin ông mua một chiếc đồng   Ông nên mua một chiếc đồng hồ
    hồ tốt.   tốt.
14. Xin ông đi bây giờ.   Ông nên đi bây giờ.
15. Xin ông hỏi Bộ Kinh-tế.   Ông nên hỏi Bộ Kinh-tế.
16. Xin ông ăn cơm đi.   Ông nên ăn cơm đi.
17. Xin ông mở cửa.   Ông nên mở cửa.
18. Xin ông đi bộ.   Ông nên đi bộ.
19. Xin ông học thi.   Ông nên học thi.
20. Xin các ông cùng đi với ông   Các ông nên cùng đi với ông Fox.
    Fox.
21. Xin ông mua bên Thụy-sĩ.   Ông nên mua bên Thụy-sĩ.
22. Xin ông chụp ảnh màu.   Ông nên chụp ảnh màu.
23. Xin ông đứng dậy.   Ông nên đứng dậy.
24. Xin ông cười đi.   Ông nên cười đi.

D. FOR ME

Given: Answer:

lấy cái bút máy đen   a) Xin ông lấy cái bút máy đen.
                                          b) Xin ông lấy cái bút máy đen
                                             giùm tôi.
                                          c) Xin ông lấy giùm tôi cái bút
                                             máy đen.

1. nhắc lại từ đầu.
2. viết lại chữ này
3. đọc bài thứ mười
4. chép lại câu này

5. chép lại ba câu này.
6. đọc lại bài ấy
7. dịch bài này ra tiếng Anh
8. mở cái cửa ấy
9. đóng cái cửa ấy vào.
10. xoá chữ này
11. bật đèn lên
12. tắt đèn đi
13. vặn quạt lên
14. tắt quạt đi
15. kéo mạnh lên
16. hạ mạnh xuống
17. đem bàn ghế
18. đếm bằng tiếng Việt
19. đếm tiền đô-la
20. ra nhà dây thép
21. mua một chiếc đồng hồ thật tốt

22. đi Cựu-Kim-Sơn
23. bảo cô Thanh
24. giả (or trả) tiền.
25. đếm lại
26. ăn cái bánh này
27. hấp con cá này.
28. xào đĩa thịt bò này.
29. chụp ảnh màu
30. mời cô Thu
31. mời cô Thu cùng đi
32. mời cô Thu đến chơi
33. mời ông ấy đến xơi cơm
34. bỏ cái thư này.
35. gọi một chiếc xe tắc-xi

E. AUXILIARY VERBS

không muốn   mua đồng hồ
      thích   ăn hoa quả
      cần.   ăn cơm Việt-Nam
      phải   uống sữa
      định   vào tiệm sách
                 nói chuyện với ông Bằng
                 đi chụp ảnh với ông Nam
                 đến chơi nhà ông Xuân
                 hỏi ông Thu ở Bộ Kinh-tế
                 ghé Hồng-Công
                 đánh dây thép
                 gọi dây nói cho cô Thu
                 đợi ông chủ hãng tôi
                 mua sơ-mi ở Chợ-Lớn
                 mời cô Liên đến ăn cơm
                 đem theo nhiều quần áo
                 đi mua sách ở Cựu-Kim-Sơn
                 đi Nhật ba bốn tháng
                 sang Pháp độ mười ngày

F. RESULTATIVE COMPOUNDS

tìm thấy   không tìm thấy   tìm không thấy   tìm không ra
nhìn thấy   không nhìn thấy   nhìn không thấy   nhìn không ra
nghe thấy   không nghe thấy   nghe không thấy   nghe không ra
ngửi thấy   không ngửi thấy   ngửi không thấy
ăn được   không ăn được   ăn không được
uống được   không uống được   uống không được

nói được	không nói được	nói không được
đọc được	không đọc được	đọc không được
viết được	không viết được	viết không được

G. CO-VERBS OF DIRECTION

> Tôi ở thư-viện về.
> *I come from the library.*

Given:

Tôi ở thư-viện về.
ngoai
trong
trên
dưới

Answer:

Tôi ở thư-viện về.
Tôi ở ngoài thư-viện về.
Tôi ở trong thư-viện ra.
Tôi ở trên thư-viện xuống.
Tôi ở dưới thư-viện lên.

1. Tôi ở buồng học ra. (trong, ngoài, trên, dưới)
2. Ông ấy ở nhà dây thép về.(ngoai, trong, trên, dưới)
3. Ông ba ấy ở Mỹ về. (bên)
4. Tôi ở sở về. (ngoài, trong, trên, dưới)
5. Cô ấy ở hiệu sách ra. (trong, trên, dưới)
6. Bà Hill ở Cựu-Kim-Sơn về. (ngoài, trong, trên, dưới)
7. Các ông ấy ở tiệm đồng hồ về. (ngoài, trong, trên, dưới)
8. Chúng tôi ở nhà ông Nam về. (ngoài, trong, trên, dưới)
9. Ông ấy ở Bộ Ngoại-giao về. (ngoài, trong, trên, dưới)
10. Các cô ấy ở Bộ Kinh-tế về. (ngoài, trong, trên, dưới)
11. Ông Bang ở Vườn Bách-thao về.(ngoài, trong, trên, dưới)
12. Ông ấy va ông Nam ở Đa-lạt về. (trên)
13. Họ ở tiệm ăn về. (ngoài, trong, trên, dưới)
14. Chúng tôi ở Đại-học về.(ngoài, trong, trên, dưới)
15. Chúng tôi ở trong xe ra. (trên)
16. Chúng tôi ở dưới tau thủy lên.
17. Các ông ấy ở lớp học về. (trong, trên, dưới)
18. Tôi ở trên gác xuống.
19. Tôi ở dưới nhà lên. (trong, ngoài, trên)
20. Ông Kim ở Nhật-Bản về.(bên)
21. Ông ba ấy ở Hương-Cảng về.(bên)
22. Ông Kim ở Đài-loan về.(bên)
23. Tôi ở hàng Bình-Minh về.(ngoài, trong, trên, dưới)
24. Em bé ở phòng ngủ ra. (trong, ngoài, trên, dưới)
25. Bà Shaffer ở phòng ăn ra. (trong, ngoài, trên, dưới)
26. Ông bà Thanh ở Tây-Đức về. (bên)
27. Ông bà Chen ở Nha Văn-hoá đến. (ngoài, trong, trên, dưới)

H. .....THÊM

Given: Answer:

Ông cho tôi mua thêm một   Mời ông mua thêm một quyển sách
quyển sách nửa.   nửa.
Ba cho tôi mua thêm một cái   Mời ông mua thêm một cái bánh
bánh nửa.   nửa.

1. Tôi muốn mua thêm ba con tem nửa.
2. Tôi muốn ăn thêm một bát cơm nửa.
3. Chúng tôi muốn uống thêm một tách cà-phê nửa.
4. Tôi muốn dùng thêm một món nửa.
5. Ba cho tôi mua thêm hai cái ghế nửa.
6. Chúng tôi cần mua thêm hai chục cái bánh nửa.
7. Tôi cần mua thêm hai quyển tự-điển nửa.
8. Tôi phải mua thêm ba cái ô và hai cái áo mưa nửa.
9. Chúng tôi muốn mua thêm bốn đôi giày ten-nít nửa.
10. Tôi cần mượn thêm hai chiếc quạt nửa.
11. Tôi định mua thêm mười cái bao thơ nửa.
12. Chúng tôi muốn gọi thêm hai món thịt nửa.
13. Chúng tôi muốn kêu thêm một đĩa thịt vịt quay nửa.
14. Tôi phải uống thêm một ly sữa nửa.
15. Tôi muốn mua thêm nửa tá sơ-mi nửa.

I. CO-VERB MẤT

Given: Answer:

Nhỡ máy bay rồi.   a) Nhỡ máy bay mất rồi.
                                    b) Nhỡ máy bay mất!
Con gà nó ăn rồi.   a) Con gà nó ăn mất rồi.
                                    b) Con gà nó ăn mất.
Họ bán rồi.   a) Họ bán mất rồi.
                                    b) Họ bán mất!

1. Vỡ đầu rồi.
2. Gãy tay rồi.
3. Nhỡ xe buýt rồi.
4. Lạc đường rồi.
5. Nguy rồi.
6. Nó bay đi rồi.
7. Bỏ quên thông-hành rồi.
8. Cảm nặng rồi.
9. Thua rồi.
10. Bà ấy gặp mưa, ốm rồi.
11. Tiệm hớt tóc đóng cửa rồi.

12. Đợi lâu quá, họ bán rồi.
13. Có người khác mua rồi.
14. Thiếu cơm rồi.
15. Ướt hết sách rồi.

GRAMMAR NOTES

12.1. <u>Verbs of motion</u>. We have seen such verbs of motion as đi
'to go', lại 'to come', vào 'to enter', ra 'to exit', lên
'to go up', xuống 'to go down'. They take a direct object
which denotes the destination or objective:

vào đây	come (in) here
ra đây	come (out) here
đi Cựu-Kim-Sơn	go to San Francisco
lại nhà cô Thu	go (or come) to Miss Thu's house
lên gác	go upstairs
xuống đây	come down here

Note that Tôi ra thư-viện (like Tôi đi thư-viện) means
'I am going to the library', and not 'I am walking out of
the library'. Likewise:

Tôi ra ga.	I am going to the railroad station.
Tôi ra nhà dây thép.	I am going to the post-office.
Tôi phải ra nhà băng.	I must go to the bank.
Tôi phải ra ngân-khố.	I must go to the Treasury.
Tôi phải ra Hối-đoái.	I must go to the Exchange Office.

In all these instances, the movement is from a relatively
confined and dark area (one's home, one's dormitory room)
toward a relatively more spacious and more brightly-lit
area: the verb of motion is ra.

Let us now look at the sentence:

Tôi ở thư-viện về nhà. I came home from the library.

It can be shortened to:

Tôi ở thư-viện về.   I just returned from the library.

In this sentence (a) Tôi ở thư-viện về (nhà), the phrase ở thư-
viện 'at the library, from the library' tells us about the
origin of the motion.

Sentence (b) Tôi ở thư-viện ra would mean 'I was coming
out of the library', since ra means 'to go out, come out'.

In the sentence (c) Tôi ở thư-viện xuống, since xuống means 'to go down, come down', the meaning is 'I was coming downstairs from the library' (which must be on an upper floor).

Finally, the sentence (d) Tôi ở thư-viện lên (lên meaning 'to go up, come up') would mean 'I was coming upstairs from the library or reading room).

a) Tôi ở thư-viện về.   I was back from the library.
b) Tôi ở thư-viện ra.   I was coming out of the library.
c) Tôi ở thư-viện xuống.   I was coming downstairs from the
                               library.
d) Tôi ở thư-viện lên.   I was coming upstairs from the
                               library.

A locator (See Note 12.4) may be used before the noun thư-viện, too:

   aa. Tôi ở ngoài thư-viện về.
   bb. Tôi ở trong thư-viện ra.
   cc. Tôi ở trên thư-viện xuống.
   dd. Tôi ở dưới thư-viện lên.

Other verbs of motion are sang and qua 'to go over, come over'.

The lady friend of Mrs. Thuy returned to Vietnam from a trip to Japan, so Mrs. Thuy says: ở Nhật về (sentence 25). She could have said từ Nhật về, since the person started from (từ) Japan on her trip back home.

Since the travel from country to country involves crossing a border or an ocean, the verb used is sang or qua (cf. overseas):

   từ Mỹ sang đây   from the U.S.A. (to here)
   từ Mỹ qua đây   from the U.S.A. (to here)
   từ Mỹ sang   from the U.S.A.
   từ Mỹ qua   from the U.S.A.
   từ Việtnam sang Mỹ   from Vietnam to the U.S.A.
   từ đây sang Mỹ   from here to the U.S.A.
   từ đây sang   from here
   từ Thụy-sĩ qua Pháp   from Switzerland to France
   từ đó qua Pháp   from here to France
   từ đó qua   from there (to France)

12.2. <u>Co-verbs of direction</u>. The same verbs of motion, ra, vào, lên, xuống are often used as co-verbs to show direction.

The following examples illustrate the use of the same main verb of motion đi *'to go'* with different co-verbs, which resemble English postpositions or adverbs *in, out, up* and *down:*

đi vào	*to go in (to)*
đi ra	*to go out (into)*
đi lên	*to go up (into)*
đi xuống	*to go down (into)*

Other examples are (<u>Speak Vietnamese</u>, Lesson 10):

đứng lên	*to stand up*
đứng dậy	*to rise*
ngồi xuống	*to sit down*
ngồi dậy	*to sit up*
giơ tay lên	*to raise one's hand*
kéo mành lên	*to pull up the blinds*
hạ mành xuống	*to lower the blinds*
gấp sách lại	*to close one's book*
giở sách ra	*to open one's book*
mở cửa ra	*to open the door (or window)*
đóng cửa vào	*to close the door (or window)*
đóng cửa lại	*to close the door (or window)*
bật đèn lên	*to turn on the light*
tắt đèn đi	*to turn off the light*
vặn quạt lên	*to turn on the fan*
tắt quạt đi	*to turn off the fan*
xoá đi	*to erase, cross out*

Sometimes, the same co-verb of direction is used with different (main) verbs of motion, the latter denoting the ways and means:

đi ra	*to walk out*	bơi ra	*to swim out*
chạy ra	*to run out*	xe ra	*to transport out*
bay ra	*to fly out*		

12.3. <u>Place-words and Time-words</u>. We have encountered such words as ngoài *'outside'*, trong *'inside'*, trên *'space above'* dưới *'space below'*. They are often used together with a noun denoting a building, a container, a room, a piece of furniture, etc. They have been likened to "prepositions" (*into, in, on, etc.*) and to "verbs" (*to be outside, to be under, etc.*) in earlier grammars. But basically they are very close to the class of substantives, and have been indeed called "relator nouns" (Professor Laurence C. Thompson, <u>A Vietnamese Grammar</u>). Other labels have all been very tempting: "spatial words", "extensional words", "locators", etc.

But we can be content with "place-words" and "time-words".

These words behave pretty much like nouns though not always. First of all, they can take a demonstrative:

thư-viện này	*this library*
thư-viện ấy	*that library*
thư-viện đó	*that library*
thư-viện kia	*that library*

ngoài này	*out here*	trong này	*in here*
ngoài ấy	*out there*	trong ấy	*in there*
ngoài đó	*out there*	trong đó	*in there*
ngoài kia	*out there*	trong kia	*in there*

trên này	*up here*	dưới này	*down here*
trên ấy	*up there*	dưới ấy	*down there*
trên đó	*up there*	dưới đó	*down there*
trên kia	*up there*	dưới kia	*down there*

Secondly, just like the kinship terms (nouns denoting members of one's family or clan), the place-words may be changed to the hỏi tone in the Saigon dialect:

ngoài ấy > ngoải	*out there*
trong ấy > trỏng	*in there*
trên ấy > trển	*up there*
dưới ấy	*down there*
bên ấy > bển	*that side*

Compare:

bả	*that lady; she*	bà ấy
ổng	*that gentleman; he*	ông ấy
cổ	*that girl; she*	cô ấy
ảnh	*that young man; he*	anh ấy
chỉ	*that young woman; she*	chị ấy
thảy	*that master; he*	thầy ấy

12.4. <u>Place-words and Time-words</u> (continued). A locator (place-word or time-word) is usually found before a regular noun, with which it stands in juxtaposition or apposition (Note 12.1):

trong thư-viện	*the space inside, which is the library,— inside the library*
trên thư-viện	*the space above, which is the library,— in the library (upstairs)*
dưới thư-viện	*the space below, which is the library,— in the library (downstairs)*

When a person goes back from the library to, say, his

dormitory room, in Vietnamese thinking, the movement is from a relatively more spacious and better lit place to a relatively narrower and darker place. Hence the Vietnamese for *in the library* would be ngoài thư-viện, and the sentence *I returned from the library* would be:

a) Tôi ở thư-viện về.

or aa) Tôi ở ngoài thư-viện về.

Compare:

b) Tôi ở thư-viện ra.

or bb) Tôi ở trong thư-viện ra.

In sentences (a) and (aa), the verb of motion is về *to return*--from a relatively spacious and better lit place (to a dormitory room which is narrower and darker). In Sentences (b) and (bb), the verb of motion is ra *to go out, coming out* since the movement is from an enclosed space to a relatively more open and wider space. See Note 12.1.

In such nominal phrases as ngoài thư-viện, trong thư-viện, trên thư-viện, dưới thư-viện, the idea of location vis-a-vis the speaker is entirely lost in the English equivalent 'in the library'. Thus, if something is situated "in the open air", Vietnamese requires that its relation vis-à-vis the speaker (who is inside the house, an enclosed space) be expressed as ngoài trời, ngoài giới *the space outside, which is the air*. Likewise, the equivalent of English *"in the air"* is trên giới, trên trời *the space above, which is the air*. And instead of stating that an object is resting *"on the ground"* as in the so-called relator-axis construction or prepositional phrase in English, a Vietnamese speaker would say that it is located *in the space below (him), which is the ground*: dưới đất.

In other words, a locator although often resembling a preposition in English or in French does not actually behave as a "preposition" in Vietnamese. Consequently, one must be careful not to try to translate word for word.

Ngoài, trong, trên, dưới indicate the location, target or destination just as much as thư-viện, in the following examples containing the preposition ở:

ở ngoài   ở trên
ở thư-viện   ở thư-viện
ở ngoài thư-viện   ở trên thư-viện

ở trong   ở dưới
ở thư-viện   ở thư-viện
ở trong thư-viện   ở dưới thư-viện

12.5. Co-verbs of result. We have seen resultative verbs such
as thấy and được.

The sequence main verb (a perceptual verb) plus co-verb thấy
'to perceive' refers to direct or indirect perception through
physical senses:

trông thấy	(look-perceive)	to see
nhìn thấy	(look-perceive)	to see
nghe thấy	(listen-perceive)	to hear
tìm thấy	(search-perceive)	to find
kiếm thấy	(search-perceive)	to find

In place of thấy, we may find ra 'to make out, perceive':

trông ra	to make out, see
nhìn ra	to make out, see
nghe ra	to hear
tìm ra	to find out
kiếm ra	to find out

Được, whose core meaning is 'to obtain, get, receive', indicates
that the action denoted by the main verb results in a gain or
an advantage. That the result is good or fortunate is clear
from the following examples:

tìm được tự-điển tốt	to find a good dictionary
kiếm được vàng	to find gold, strike gold

The idea of potentiality or capability is often expressed by
được: đi được   can go
ăn được bốn bát cơm   can eat four bowls of rice
dùng được ớt   can eat hot pepper (chili)

The result is negated by putting không (or chẳng, or chả) in
front:

không trông thấy/ra	did not see
không nhìn thấy/ra	did not see
không nghe thấy/ra	did not hear
không tìm thấy/ra	did not find
không kiếm thấy/ra	did not find
không nhận ra	did not recognize
không tìm được	could not find
không kiếm được	could not find
không chịu nổi	could not stand

If the negation particle occurs between the main verb and the co-verb of result, the meaning is slightly different:

trông không thấy/ra...	*looked but did not see...*
nhìn không thấy/ra ...	*looked but did not see...*
nghe không thấy/ra ..	*listened but could not hear...*
tìm không thấy/ra ...	*looked but could not find...*
kiếm không thấy/ra ...	*looked but could not find...*
nhận không ra ...	*could not recognize...*
tìm không được...	*looked but could not find...*
kiếm không được...	*looked but could not find...*
chịu không nổi ...	*tried but could not stand...*

Examples from the conversation part are:

Tôi vớ được cuốn tiểu-thuyết trinh-thám.	*I (grab-obtain) got a detective novel.*
Mai cảnh-sát mới tìm ra được thủ-phạm.	*It took the police a long time to find out the culprit.*

If the result is something unfortunate, unlucky, the co-verb would be phải instead of được. Contrast:

(1) Tôi vớ được một cuốn tiểu-thuyết hay lắm.
    I got a very interesting novel.
(2) Tôi vớ phải một cuốn tiểu-thuyết chán lắm.
    I got a very dull novel.

Let us suppose further a movie-goer takes a chance and enters the theater without checking which show is on. When it turns out to be a detective film (phim trinh-thám), our friend may say either one of the following sentences:

(3) Tôi vớ được phim trinh-thám.
(4) Tôi vớ phải phim trinh-thám.

Sentence (3) is used when he is a mystery film fan and was pleasantly surprised. But if he does not like detective films, he will use Sentence (4) to show that the movie was something he did not expect--or relish.

Other examples:

(5) Cảnh-sát có giết được thủ-phạm không?
    Was the police able to kill the culprit?
(6) Họ giết lầm phải ông cảnh-sát.
    They killed the policeman by mistake.
(7) Ông ấy cưới được cô vợ giàu.
    He married a wealthy girl (Lucky guy!)
(8) Ông ấy cưới phải cô vợ xấu.
    He married a homely-looking girl (Poor guy!)

(9) Tôi mua được lụa tốt.   *I bought some good silk.*
(10) Tôi mua phải lụa xấu.   *They sold me some poor quality*
                             silk.
(11) Nó uống được hai cốc   *He got to drink two glasses of*
    sữa.   *milk.*
(12) Nó uống phải nước mắm.   *He drank some nuoc-mam by mistake.*

12.6. Co-verbs of result (continued). The verb mất 'to lose'
often used after a main verb to denote that the action has
resulted in some loss, disappearance or damage:

Cô ấy mất va-li.   *She lost her suitcase.*
Cô ấy quên mất va-li.   *She forgot her suitcase.*
Cô ấy đánh mất va-li.   *She lost her suitcase.*
Nó ăn mất rồi.   *He ate it up.*
Tôi đánh mất cái xe đạp.   *I lost the bike.*
Bà ấy bán mất rồi.   *She sold it already.*
Có người mua mất rồi.   *Someone (got there first and)*
                           bought it already.
Đồng hồ tôi chết mất rồi.   *My watch stopped.*
Vỡ mất cái ly mới rồi.   *The new glass broke.*
Gẫy mất một chiếc đũa.   *One chopstick broke.*
Đôi giày đen chật mất rồi. *My black shoes have become too*
                           tight.
Chúng tôi nhỡ mất một   *We missed the bus.*
chuyến xe buýt.

The disappearance, loss or damage may be just predicted or
feared:

Ngã mất   *(I fear) he's going to fall.*
Gẫy cổ mất.   *(I'm afraid) he's going to*
                           break his neck.
Chết mất.   *I can't stand it. I think I'm*
                           going to die.

In these instances, the co-verb mất is very lightly stressed,
and the object, if any, comes before it:

Vỡ cái ly mới mất!   *The new glass is going to get*
                           broken.
Nhỡ xe buýt mất!   *We're going to miss the bus.*

12.7. Nominal Phrases. We have seen thus far a variety of nominal
phrases. Let us review them and try to remember the relation-
ship between the immediate constituents of each of them:

    1. ông Quảng
    2. trà Blao
    3. phương-pháp học bài.
    4. ba mươi bài dạy nói tiếng Việt

5. đồng hồ nhà dây thép
6. bạn của ông Nam
7. tên Việt-Nam của cô ấy
8. chủ hiệu sách.
9. thịt bộ xào.
10. một quả chuối
11. tấm biển sơn đỏ chữ trắng
12. chạnh với sữa
13. nước mắm Phú-quốc
14. trường Chu-Văn-An
15. kỹ-sư Bộ Canh-nông
16. kỳ thi về nửa trên
17. điều rất cần.
18. cách dùng trong cả câu
19. những câu giảng về văn-phạm
20. phương-pháp tốt nhất
21. những câu kiểu mẫu ở cuối mỗi bài.
22. bài nói chuyện ở đầu.
23. điều rất quan-trọng
24. trường trung-học Chu-Văn-An
25. Linh làm kỹ-sư Bộ Canh-nông
26. Linh người mập
27. cái ông đề râu Huê-kỳ .
28. phái-đoàn nhân-viên Bộ Y-tế và Bộ Công-chánh
29. giải vô-địch thế-giới về bóng bàn
30. Tiến đầu to

PRONUNCIATION

Practice 54. Tone Drill

hai giờ rưỡi   hai giờ rưỡi rồi
ba giờ rưỡi   ba giờ rưỡi rồi
năm giờ rưỡi   năm giờ rưỡi rồi

bốn giờ rưỡi   bốn giờ rưỡi rồi
sáu giờ rưỡi   sáu giờ rưỡi rồi
tám giờ rưỡi   tám giờ rưỡi rồi
chín giờ rưỡi   chín giờ rưỡi rồi

mười giờ rưỡi   mười giờ rưỡi rồi
một giờ rưỡi   một giờ rưỡi rồi
bảy giờ rưỡi   bảy giờ rưỡi rồi

Practice 55. Alliterative Reduplications

nhớ nhung   não nùng
lạ lùng   rẻ-rúng
lạnh lùng   làm lụng

Practice 56. Alliterative Reduplications

sáng-sủa	sặc-sụa
sớm-sua	nhớp-nhúa
trạn-trụa	nhầy-nhụa
nhớp-nhúa	giầy-giụa

Practice 57. Alliterative Reduplications

sặc-sỡ	vạm-vỡ
bạt-bở	lảng-lơ
nhắc-nhở	xác-sơ
gặp-gỡ	vật-vờ

Practice 58. Alliterative Reduplications

gầy-gò	thơm-tho
hay-ho	thẹn-thò
líu-lo	nhẵn-nhó
méo-mó	vẹo-vọ
xin-xỏ	rủi-ro

Practice 59. Alliterative Reduplications

bận-bịu	mắc-míu
nặng-niu	núng-nịu
phẳng-phiu	tục-tịu
vướng-víu	rạp-rịu
ngượng-nghịu	tang-tịu

Practice 60. Alliterative Reduplications

cũ-kỹ	tủm-tỉm
rụ-rì	sụt-sịt
mũm-mĩm	khúc-khích
mỹp-mịp	nhúc-nhích
đủng-đỉnh	rục-rịch

TRANSLATION

(A). l. A-lô, a-lô, ai đấy? 2. Xin ông nói lớn lên một chút.
3. A-lô, tôi nghe đây, tôi đây, Bằng đây. 4. Ông Brown gọi
lầm số. 5. Điện-thoại của ông bạ ấy đổi ra tự-động rồi.
6. Ông ấy đang ho khù-khụ kia kìa. 7. Hôm qua tôi thức khuya
quá, thành ra mệt mệt là. 8. Tôi vớ được cuốn tiểu-thuyết
hay thích quá. 9. Ông ấy lúc nào cũng truyện trinh-thám với
phim trinh-thám. 10. Đây là truyện một khoa-học-gia người
Đức giết vợ để lấy tình-nhân. 11. Cảnh-sát tìm mãi mới ra
được thủ-phạm.

(B). 1. Thỉnh-thoảng ông có được tin ông Pruett không? 2. Bà
Huyện mới tới Nữu-ước tháng trước. 3. Ông ấy kêu mất va-li và
máy ảnh gì đó. 4. Bây giờ tôi phải đi rước cháu ở trường.
5. Chiều nay, tôi rủ cô đi tới tiệm may nhé! 6. Lại đi may
quần áo nữa hả? 7. Có anh bạn ở Mỹ về cho tôi một cái máy
ảnh đẹp lắm. 8. Bốn giờ còn nắng lắm, năm giờ hãy đi.

(C). 1. Ngủ lại sức chưa? 2. Tôi chưa kịp xem thư cô Đào. 3. Đáng
lẽ chỉ có hai mươi lăm đồng thôi. 4. Nhưng thư này có hình
nên nặng quá, phải trả những năm mươi đồng. 5. Thơ hàng-không
đi mau thật. 6. Đi đường thủy thì phải mất hai tháng là ít.
7. Trong khi đang hưởng trăng mật, cô ấy đã gửi hai cái thơ.
8. Tôi không được thơ trả lời. 9. Để làm địa-chỉ. 10. Cô ấy
lấy ai đó? 11. Lấy một ông kỹ-sư kỹ-siếc gì đó. 12. Họ làm
đám cưới tại Hoa-thịnh-đốn. 13. Xem hoa anh-đào xong thì đi
thăm ba mẹ chồng ở Cựu-Kim-Sơn.

(D). 1. Báo hôm nay có chưa? 2. Thằng bé con nó chưa đưa báo.
3. Hôm nay có tin-tức gì lạ không? 4. Bên Nhật-Bản có tuyết
màu đỏ. 5. Hôm qua tuyết màu đỏ đã rơi xuống vùng bờ biển
phía tây nước Nhật. 6. Tin này do thiên-văn-đài loan đi.
7. Thế có lạ không? 8. Tôi chưa nghe nói tới hiện-tượng đó bao
giờ. 9. Tôi cũng chưa bao giờ nghe nói tới.

WHAT WOULD YOU SAY TEST

1. You answer the telephone. Pick out the sentence you may say:

   a. Who is it?
   b. I am listening.
   c. This is Tom Brown.
   d. I called the wrong number.
   e. I am Mr. Bang's friend.
   f. Please speak a little louder.
   g. I can't hear you clearly.
   h. Is that Mr. Quang?
   i. Please give me Saigon 24.766.
   j. Is this the Vinh-An-Long Company?
   k. I wish to speak to Mr. Hiếu.
   l. Is Mr. Nam out?

2. You complain about some ailment:

   a. I am not well.
   b. I am coughing like mad.
   c. I am so tired!
   d. I continue to cough. I have not recovered.
   e. I'm still coughing.

f. I'm drunk.
g. I have malaria.
h. I have a stomachache.
i. My heart is weak.
j. I have a toothache.
k. I don't have TB.
l. I had polio when I was small.

3. Tell us what you did yesterday:

a. I telephoned my younger sister in Carbondale, Illinois.
b. I stayed up too late, so was very tired.
c. I coughed so much I could not sleep.
d. I read a long detective novel.
e. I ate too much, so could not sleep.
f. I went to Bien-Hoa to get my younger sister's suitcase.
g. I went to the library to look for a book on the Vietnamese economy.
h. I went to the tailor shop with Mrs. Tam.
i. I went to the post office to send postcards to my elder brother in Chicago.
j. I went to the wedding of a friend in New York.
k. I went to Washington to see the cherry blossom.
l. I went to visit my mother-in-law in Chicago.

4. Match the following:

a. Ông ấy không biết...

b. Bà Phương chưa có tiền...

c. Tôi không hiểu rõ lắm...

d. Chúng tôi phải học tiếng Việt...

e. Các cô ấy không đi Hồng Công...

f. Tôi không được biết rõ cô Thi...

g. Chúng tôi nhỡ một chuyến xe buýt...

h. Tôi bị đau bụng...

i. Hai ông này nói tiếng Việt giỏi lắm...

j. Ông bà ấy hôm nay mới đến

k. Tôi thèm rỏ dãi...

l. Ông Quảng không đi mua thuốc lá...

1. tại sáng sớm tôi uống một cốc nước chanh quả to tướng.

2. tại các cô ấy không có nhiều tiền.

3. tại cô ấy đến sau.

4. tại ông ấy không có báo.

5. tại chúng tôi không có đồng hồ.

6. tại chúng tôi sắp qua làm việc ở Việt nam.

7. tại ông ấy nói tiếng Huế.

8. tại bà Quảng không muốn ông ấy hút thuốc lá nữa.

9. tại các ông ấy học từ lâu rồi.

10. tại còn phải ghé Hoa-thịnh-đốn thăm ba mẹ chồng nữa.

11. tại bà ấy chưa đi nhà băng

12. tại từ sáng tôi đã ăn-iếc gì đâu.

EMBEDDED SENTENCES

CONVERSATION

(Thú làm vườn)

——————————————————Unit 1——————————————————

Mr. BROWN:

1. *Nam, where does this Phu-Quoc fish sauce come from?* Anh, Nam ơi, nước-mắm Phú-Quốc là ở đâu?
2. *Why do they call it Phu-Quoc?* Tại sao lại gọi là Phú-Quốc?

KIM:

3. *Well, Phu-Quoc is the name of an island off the coast; it produces very good nuoc-mam.* Ấy, Phú-Quốc là tên một cù-lao ở ngoài biển, sản-xuất nước-mắm ngon lắm.
4. *Hey, chase that dog out of the living room for me, will you?* Kìa, đuổi hộ tôi con chó ra khỏi phòng khách đi.

Mr. BROWN:

5. *What does "cu-lao" means?* "Cù-lao" là gì, anh?

KIM:

6. *"Cu-lao" means 'island'.* "Cù-lao" là 'hòn đảo'.
7. *The word "cu-lao" was borrowed from Malay "pulau".* Tiếng "cu-lao", chúng tôi mượn của tiếng Mã-lai--pulau.
8. *Just like "mang-cut" for "mangosteen".* Cũng như tiếng "măng-cụt" đó.

——————————————————Unit 2——————————————————

Mr. BROWN:

9. *This garden really has many different kinds of vegetables.* Vườn này trồng nhiều thứ rau quá nhỉ!

-273-

KIM:

10. *Yes, mint, Chinese parsley,*   Dạ, rau thơm, rau mùi, rau cải,
    mustard greens, tomatoes,   ca-chua, ça-rốt, đậu ngự, khoai
    carrots, lima beans, sweet   lang,...để ăn trong nhà ấy mà!
    potatoes,...just for home
    use.

Mr. BROWN:

11. *That's a nice pigeon house*   Cái chuồng chim bồ-câu đó đẹp
    you have there.   quá nhỉ?

KIM:

12. *Well, we keep them just*   Ấy, chúng tôi nuôi chơi, lâu
    for fun and eat them only   lâu mới ăn thịt.
    from time to time.
13. *There's our neighbor in the*   Kìa, ông lặng giềng chúng tôi
    midst of cutting his grass.   đang cắt cỏ.
14. *Come this way, I want to*   Anh lại đây, tôi giới-thiệu
    introduce you to him.   anh với ông ấy.
15. *Mr. Hai is a very hard-*   Ông Hai chăm lắm.
    working man.
16. *If he is not weeding he's*   Không nhổ cỏ thì xén cây, tưới
    busy pruning the trees or   rau, làm việc suốt ngày.
    watering the vegetables:
    he works all day.
17. *You work too hard, Mr. Hai.*   Ông làm việc ghê quá!
18. *You're perspiring all over.*   Mồ-hôi mồ-kê nhễ-nhại.
19. *You should stop now for*   Nghỉ tay ăn cơm chớ!
    lunch.

_____Unit 3_____

Mr. BROWN:

20. *Where do you work, sir?*   Cụ làm việc ở đâu ạ ?

Mr. HAI:

21. *I'm not working, I'm*   Không, tôi về hưu-trí rồi.
    retired.

KIM:

22. *Mr. Hai was the accountant*   Trước ông ấy làm thư-ký kế-
    of a French firm.   toán cho một hãng buôn Pháp.

Mr. HAI:

23. *I got bored sitting idle,*
    so I took to gardening and
    orchid collecting as a
    hobby.

    Ngồi không cũng chán, nên làm
    vườn chơi lan cho nó vui.

24. *In the morning I enjoy*
    looking at the flowers and
    listening to the birds
    singing.

    Sáng ra, tôi ngắm hoa, nghe
    chim hót, thú lắm.

KIM:

25. *The roses and orchids in*
    here are really A-1.

    Hồng với lan ở đây thì số
    dách, anh ạ.

Mr. BROWN:

26. *What tree is this?*

    Cây này là cây gì, hở anh?

KIM:

27. *It's a willow tree; 'lệ-liễu'*
    means weeping willow'.

    Liễu. Chúng tôi gọi là lệ-liễu
    tức là 'weeping-willow'.

28. *People often compare a*
    woman's gracefulness to that
    of a willow branch, you know.

    Người ta thường ví người đàn
    bà thướt-tha như cành liễu
    đó.

Mr. BROWN:

29. *Miss Kieu's eyebrows were as*
    pretty as willow leaves,
    weren't they?

    Lông mày cô Kiều cũng đẹp tựa
    lá liễu, phải không?

_____Unit 4_____

Mr. BROWN:

30. *By the way, Miss Green is*
    getting married.

    À cô Green sắp lấy chồng.

KIM:

31. *I must send a card to congra-*
    tulate the bride and groom.

    Tôi phải gửi thiệp mừng cô
    dâu chú rể mới được.

32. *This mango tree is full of*
    fruit when its season comes.

    Xoài này đến mùa thì đầy quả!

Mr. BROWN:

33. *By the way, shall we go to*
    the movies tonight after
    dinner?

    À này, tối nay ăn cơm xong
    chúng mình đi xi-nê nhé!

KIM:

34. *Okay.*

    Đi thì đi.

Mr. BROWN:

35. *Let's ask old Thanh with*   Rủ cả lão Thành răng vàng nữa.
    gold teeth to come with us.

KIM:

36. *Yes, let's : today is his*   Ừ, rủ cả anh ấy đi, nhận-tiện
    birthday.   hôm nay sinh-nhật anh ấy.
37. *I will treat you.*   Tôi thết.

Mr. BROWN:

38. *No, it's my turn today.*   Hôm nay đến lượt tôi thết chứ!
39. *Is there any good film?*   Có phim gì hay không?

KIM:

40. *Yes, the Khai-Hoan theater*   Có, rạp Khải-Hoàn chiếu phim
    is showing a cowboy film--not   cao-bồi, không lấy gì làm hay.
    an outstanding film.

Mr. BROWN:

41. *It's not a cowboy movie.*   Đâu có phải cao-bồi.
42. *It's a detective movie.*   Phim trinh-thám đấy!
43. *Is Khai-Hoan a movie theater*   Khải-Hoàn là rạp chiếu bóng à?.
    now?

KIM:

44. *It used to be a tearoom.*   Trước là phòng trà cơ mà!.
45. *Then the owner converted it*   Về sau lão chủ đổi thành rạp
    into a movie house.   xi-nê.
46. *It has continuous shows during*   Ban ngày, thường-trực chiếu
    the daytime   all Vietnamese   toàn phim Việt-Nam.
    films.
47. *At night they have French*   Xuất tối mới có phim Pháp
    films or American films   hay phim Mỹ, phụ-đề Việt-
    with Vietnamese subtitles.   ngữ.
48. *It's very crowded. They*   Đông khách lắm. Phát-tài lắm.
    make a lot of money.   Đắt hàng lắm.

_____Unit 5_____

KIM:

49. *Say, a tall American*   À quên, lúc nãy có ông Mỹ
    gentleman with wavy hair   người cao cao, tóc soăn tới
    came to look for you.   hỏi anh.

50. *There was a short bald-*   Có cả một ông lùn-lùn trán
    headed man with him.   hói nữa.

Mr. BROWN:

51. *That's Irene's brother.*   Anh cô Irene đấy.

KIM:

52. *They rang the bell, and*
    when the servant told them
    you were out, they just
    went away without leaving
    any message.
53. *Let's sit down.*

Các ông ấy bấm chuông, người
nhà ra bảo anh đi vắng, họ
đi liền, không nhắn chi cả.

Chúng mình ngồi xuống đây đi.

Mr. BROWN:

54. *What do these advertize?*

Những bài này quảng-cáo cái
gì đây?

KIM:

55. *Cigarettes, medicine for*
    whooping cough, for stomach
    trouble, for dysentery, for
    veneral diseases,...
56. *And here are the classified*
    ads: children's clothes,
    pawn shop, used cars, French
    classes, English classes.

Thuốc lá, thuốc ho gà, thuốc
đau dạ dày, thuốc kiết, thuốc
trừ bệnh hoa-liễu.

Còn đây là mục rao vặt: may
quần áo trẻ em, tiệm cầm đồ,
bán xe, lớp Pháp-văn, lớp
Anh-văn.

Mr. BROWN:

57. *Gee, aren't you afraid of*
    losing your eyesight reading
    that small print?

Gớm, chữ li-ti thế này, anh
đọc không sợ mù mắt à?

KIM:

58. *You get used to it.*
59. *Look at the Capital news*
    here.
60. *Column four.*

Đọc luôn nó quen đi.
Này, anh xem mục Tin Thủ-đô
này.
Cột bốn kia!

Mr. BROWN:

61. *Oh, the communiqué about*
    the exams to choose candi-
    dates for British Government
    scholarships.

À, bản thông-cáo về kỳ thi
tuyển sinh-viên lấy học-bổng
chính-phủ Anh.

KIM:

62. *You've made big progress*
    with your Vietnamese.

Tiếng Việt của anh tấn-tới
quá rồi.

VOCABULARY

ban	N	*period of time*
ban ngày	N	*daytime*
bệnh hoa-liễu	N	*venereal disease*
buôn	V	*to buy in to sell later; to trade, deal in, sell wholesale*
hãng buôn	N	*firm*
ca-rốt	N	*(Fr. carotte) carrot (CL củ)*
cành	N	*limb, bough, branch, twig*
cành liễu	N	*willow branch*
cao-bồi	N	*(Fr. cowboy) (English cowboy) cowboy; street urchin, hoodlum*
cầm	V	*to pawn*
tiệm cầm đồ	N	*pawnshop*
cỏ	N	*grass, weed, herb*
cắt cỏ	V	*to cut grass*
nhổ cỏ	V	*to weed, pull up weeds*
cột	N	*column, post, pillar, poster*
cù-lao	N	*island (Mal. pulau)*
chiếu	V	*to shine; project pictures*
rạp chiếu bóng	N	*movie theater*
chó	N	*dog (CL con)*
chuông	N	*bell (CL quả, cái)*
bấm chuông	V	*to press a bell-button, ring a bell*
chuồng	N	*cage, shelter, coop, stable, sty*
chuồng chim bồ câu	N	*pigeon house*
dạ dày	N	*stomach*
đau dạ dày	N	*stomach trouble*
đậu ngự	N	*lima bean*
họ ga	N	*whooping cough*
hói	SV	*to be bald*
hòn-đảo	N	*island*
hót	V	*to twitter, sing (of birds)*
hồng	N	*rose (hoa hồng)*
hưu-trí	V/SV	*to retire; to be retired*
kế-toán	N	*accounting, bookkeeping*
kiết	N	*dysentery*
khoai lang	N	*yam, sweet-potato*
khỏi	V/CV	*to avoid, escape; get well, away, from*
lan	N	*orchid*
láng giềng	N	*neighbor*
liền	R	*to act immediately*
liễu	N	*willow*
lá liễu	N	*willow leaves*
lệ-liễu	N	*weeping willow*
li-ti	SV	*to be very small*
lông	N	*(body) hair; feather*

lông mày	N	*eyebrow*
Mã-lai	N	*Malay, Malayan; Mạlaya*
măng-cụt	N	*mangosteen (CL quả, trái)*
mồ-hôi	V	*to perspire, perspiration*
mồ-hôi mồ-kê	V	*to perspire*
mù	SV	*to be blind*
mù mắt	SV/ V	*to be blind, lose eyesight, go blind*
mục rao vặt	N	*classified ads, classified*
mừng	V	*to congratulate, celebrate*
thiệp mừng	N	*card of congratulations*
nuôi	V	*to feed, raise, rear*
ngồi. không	V	*to sit idle*
-ngữ	R	*language*
Việt-ngữ	N	*Vietnamese*
nhắn	V	*to send word, relay a message*
nhễ-nhại	V	*to stream, to flow (tears, sweat)*
phụ-đề	N	*subtitles*
rau cải	N	*mustard greens*
rau mùi	N	*Chinese parsley*
rau thơm	N	*mint*
sản-xuất	V/N	*to produce; produce*
sinh-nhật	N	*birthday*
soăn	SV	*to be wavy (of hair)*
tóc soăn	N	*wavy hair*
số dách	SV	*to be excellent, be in A-1 condition*
tấn-tới	V	*to make progress*
tuyển	V	*to choose, select, recruit*
tựa	V/CV	*to resemble; as (in comparatives)*
tưới	V	*to water, to irrigate*
thú	SV/N	*to be delightful, pleasurable; delight, pleasure*
thủ-đô	N	*capital city*
thư-ký	N	*secretary*
thư-ký kế-toán	N	*accountant, bookkeeper*
thường-trực	SV	*to be continuous, permanent, standing*
thướt-tha	SV	*to be graceful, slender*
trán	N	*forehead*
thông-cáo	N	*communiqué (CL bản)*
trồng	V	*to plant, grow (plant, tree)*
trừ	V	*to eliminate, wipe out*
xén	V	*to trim around the edge, prune*
xuất	V/N	*to advance, exit, go out (=ra) ./ performance*
ví	V	*to compare*

PATTERN DRILLS
A. STATEMENT BÂY GIỜ

> Ướt bàn giấy bây giờ!
> *The desk is going to get wet.*

Given:

Ướt bàn giấy.
Ốm.
Quên.

Answer:

Ướt bàn giấy bây giờ!
Ốm bây giờ!
Quên bây giờ!

1. Cảm.
2. Nhỡ xe buýt.
3. Nhỡ xe.
4. Nhỡ xe lửa.
5. Nhỡ máy bay.
6. Chết.
7. Tắt đèn.
8. Mưa.
9. Mất xe đạp.
10. Thiếu cơm.
11. Biên đi, không có lại quên.
12. Ăn đi không có lại đói.
13. Mời đi, không có lại quên.
14. Vào đi, không có lại cảm nắng.
15. Vào đi, không có lại ốm.
16. Đem ô đi, không có lại ướt.
17. Đóng cửa vào, không có lại ướt cả nhà.
18. Mất đồng hồ.
19. Ướt sơ-mi.
20. Đi đi, không có tối.
21. Đóng cửa lại, không có mưa.
22. Đừng hút thuốc lá, không có lại ho.

B. VERB THÔI

> Tôi thôi không hút nữa.
> *I stopped smoking.*

Given:

Trước tôi hút thuốc lá.
Trước tôi hay đi Đa-Lạt.

Answer:

Bây giờ tôi thôi không hút nữa.
Bây giờ tôi thôi không đi nữa.

1. Trước tôi bận học.

2. Trước cô ấy nói tiếng Pháp.
3. Trước ông ấy làm ở nhà dây thép.
4. Trước ông ấy đi làm.
5. Trước cô ấy bán sách
6. Trước bà ấy ốm luôn.
7. Trước ông bà ấy hay mời tôi.
8. Trước tôi hay gặp cô ấy.
9. Trước tôi thích đi mua bán ở Hồng-Công.
10. Trước tôi thích đồng hồ Ômêga.
11. Trước tiệm chúng tôi bán đủ các kiểu đồng hồ.
12. Cô ấy trước hay đến chơi nhà ông Nam.
13. Ông Hạ trước đi học.
14. Ông Xuân trước đi làm ở Bộ Ngoại-giao.
15. Lúc ba giờ tôi đói.
16. Trước tôi thích chụp ảnh màu.
17. Trước chúng tôi mua sách ở tiệm Khai-Trí.
18. Trước nó thích sửa bộ.
19. Trước ông ấy thích uống cà-phê đen.
20. Trước anh ấy hay gửi thư cho cô ấy.
21. Trước cô ấy viết thư cho ông ấy luôn.
22. Trước tôi hay mượn sách ở thư-viện.
23. Trước tôi hay cho đường vào sữa.
24. Trước ông ấy hay uống nước chè với sữa.

C.....CÓ SAO!

Given:

Một điệu không sao!
Một quả không sao!

Answer:

Một điệu có sao!
Một quả có sao!

1. Mưa một chút không sao!
2. Ướt một chút không sao!
3. Hút một điếu không sao!
4. Họ một chút không sao!
5. Bận một chút không sao!
6. Đắt một chút không sao!
7. Đợi một chút không sao!
8. Không đi không sao!
9. Xoá đi không sao!
10. Không có phần không sao!
11. Nhỡ một chuyến không sao.
12. Đói một chút không sao!
13. Cay một chút không sao!
14. Mặn một chút không sao!
15. Lâu một chút không sao!

16. Xa một chút không sao!
17. Chậm một chút không sao!
18. Dài một chút không sao!
19. Một cốc không sao!
20. Một bát không sao!
21. Một cái không sao!
22. Một chiếc không sao!
23. Một lần không sao!
24. Mất một cái không sao!
25. Quên một chữ không sao!
26. Ngắn một chút không sao!
27. Sốt một chút không sao!
28. Đau một chút không sao!
29. Thấp một chút không sao!
30. Đau bụng một chút không sao!

Dở khóc dở cười.

Dốt đặc (như) cán mai.

D. VERB GỬI

```
Anh tôi gửi sách cho tôi.
My elder brother sent me books.
```

Given: Answer:

Ông ấy gửi sách cho tôi.   Ông ấy gửi sách cho tôi.
tiền.   Ông ấy gửi tiền cho tôi.

1. đồ ăn	22. quà Nô-en
2. thư	23. đô-la
3. quần áo	24. đồ chơi
4. quần áo cũ	25. nước-mắm
5. tự-vị	26. xà-phòng Ivory
6. sơ-mi Arrow	27. trứng
7. giấy	28. trứng gà
8. giấy má	29. trứng vịt
9. giấy thông-hành	30. thuốc ho
10. máy ảnh	31. cà-phê Martin
11. máy quay phim	32. trà Blao
12. phim Kodak	33. sữa Nestlé
13. ảnh	34. măng-cụt Lái-thiêu
14. bút máy Parker	35. ảnh Huế
15. đồng hồ Ômêga	36. cam California
16. bánh ngọt	37. chuối Đà-lạt
17. thuốc lá Salem	38. áo mưa Alligator
18. ớt	39. nón Huế
19. hoa quả	40. tự-điển Việt-Anh
20. hoa	41. giày Florsheim
21. quà	42. dưa Bến-tre

E. VERB GỬI

```
gửi từ Nha-trang đến (Cần-thơ)
```

Given: Answer:

Ông ấy gửi từ Nha-trang   Ông ấy gửi từ Nha-trang.
đến Cần-thơ   Ông ấy gửi từ Nha-trang đến Cầnthơ.
đến   Ông ấy gửi từ Nha-trang đến.

1) xuống dưới Cần-thơ   4) lên trên Đà-lạt
2) xuống Cần-thơ   5) lên Đà-lạt
3) xuống   6) lên

7) ra ngoài Huế
8) ra Huế
9) ra
10) vào trong Saigon
11) vào Saigon
12) vào
13) đi bên Mỹ
14) đi Mỹ
15) đi

16) sang bên Hoa-thịnh-đốn
17) sang Hoa-thịnh-đốn
18) sang
19) lại đây
20) lại
21) đến Đà-Nẵng
22) đến

F. PLACE WORDS & TIME WORDS

	trong	ngoài	trên	dưới	trước	sau
chỗ	X	X	X	X	X	X
bên	X	X	X	X		
đằng	X	X			X	X
mặt	X	X	X	X	X	X
khi					X	X
lúc					X	X
đương	X	X	X	X	X	X
nhà	X	X	X	X	X	X
gặc	X	X	X	X	X	X
cửa	X	X	X	X	X	X
bàn	X	X	X	X	X	X
ghế	X	X	X	X	X	X
ngăn	X	X	X	X	X	X
áo	X	X				
túi	X	X	X	X	X	X
nửa	X	X	X	X	X	X

G. KHÔNG LẤY GÌ LÀM...

Given:

Không hay.
Không hay lắm.

Answer:

Không lấy gì làm hay.
Không lấy gì làm hay lắm.

1. Anh Tấn không cao lắm.
2. Tiếng Anh không dễ lắm.
3. Tiếng Việt không khó lắm.
4. Đồng hồ Thụy-sĩ không rẻ lắm.
5. Nhatrang không lạnh lắm.
6. Quả ớt này không cay lắm.
7. Đô-la dạo này không mắc lắm.
8. Ông bà ấy không nhiều tiền lắm.
9. Mẹ tôi không khoẻ lắm.

10. Chỗ này không mát lắm.
11. Anh chị ấy không giàu lắm.
12. Gia-đình ông Burrow không đông lắm.
13. Cô ca-sĩ đó hát không dở lắm.
14. Ông Bích không già lắm.
15. Bà Chân không bận lắm.
16. Nhà tôi chẳng khoẻ mạnh.
17. Trà này không ngon lắm.
18. Gia-na-đại không nóng lắm.
19. Chúng tôi không sợ lắm.
20. Nhà ông bà không rộng lắm.

GRAMMAR NOTES

13.1. <u>Malay loan-words</u>. In addition to the numerous loan-words
from Chinese, the Vietnamese language has borrowed many words
from French, and more recently, from English. There is also
a small number of Malay loan-words:

> cù-lao (from pulau)   *island*
> măng-cụt (from manggis)   *mangosteen*

13.2. <u>Translation of co-verbs and locators</u>. Let us look at
Sentence 4 of the Conversation: Kìa, đuổi hộ tôi con chó ra
khỏi phòng khách đi. The expression ra khỏi phòng khách means
'out of the living room'.

Contrast: ra phòng khách, which means *'out (of here--the
dining room, for instance) into the living room [which is a
comparatively more spacious and more brightly lit area]'*

A locator, that is, a place-word or time-word, may be
used in apposition to the main noun (denoting the area in
question):

> ra ngoài phòng khách   *(from a narrower area, i.e. the*
>   *dining room) into the living room*
> vào trong phòng khách   *(from a wider area, i.e. the*
>   *courtyard) into the living room*

Likewise, ra ngoài biển means *'out toward the sea (from the
coast), off the coast'*, and ở ngoài biển means *'in the sea,
off the coast.'*

Compare:

Vào trong bờ or vào bờ *(from the sea) toward the coastline.*

13.3. <u>Pronoun nó</u>. Sentence 23 of the dialogue contains the expression:

làm vườn chơi lan cho (nó) vui	*gardening and orchid-collecting as a hobby*

in which the sequence cho nó vui means literally *'so that it will be fun'*, nó *'it'* being an optional element.

Other examples:

Thêm nước mắm cho(nó) ngon.	*Add some fish sauce (so as) to make it taste good.*
Khoá cửa lại cho (nó) chắc.	*Lock the door so as to feel safe.*
Cf. Khoá cửa lại, không có nó ngã xuống đường thì nguy.	*Lock the door, so that you won't fall out.*

13.4. <u>Verbs of perception</u>. Such verbs as coi *'to watch'*, nghe *'to hear'*, nhìn, thấy, trông *'to see'*, xem *'to watch'* may be followed by an object noun phrase, then a verb:

a. Tôi nghe chim hót.   *I hear the birds sing.*
b. Tôi nghe cô ca-sĩ hát.   *I heard the songstress sing.*
c. Tôi nhìn thấy người   *I saw the student come in the*
   sinh-viên vào thư-viện.   *library.*
d. Tôi coi anh nhạc-sĩ   *I watched the musician play*
   đánh trống.   *the drums.*

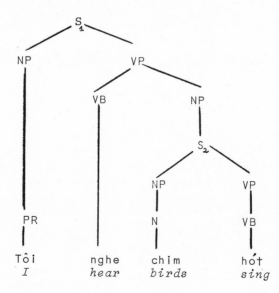

(a)

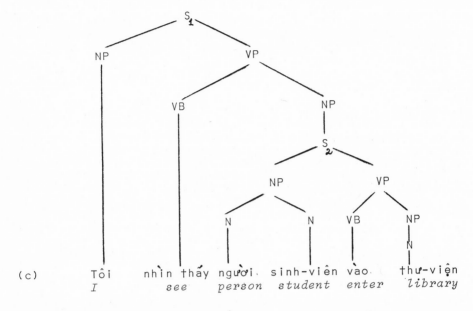

(c)   Tôi   nhìn thấy người. sinh-viên vào. thư-viện
      I   *see*   *person student   enter library*

The role of the embedded sentence S₂ (chim hót *'birds sing'*)
in (a) is similar to that of a noun phrase, nhạc *'music'*,
for example:

    e. Tôi nghe nhạc.   *I hear music, listen to music.*

Likewise, in (c), the embedded sentence S₂ (người sinh-viên
vào thư-viện *'the student enters the library'*) performs the
grammatical function of a complement, which may be simply
a nounphrase, such as người sinh-viên *'the student'*:

    f. Tôi nhìn thấy người   *I saw the student.*
      sinh-viên.

The sentences above may yield the following noun phrases:

    con chim mà tôi nghe hót... *the birds which I heard*
                                   singing...
    cô ca-sĩ mà tôi nghe hát... *the songstress whom I heard...*
    người. sinh-viên mà tôi   *the student that I saw enter*
    nhìn thấy vào thư-viện...   *the library....*
    anh nhạc-sĩ mà tôi coi   *the musician whom I saw*
    đánh trống...   *playing the drums....*

13.5. <u>Co-verb hộ</u>. In sentence 4 of the dialogue the verb hộ
    'to help, assist' is used as a co-verb to the main verb đuổi
    'to chase, expel', and the phrase hộ tôi means something

like *'in order to help me, on my behalf, for my sake, for me.'*

The phrase hộ tôi usually occurs after the direct object (con chó, nó) of the main verb (đuổi)

1. Đuổi con chó hộ tôi.	*Chase this dog for me.*
2. Đuổi nó hộ tôi.	*Chase him for me.*
3. Đuổi con chó đi hộ tôi.	*Chase this dog out for me.*
4. Đuổi nó đi hộ tôi.	*Chase him out for me.*
5. Đuổi con chó ra hộ tôi.	*Chase the dog out for me.*
6. Đuổi nó ra hộ tôi.	*Chase him out for me.*
7. Đuổi con chó ra khỏi phòng khách hộ tôi.	*Chase the dog out of the living room for me.*
8. Đuổi nó ra khỏi phòng khách hộ tôi.	*Chase him out of the living room for me.*

We cannot change Sentences 2, 4, 6 and 8 into:

2a. *Đuổi hộ tôi nó.
4a. *Đuổi hộ tôi nó đi.
6a. *Đuổi hộ tôi nó ra.
8a. *Đuổi hộ tôi nó ra khỏi phòng khách.

But in Sentences 1, 3, 5 and 7, the phrase hộ tôi may come right after the main verb:

1a. Đuổi hộ tôi con chó.
3a. Đuổi hộ tôi con chó đi.
5a. Đuổi hộ tôi con chó ra.
7a. Đuổi hộ tôi con chó ra khỏi phòng khách.

13.6. <u>Verb làm</u>. The verb làm, whose central meaning is *'to do, make'*, means *'to work'* in the phrase làm vườn *'to do gardening'*. It is also used to say what a person does for a living:

Ông ấy làm gì?	*What does he do?*
Ông ấy làm giáo-sư.	*He is a teacher.*

We can say cái vườn mà ông ấy làm *'the garden on which he worked (is working, works, etc)'*. But we cannot say * giáo-sư mà ông ấy làm for *'the teacher which he is (or was, etc..)'*. We conclude, therefore, that these two constructions involving a verb and its object are different, i.e., they contain two different verbs làm . Contrast the expressions in (A) and (B):

(A)	làm nhà	*to build a house*
	làm cơm	*to cook (rice)*
	làm việc	*to work, do a job*

(B) làm giáo-sư   *to be a teacher*
    làm thư-ký   *to be a secretary*
    làm đại-uý   *to be a captain*

PRONUNCIATION

Practice 63. Unaspirated and aspirated t- sounds.

tin thể-thao	thím thằng Thu
tin thế-giới	thầy thấy thằng Thanh
tin thị-cư	tên tôi là Thu
tạo thể dựng	ăn thử tiệm Thanh-Thế

Practice 64. Compound with th- initials

tha-thiết	thậm-thính
tha-thứ	thậm-thiết
tha-thướt	tham-thương
thái-thú	than thận
thẳng thắng	than-thở
thẳng thiếu	thanh-thế

Practice 65. Initial consonants /t- th- tr-/

ta	tha	tra	tang	thang	trang
ti	thi	tri	tinh	thinh	trinh
tu	thu	tru	túc	thúc	trúc
tư	thư	trư	tương	thương	trương
to	tho	tro	toi	thoi	troi
tô	thô	trô	tổng	thông	trông
tơ	thơ	trơ	tơi	thời	trời
tê	thê	trê	tên	thêm	trên
te	the	tre	teo	theo	treo
tâm	thâm	trâm	tân	thân	trân
tăm	thăm	trăm	tăng	thăng	trăng

Practice 66. /i and ia/

ti	tia	mí	mía	kỳ	kìa
bị	bịa	thì	thìa	đi	địa
ni	nia	nhi	nhia	nghĩ	nghĩa
li	lịa	hi	hia	phỉ	phía
vi	vía	xỉ	xỉa	khỉ	khỉa
gì	dịa	chì	chia		

Practice 67. /u and ua/

tủ	tủa	mú	múa	cu	cua
bù	bua	thù	thua	đu	đua
nu	nua	nhụ	nhụa	ru	rua

TRANSLATION

(A) 1. Nước mắm Phú-Quốc làm ở đâu? 2. Phú-Quốc là tên một hòn
đảo ở ngoài biển. 3. Cù-lao là hòn đảo. 4. Đảo Phú-Quốc
sản-xuất nước-mắm ngon. 5. Đuổi con gà ra khỏi phòng ăn đi!
6. Đuổi nó ra hộ tôi. 7. Cù-lao là tiếng mượn của tiếng
Mã-lai. 8. Tiếng măng-cụt cũng thế.

(B) 1. Vườn của ông Kim trồng nhiều thứ rau lắm. 2. Chúng tôi
trồng cà chua để ăn trong nhà. 3. Ông ấy nuôi chim bồ-câu.
4. Lâu lâu mới ăn thịt bò hay thịt lợn. 5. Ngày nào cũng
ăn thịt gà. 6. Tôi xin giới-thiệu ông láng-giềng chúng tôi.
7. Anh Huân chăm làm vườn lắm, không bao giờ nghỉ tay.
8. Anh ấy đang cắt cỏ. 9. Tôi thích tưới cỏ hơn cắt cỏ.
10. Cắt cỏ mệt lắm, vì vườn to quá. 11. Ông Hai chăm lắm,
học suốt ngày. 12. Ông ấy làm việc ghê quá. 13. Anh ấy
vừa cắt cỏ và nhổ cỏ xong, mồ-hôi nhễ-nhại.

(C) 1. Thưa cụ làm việc ở đâu ạ? 2. Trước tôi làm thư-ký cho
một hãng buôn. 3. Ông ấy về hưu-trí rồi, ngồi không nên
buồn. 4. Tôi thích làm vườn cho nó vui. 5. Tôi thích ra
Vườn Bách-Thảo ngắm hoa lan và nghe chim hót. 6. Sách
đó nói về thú chơi lan. 7. Hoa anh-đào ở Nhật thì số dách.
8. Người Việt-Nam gọi cây này là lệ-liễu. 9. Người ta
thường hay ví đàn bà như cây liễu. 10. Thướt tha như cành
liễu. 11. "Lông mày lá liễu" là đôi lông mày đẹp tựa lá
cây liễu.

(D) 1. Tôi phải gửi thiệp mừng cô Trinh sắp lấy chồng. 2. Ông
bà quen cô dâu hay chú rể? 3. Cây xoài này đầy quả. 3. Tôi
hôm nay, rủ lão Thịnh răng vàng đi xi-nê nhé! 5. Hôm nay
có phải là sinh-nhật chị ấy không? 6. Hôm nay đến lượt
chúng tôi phải thết các ông. 7. Rạp Rex chiếu phim gì?
8. Phim trinh-thám hay phim cao-bồi? 9. Khải-Hoàn trước
là rạp chiếu bóng. 10. Bây giờ đổi thành phòng trà rồi. 11.
Ban ngày chiếu thường trực. 12. Toàn những phim cao-bồi.
13. Xuất tối mới có phim Mỹ. 14. Đó là phim Pháp, phụ-đề
tiếng Việt. 15. Rạp xi-nê đó đông khách lắm.

(E) 1. Sáng nay có ông Mỹ người cao cao tới hỏi anh. 2. Ông
Hồng người cao-cao đầu to, tóc soăn. 3. Còn ông Hiệu thì
người lùn-lùn, trán hói, để râu Hoa-Kỳ. 4. Lúc các ông
ấy bấm chuông, người nhà ra bảo tôi đi vắng. 5. Ông ấy
đi liền, không nói chi cả. 6. Ông ấy có nhắn gì không?
7. Bài này quảng-cáo thuốc ho gà. 8. Tôi bị đau dạ dày.
9. Anh xem mục rao vặt chưa? 10. Chữ nhỏ li-ti thế này,
làm sao đọc được. 11. Chữ nhỏ quá, đọc mù mắt, anh không
sợ à? 12. Hôm nay có kỳ thi lấy học-bổng đi Mỹ. 13. Trường
Đại-học Sư-phạm có thông-cáo về kỳ thi tuyển sinh-viên.

WHAT WOULD YOU SAY TEST

1. You state that as a gourmet you like certain dishes.

a. Tôi thích nước mắm Phú-Quốc.	1. roast duck
b. Tôi thích thịt bò xào.	2. roast pigeon (squab)
c. Tôi thích vịt quay.	3. fruit
d. Tôi thích thịt heo hơn thịt bò.	4. Phu-Quoc fish sauce
e. Tôi thích canh thịt lợn với bí.	5. stir-fried beef
f. Tôi thích bò-câu quay.	6. Blao tea
g. Tôi thích trà Blao.	7. coconut cookies
h. Tôi thích trái cây nhất.	8. melon seeds and fruit preserves
i. Tôi thích cơm Việt-Nam.	9. black coffee
j. Tôi thích cà-phê đen.	10. Vietnamese food
k. Tôi thích nước cam.	11. pork better than beef
l. Tôi thích kem dừa.	12. pineapple ice-cream.
m. Tôi thích bánh ngọt.	13. winter melon soup with pork
n. Tôi thích hạt dưa và mứt.	14. orange juice
o. Tôi thích cá hấp.	15. cake
p. Tôi thích bánh dừa.	16. beer
q. Tôi thích la-ve.	17. steamed fish

2. Fill in each blank with <u>nên</u> or <u>phải</u>:

a. Chúng tôi_____dọn nhà vì chủ nhà tăng tiền phố.
b. Anh _____dọn đi vì cái nhà anh ở xa bờ sông mà nóng
   lắm.
c. Muốn dọn vào cái vi-la đó, ông_____sang nhiều tiền lắm.
d. Ông ba_____gửi tiền ngay không có ông ấy đợi.
e. Tôi_____đeo kính, chứ không thì không nhìn thấy gì
   cả.
f. Nếu mắt anh kém thì anh _____mua kính mà đeo.
g. Nếu ông thấy mệt thì ông_____ra Cấp mà nghỉ hè vài
   tháng.
h. Mai ông Linh đi Mỹ, ông_____đi tiễn một tí.
i. Hôm nay ông Mẫn Bộ Canh-nông đi Mỹ về tôi có_____đi đón
   không?
j. Ông ấy_____đi Pháp học thêm về Y-tế.
k. Sáng sớm anh không_____uống nước chanh quả, đau bụng
   chết.
l. Ông _____gói kỹ rồi mới gửi đi xa.
m. Tôi_____về mau không có Peter đợi.
n. Tôi còn_____mua thêm mấy thứ nữa, rồi về sau bằng
   xích-lô.
o. Nhà tôi còn_____lo chuyện nhà cửa nên tháng sáu mới
   qua.
p. Con_____ra xin lỗi Ba đi, con, đừng khóc-lóc thế.
q. Ngày Tết không_____say-sưa quá!
r. Anh _____tập nói tiếng Anh cho thật giỏi, kẻo vào
   lớp, nghe giáo-sư giảng chả hiểu gì.
s. Ông ấy bảo cái vườn này rộng quá, mỗi tuần_____cắt cỏ
   hai lần.

3. Say something about an (older) friend's hobby

    a. He likes to see cowboy movies.
    b. He likes to take movies.
    c. He likes gardening.
    d. He likes to grow vegetables for home consumption.
    e. He likes to work all day.
    f. He likes to grow roses.
    g. He goes to the movies twice a week.
    h. He goes to the tearoom every day.
    i. He likes to raise pigeons and eat them from time to time.
    j. He likes to read the ads in Vietnamese newspapers.
    k. He likes to watch people play pingpong.
    l. He likes to grow orchids.
    m. He likes to look at flowers and listen to the birds singing.
    n. He likes the theater.
    o. He likes to listen to Vietnamese music.
    p. He likes to see a magician's tricks.

EMBEDDED QUESTIONS. PASSIVE EXPRESSIONS

CONVERSATION

(Kể truyện)

_____Unit I_____

CHILDREN:

1. *Uncle Number Five, please tell us a story.*

Chú Năm kể truyện đi.

UNCLE NUMBER FIVE:

2. *Shall I tell you the story about the drawing contest?*

Kể truyện thì vẽ nhanh nhé!

3. *Well, once upon a time there was a Ph.D. called Quynh who was sent to China as an envoy.*

Ngày xưa ấy, có ông Trạng Quỳnh ông ấy đi sứ sang Tàu.

4. *'Envoy' means 'ambassador', do you understand?*

Sứ là đại-sứ đó, hiểu không?

5. *Dr. Quynh was a smart fellow, skilled at making quick repartees.*

Trạng Quỳnh là người giỏi, có tài ứng-đối mau lắm.

UNCLE NUMBER TWO:

6. *There were three other Ph.D's from three other areas!*

Lúc đó còn trạng ba nước khác nữa chớ!

7. *Something like Japan or Korea, I think.*

Nhật-bản này, Cao-ly, Cao-liếc gì đó.

UNCLE NUMBER FIVE:

8. *Anyway, the Chinese Emperor wanted to test and see which country was most talented,*

Thế vua Tàu muốn thử tài xem nước nào giỏi.

9. *So he ordered writing brushes, ink and paper brought in to see which of the four contestants was the fastest*

mới sai lấy bút, mực và giấy ra để bốn tay thi vẽ xem ai nhanh.

at drawing pictures.

10. *The Emperor said that upon hearing the drums beat, whichever scholar could draw an animal in the shortest time would win a reward.*

Nhà vua truyền rằng khi nghe trống đánh xong người nào vẽ xong trước một con vật, bất cứ là con gì, thì sẽ được thưởng.

11. *He said, "I will bestow a reward to the one of you who is the first to produce a picture."*

Vua bảo "Trạng nào vẽ mau nhất Trẫm sẽ ban thưởng cho."

12. *As soon as the drums rolled, the other three Ph.D.'s started to draw their pictures real fast.*

Thế trống đánh xong, ba trạng kia vẽ thật nhanh.

13. *One drew a flying bird.*

Người thì vẽ con chim bay.

14. *The second one drew a galloping horse.*

Người thì vẽ con ngựa phi.

15. *The third one drew a phoenix which was putting up a nice dance.*

Ông trạng thứ ba vẽ một con phượng múa thiệt đẹp.

16. *But all three were slower than our Dr. Quynh.*

Nhưng cả ba đều chậm hơn ông Trạng Quỳnh của ta.

17. *Because he dipped all his ten fingers into the ink slab, then ran them on his piece of paper--ten zigzag strokes.*

Vì Trạng Quỳnh nhúng hẳn mười đầu ngón tay vào nghiên mực, rồi vạch mười nét ngoằn ngoèo xuống tờ giấy.

18. *The Emperor asked him, "What have you drawn here?"*

Vua mới hỏi: "Khanh vẽ cái chi đấy?"

19. *"Sire," Dr. Quynh answered, "Your humble subject has drawn ten dragons."*

Trạng Quỳnh đáp: "Muôn tâu Bệ-hạ, kẻ hạ-thần vẽ mười con rồng".

20. *That's right: he said ten dragons.*

Ờ, mười con rồng.

21. *So the Emperor asked him, "What kind of dragons are these winding tortuous things?"*

Thế vua mới hỏi: "Rồng chi mà ngoằn-ngoèo như thế này?"

22. *Unafraid, Dr. Quynh calmly replied, "Your Majesty..."*

Trạng không sợ, đủng-đỉnh đáp: "Muôn tâu Thánh-thượng..."

CHILDREN:

23. *What does "Majesty" means?*

Thánh-thượng là gì?

UNCLE NUMBER FIVE:

24. *That's the form of address you use to a king; either Sire or Your Majesty...*

Thánh-thượng là kêu nhà vua đó; Bệ-hạ hay Thánh-thượng cũng thế..

25. *Dr. Quynh replied that he...*   Trạng Quỳnh trả lời là ông..
    "your humble or lowly subject.. kẻ hạ-thần...vẽ mười con
    had drawn ten dragons of the   rồng đất.
    earth."

CHILDREN:

26. *Well?*   Thế thì làm sao?

UNCLE NUMBER FIVE:

27. *Well, you see, the Chinese*   Ấy, rồng đất, chữ nho là long-
    characters for dragons,of   thổ không?
    the earth are "long-thô",
    right?
28. *And that's how the Chinese*   Thế mà người Tàu thì vẫn gọi
    always referred to earth-   con run là con rồng đất đó.
    worms--earth dragons.
29. *The Chinese Emperor roared*   Vua Tàu nghe nói, cười rồ lên
    with laughter and praised   và khen Trạng Quỳnh là vừa
    Dr. Quynh's dexterity and   nhanh tay, vừa nhanh trí.
    intelligence.
30. *Dr. Quynh got a reward of*   Trạng Quỳnh được thưởng năm
    fifty silver ingots.   mười đỉnh bạc.

CHILDREN:

31. *That's not a very interest-*   Truyện này không hay.
    ing story.

UNCLE NUMBER TWO:

32. *And it wasn't about Dr.*   Mà đâu có phải Trạng Quỳnh!
    Quynh either! Baloney!   Chỉ bịa thôi!

CHILDREN:

33. *Please, uncle, tell us*   Chú kể cho các cháu nghe
    another story, something   truyện khác đi, truyện nào
    that does not have Chinese   không có chữ nho ấy.
    characters.

_____Unit 2_____

UNCLE NUMBER FIVE:

34. *How about a ghost story now?*   Bây giờ kể truyện ma nhớ!
35. *There once was a bridge with*   Có cái cầu đó, có nhiều ma
    a lot of ghosts.   lắm.

36. *Then there was a man who crossed the bridge to go and have a drink.*

Rồi có cái ông đó, ông đi qua sông uống rượu.

37. *On the way back he was drunk, so he fell down into the river and got drowned.*

Ông về, ông say, xong té xuống nước, chết đuối.

38. *His wife was out harvesting the rice..*

Xong vợ ông ấy mới đi gặt lúa.

39. *Her boat went over his body, but she didn't know.*

Thuyền đi qua lên trên xác ông ấy, mà không biết.

CHILDREN:

40. *Did he become a ghost?*

Ông ấy thành ma rồi hở?

41. *Oh, this story is not a very frightening one.*

Thôi, truyện này không sợ.

UNCLE NUMBER FIVE:

42. *Let me tell you another one then.*

Để chú kể truyện khác vậy.

_____Unit 3_____

UNCLE NUMBER FIVE:

43. *Once upon a time there was a man who took an evening walk on a bridge.*

Hồi đó đó, có một ông, ông ấy mới đi chơi buổi đêm qua cầu.

44. *He met a soldier on sentry-duty on the bridge.*

Xong ông ấy gặp ông lính gác cầu.

45. *The soldier told him that the place was full of ghosts.*

Xong ông lính gác cầu mới bảo với ông ấy là ở đây có nhiều ma lắm.

46. *"I'm so afraid, can you relieve me?"*

"Tôi sợ ma quá, ông gác hộ tôi được không?"

47. *So he said, "Okay."*

Xong ông ấy mới bảo: "Ừ được rồi."

48. *"Tomorrow I'll help you."*

Để mai tôi gác cho!

49. *He went on duty the next day.*

Xong hôm sau ông ấy mới gác.

50. *He thought to himself, "I shall see whether there are some ghosts."*

Xong ông ấy nghĩ trong bụng là: "để mình xem có ma không."

51. *Exactly at that moment a ghost appeared.*

Xong vừa vặn lúc đó, có con ma nó hiện lên.

52. *The ghost was dressed just like him, that is, he pretended to be his friend.*

Nó mặc đồ giống ông ấy, xong nó mới giả vờ làm bạn ông ấy.

53. *He said, "I heard that this place seems to have a lot of ghosts. Is that right?"*

Ông ấy mới hỏi là hình như tôi nghe thấy ở đây có nhiều ma lắm, phải không?

CHILDREN:

54. *How awful!*

Ô. Ghê quá!

UNCLE NUMBER FIVE:

55. *At that moment the ghost caused his instant death.*

Lúc đó con ma nó mới làm. cho ông chết ngay.

CHILDREN:

56. *How?*

Làm. sao mà chết?

UNCLE NUMBER FIVE:

57. *He pushed him down the river.*
58. *Then the ghost disappeared.*
59. *That's the end of the story.*

Nó đẩy xuống sông chứ sao.
Lúc đó con ma nó mới biến đi.
Thế là hết truyện.

_____Unit 4_____

UNCLE NUMBER TWO:

60. *Say, Uncle Number Five, the American gentleman whom you know, what does he do?*

À này, chú năm, cái ông Mỹ chú quen làm. gì?.

UNCLE NUMBER FIVE:

61. *No, he's a Swedish fellow of British nationality--an engineer.*

Lão ấy là người. Thụy-điển chớ, mà lại có quốc-tịch Anh, làm. kỹ-sư.

UNCLE NUMBER TWO:

62. *I met him the other day at the party over at Dr. Hien's house.*

Tôi gặp hôm nọ ở bữa tiệc nhà bác-sĩ Hiền.

UNCLE NUMBER FIVE:

63. *What party?*

Tiệc gì?

UNCLE NUMBER TWO:

64. *Oh, just a tea party to say*

À, tiệc trà,. tiễn bác-sĩ Hồng

farewell to Dr. Hong and Miss
Cao, the nurse, no the midwife,
who were going to the States
for further training.

và cô y-tá Cao, à quên, cô đỡ
Cao, đi Mỹ học...tu-nghiệp ấy
mà!.

VOCABULARY

ban	V	*to grant, bestow, confer (reward, favor)*
bất cứ...	P	*any...at all, all, any*
Bệ-hạ	PR	*Sire, Your Majesty*
bịa	V	*to make up (stories)*
biến	V	*to disappear (RV mất, đi)*
Cao-ly	N	*Korea; Korean (= Đại-Hàn)*
cầu.	N	*bridge (CL cái, chiếc, cây)*
cô-đỡ	N	*midwife*
cười rò	V	*to roar with laughter*
chữ nho	N	*Chinese characters*
đẩy	V	*to push, shove, jostle*
xô đẩy	V	*to shove and push, jostle*
đĩnh	N	*ingot*
đĩnh bạc	N	*silver ingot*
đồ.	N	*suit, clothes*
đuối	SV	*to be tired, exhausted*
chết đuối	V	*to drown*
gặt	V	*to harvest, reap*
gặt lúa	V	*to harvest rice*
gác	V/N	*[French garder, garde] to mount guard; guard, sentry, doorkeeper*
lính gác	N	*sentry guard*
giả vờ	V	*to pretend, feign*
giống	N/V	*species, kind, gender, sex, breed; to resemble, look like*
hạ-thần.	PR	*I (a lowly person; your humble servant)*
hẳn	-R	*thoroughly, completely, for good*
hiện	V	*to appear (RV lên, ra)*
kể	V	*to narrate, tell (story)*
khanh	PR	*you (used by emperor to official)*
lính	N	*soldier (CL người)*
long-thổ	N	*earth-dragon; earthworm*
ma	N	*ghost (CL con)*
mặc	V	*to wear, put on clothes*
múa	V	*to dance*
muôn	NU	*ten thousand (=vạn)*
nét	N	*stroke(of a brush or pen)*
nghĩ trong bụng	V	*to think to oneself*
nghiên	N	*inkstone*
nghiên mực	N	*inkstone*

ngón tay	N	*finger*
ngựa	N	*horse (CL con)*
ngoằn ngoèo	SV	*to zigzag, be wiggly, meander*
nhanh tay	SV	*to have dexterity, quickness of hand*
nhanh trí	SV	*to be quick-witted*
nhúng	V	*to dip (in water or dye)*
phi	V	*to gallop*
phượng	N	*phoenix (CL con)*
quốc-tịch	N	*nationality*
rồng	N	*dragon (CL con)*
rồng đất	N	*dragon of the earth, earthworm*
rò	V	*to roar with laughter*
run	N	*earthworm (CL con)*
rượu	N	*spirits, alcohol*
sai	V	*to send on an errand; to order, command*
sứ	N	*envoy. Cf. đại-sứ*
tay	N	*hand, arm; handle; sleeve; person, individual, hand, expert*
Tàu	N	*China*
tâu	V	*to make a report (to a king)*
tẻ	V	*to fall (of persons)*
tiệc	N	*party, dinner, feast*
tiệc trà	N	*tea party*
Thánh-thượng	PR	*Your Majesty*
Thụy-điển	N	*Sweden; Swedish*
thưởng	V	*to reward*
trạng	N	*Ph.D.*
Trẫm	PR	*I, we (used by royalty)*
truyền	V	*to order*
truyện	N	*story*
ứng-đối	V	*to reply, answer*
vạch	V	*to make a line*
vật	N	*animal, thing, being, object, creature*
vẽ	V	*to draw, sketch*
vua	N	*king (CL ông)*
vừa vặn	SV	*to be fitting; precisely*
xác	N	*body, corpse*
y-tá	N	*nurse (CL cô)*

PATTERN DRILLS

A. TRƯỚC VS. SAU

Given: Answer:

Ông ấy sang trước. /bà ấy/   Bà ấy sang sau.
Tôi đi trước. /anh/   Anh đi sau.
Xin ông đi trước. /tôi/   Tôi đi sau.

1. Tôi qua trước. /gia-đình tôi/
2. Tôi tới trước. /nhà tôi/
3. Chúng tôi ăn trước. /các ông ấy/
4. Ông Giám-đốc nói trước. /tôi/
5. Bà ấy mua trước. /tôi/
6. Anh kể trước đi. /tôi/
7. Em Hằng về trước. /em Huân/
8. Mời ông lấy cơm trước đi. /chúng tôi/
9. Nhà tôi lại trước. /tôi/
10. Ông Hiếu dọn nhà trước. /ông bà Thuận/
11. Anh ấy kêu trước. /bọn chúng tôi/
12. Ông Linh kỹ-sư Bộ Canh-nông mời trước. /Ông Hộ kỹ-sư Bộ
    Kinh-tế/
13. Các cháu ra Vũng Tàu trước. /nhà tôi và tôi/
14. Họ đi ra ga trước./vợ chồng ông Bưởi/
15. Bà Thomas đi chợ trước. /bà Hoa/
16. Chúng tôi mua giày trước đã. /mua sơ-mi/
17. Các bà ấy đi chợ Bến-thành trước. /đi Chợ Cũ/
18. Trả tiền trước đã. /gọi/
19. Chúng tôi thăm ông bà Lâm trước. /đem thơ đến cho cô Liên/
20. Chúng ta uống trà trước đã. /xem hình/
21. Ăn bánh ngọt trước. /ăn trái cây/
22. Làm việc trước đã. /giải-trí/
23. Thi tú-tài I trước. /thi tú-tài II/
24. Giặt quần áo trước. /rửa bát/
25. Đi Chợ Lớn mua đồ trước. / đi vườn Bách-thảo/
26. Chúng ta ăn phở trước đã./đi chụp ảnh/
27. Chúng ta học nói trước. /học đọc, học viết/
28. Pha trà trước./pha cà-phê/
29. Mua vé trước. /mua đu-đủ/
30. Ăn đi trước. /lội nước/
31. Ra Ngân-hàng trước. /ra Hối-đoái/
32. Bác-sĩ bảo phải tiêm trước. /uống ký-ninh/

B. INDIRECT CONTENT-QUESTIONS

Given: Answer:

xem cái nào tốt   (A) Cái nào tốt?
                                (B) Tôi muốn thử xem cái nào
                                    tốt.

xem ai nhanh   (A) Ai nhanh?
                                (B) Tôi muốn thử xem ai nhanh.
coi tiệm nào rẻ   (A) Tiệm nào rẻ?
                                (B) Tôi muốn thử coi tiệm nào
                                    rẻ.

1. xem bài nào dài
2. xem câu nào dễ nhất
3. xem tiếng nào khó nhất

4. coi ai nhanh nhất
5. xem nước nào giỏi
6. xem đồng-hồ gì rẻ
7. coi quyển nào mắc nhất
8. xem xe nào mau
9. xem ông nào giỏi
10. coi chiếc nào mới
11. xem thư-viện nào xa
12. coi cô nào vừa đẹp vừa ngoan
13. coi tự-điển nào tốt
14. xem xà-phòng nào thơm
15. coi tiệm ăn nào ngon hơn hết
16. xem cái quạt nào tốt
17. xem ông nào cao nhất
18. xem phim nào hay
19. coi chương-trình nào dễ
20. xem đồng-phục trường nào đẹp
21. xem đội banh nào giỏi
22. coi người nào ăn mau
23. xem người nào đi nhanh
24. xem ai đến trước
25. xem ai nói được tiếng Việt

C. USE OF BẤT CỨ

Given:

vật (con)
sách (quyển)

Answer:

bất cứ (là) con nào
bất cứ (là) quyển nào

1. áo (cái)
2. bàn (cái)
3. bến
4. biển (tấm)
5. giầy (chiếc)
6. bò (con)
7. bộ
8. buồng
9. cách
10. câu
11. cây
12. con (đứa)
13. công-ty
14. cháu (đứa)
15. xe (chiếc)
16. chính-phủ
17. chỗ
18. chữ
19. đại-học
20. đĩa hát (cái)

21. hãng
22. hạng
23. hòm
24. khách-sạn
25. khăn (cái)
26. lớp
27. màu
28. mùa
29. người
30. nhà thương
31. phương-pháp
32. tiệm ăn
33. tự-điển
34. trường trung-học
35. trường tiểu-học
36. thư-viện
37. rạp hát bóng
38. phòng trà
39. nhà dây thép
40. ca-sĩ (cô)

41. đường
42. ga
43. gia-đình
44. giáo-sư
45. giọng

46. kỹ-sư (ông)
47. bác-sĩ (ông)
48. dược-sĩ (ông)
49. y-tá (cô)
50. bệnh

D. EMBEDDED SENTENCE

Given:

Con chim bay.

Con ngựa phi.

Con phượng múa.

Answer:

(A) Con chim đang bay.
(B) Tôi vẽ con chim bay.
(A) Con ngựa đang phi.
(B) Tôi vẽ con ngựa phi.
(A) Con phượng đang múa.
(B) Tôi vẽ con phượng múa.

1. Con chim bay.
2. Con rồng bay.
3. Con ngựa chạy.
4. Con bò ăn cỏ.
5. Con ngựa ăn cỏ.
6. Con cá bơi.
7. Con gà ăn thóc *(unhusked rice)* bên cạnh cây dừa.
8. Con vịt trời. *(wild duck)* bay.
9. Con lợn ăn cám *(bran)* bên cạnh cây chuối.
10. Con chó chơi với quả bóng.
11. Con ngựa chạy bên bờ biển.
12. Con chim bồ câu bay.
13. Con châu chấu đậu trên cành cây mai.
14. Con chuồn-chuồn bay.
15. Con heo ăn cám *(bran)* bên cạnh chuồng chim bồ câu.
16. Hai con chim bay trên bãi bể.
17. Con chim bạch-yến bay bên cạnh liễu.
18. Con ngựa ăn cỏ bên bờ sông.
19. Hai con bò đứng bên hồ.
20. Ba con ngựa phi.
21. Con muỗi bay.
22. Con bò nằm trên bãi cỏ.
23. Con ngựa trắng chạy nhanh.
24. Con chim bay bên cạnh thông.
25. Con vịt bơi dưới hồ.
26. Hai con phượng múa.
27. Hai con rồng bay.
28. Hai con ngựa trắng đứng bên cây lệ-liễu.
29. Con chuồn-chuồn đậu cạnh bông hoa sen (lotus).
30. Bà cụ già ngồi khóc bên bờ ruộng.
31. Cô gái quê tát nước.
32. Năm người đàn bà cấy lúa.

E. WHAT TIME IS IT?

Given:

Một giờ rồi.

Hai giờ rồi.

Answer:

(a) Một giờ hơn rồi.
(b) Hơn một giờ rồi.
(a) Hai giờ hơn rồi.
(b) Hơn hai giờ rồi.

1. Ba giờ rồi.
2. Bốn giờ rồi.
3. Năm giờ rồi.
4. Sáu giờ rồi.
5. Bảy giờ rồi.
6. Tám giờ rồi.
7. Chín giờ rồi.
8. Mười giờ rồi.
9. Mười một giờ rồi.
10. Mười hai giờ rồi.

F. HOW IS THE WEATHER OUT?

1. Hôm nay giời tốt lắm.
2. Hôm nay giời đẹp lắm.
3. Hôm nay giời nắng lắm.
4. Hôm nay giời nắng to.
5. Hôm nay giời không mưa.
6. Hôm nay giời xấu.
7. Mùa này giời mưa luôn.
8. Giời mưa to.
9. Mưa lớn quá!
10. Mưa chưa?
11. Mưa rồi. Mưa to lắm.
12. Mưa to thế này, chúng ta không thể đi chụp ảnh được.

Hôm nay giời tốt lắm nhỉ?
Hôm nay giời đẹp lắm nhỉ?
Hôm nay giời nắng lắm nhỉ?
Hôm nay giời nắng to nhỉ?
Hôm nay giời không mưa nhỉ?
Hôm nay giời xấu nhỉ?
Mùa này giời mưa luôn nhỉ?
Giời mưa to nhỉ?
Mưa lớn quá nhỉ?
Mưa chưa nhỉ?
Mưa rồi. Mưa to quá nhỉ?
Mưa to thế này, chúng ta không thể đi chụp ảnh được nhỉ?

G. DISTANCE

1. Vườn Bách-thảo có xa không? --Không xa. Gần lắm. Đi bộ được.
2. Hiệu sách có xa không? --Xa lắm. Không đi bộ được.
3. Hiệu đồng hồ có xa không? --Không xa lắm. Gần đây thôi.
4. Nhà dây thép có gần không? --Gần lắm. Đi bộ được.
5. Hiệu bán ghế có gần đây không? --Không gần lắm. Không đi bộ được.
6. Nhà ông Nam có xa không? --Xa lắm. Không đi bộ được.
7. Nhà cô Thu có xa không? --Không xa lắm, nhưng cũng không gần lắm.
8. Cựu-Kim-Sơn có xa không? --Xa lắm. Không đi bộ được.
9. Hiệu sách của ông Bảng có xa không? --Không xa. Nhưng cũng không gần.

10. Hoa-thịnh-đốn có xa lắm —Xa lắm. Hoa-thịnh-đốn xa lắm.
    không?

H. AI CŨNG....NGƯỜI NÀO CŨNG....

1. Ai cũng mệt.	Người nào cũng mệt.
2. Ai cũng bận,	Người nào cũng bận,
3. Ai cũng khoẻ.	Người nào cũng khoẻ.
4. Ai cũng đi làm.	Người nào cũng đi làm.
5. Ai cũng đi học.	Người nào cũng đi học.
6. Ai cũng học tiếng Việt-Nam.	Người nào cũng học tiếng Việt-Nam.
7. Ai cũng thích cô ấy.	Người nào cũng thích cô ấy.
8. Ai cũng đếm tiền.	Người nào cũng đếm tiền.
9. Ai cũng thích tiền.	Người nào cũng thích tiền.
10. Ai cũng có bạn.	Người nào cũng có bạn.
11. Ai cũng đọc sách Việt-Nam.	Người nào cũng đọc sách Việt-Nam.
12. Ai cũng mua sách Việt-Nam.	Người nào cũng mua sách Việt-Nam.
13. Ai cũng đến hiệu sách.	Người nào cũng đến hiệu sách.
14. Ai cũng có đồng hồ tốt.	Người nào cũng có đồng hồ tốt.
15. Ai cũng đọc đúng.	Người nào cũng đọc đúng.
16. Ai cũng nói lớn.	Người nào cũng nói lớn.
17. Ai cũng nói to.	Người nào cũng nói to.
18. Ai cũng có máy ảnh.	Người nào cũng có máy ảnh.
19. Ai cũng nhỡ xe buýt.	Người nào cũng nhỡ xe buýt.
20. Ai cũng dùng đồ trang miệng.	Người nào cũng dùng đồ trang miệng.
21. Ai cũng chưa đi tàu thủy bao giờ cả.	Người nào cũng chưa đi tàu thủy bao giờ cả.
22. Ai cũng không biết quay phim cả.	Người nào cũng không biết quay phim cả.
23. Ai cũng thích cái xe hơi mới của ông ấy.	Người nào cũng thích cái xe hơi mới của ông ấy.
24. Ai cũng thích ở nơi ấm ĩ.	Người nào cũng thích ở nơi ấm ĩ.
25. Ai cũng thích mùa xuân.	Người nào cũng thích mùa xuân.
26. Ai cũng muốn làm ở Bộ Ngoại-giao.	Người nào cũng muốn làm ở Bộ Ngoại-giao.
27. Ai cũng hiểu nghĩa những chữ này.	Người nào cũng hiểu nghĩa những chữ này.
28. Ai cũng phải học thuộc lòng những câu kiểu mẫu.	Người nào cũng phải học thuộc lòng những câu kiểu mẫu.
29. Ai cũng có thể viết thư bằng chữ Việt được.	Người nào cũng có thể viết thư bằng chữ Việt được.
30. Ai cũng gọi món vịt quay.	Người nào cũng gọi món vịt quay.
31. Ai cũng cần tiền.	Người nào cũng cần tiền.
32. Ai cũng chụp ảnh và quay phim.	Người nào cũng chụp ảnh và quay phim.
33. Ai cũng thích làm vườn.	Người nào cũng thích làm vườn.
34. Ai cũng phải rọi kiếng.	Người nào cũng phải rọi kiếng.
35. Ai cũng phải có thông-hành mới đi du-lịch được.	Người nào cũng phải có thông-hành mới đi du-lịch được.

TIME OF THE DAY

một giờ	sáng	hôm kia
hai giờ	trưa	hôm qua
ba giờ	chiều	hôm nay
bốn giờ	tối	(ngày)mai
năm giờ	đêm	ngày kia
sáu giờ		
bảy giờ		
tám giờ		
chín giờ		
mười giờ		
mười một giờ		
mười hai giờ		

I. RESPONSE DRILL

Given: Answer:

Ông đi đâu đấy? (nhà dây thép).   Tôi đi ra nhà dây thép.
Ông đi đâu đấy? (mua sách).   Tôi đi mua sách.

1. Ông đi đâu đấy?(nhà dây thép)
2. Cô đi đâu đấy? (hiệu sách)
3. Ông đi đâu đấy? (hiệu đồng hồ).
4. Các ông đi đâu đấy?(nhà cô Thu)
5. Bà đi đâu đấy? (sở ông Nam)
6. Các cô đi đâu đấy?(hiệu bàn ghế)
7. Ông đi đâu đấy? (nhà ông Bảng)
8. Bà Hill đi đâu đấy? (Cựu-Kim-Sơn)
9. Ông Fox đi đâu đấy?(Mỹ)
10. Các cô đi đâu đấy?(Mỹ)
11. Các cô ấy đi đâu? (Pháp)
12. Các ông này đi đâu? (Đức)
13. Ông đi đâu đấy? (Thuỵ-sĩ)
14. Cô đi đâu đấy? (mua sách)
15. Ông đi đâu đấy?(mua bàn ghế)
16. Cô đi đâu đấy? (hiệu sách)
17. Các cô đi đâu đấy? (mua đồng hồ)
18. Ông đi đâu đấy?(đi chơi)
19. Các ông đi đâu đấy? (đi làm)
20. Các cô đi đâu đấy ? (đến chơi nhà cô Thu)
21. Bà Hill đi đâu đấy? (đến sở cô Thu)
22. Ông đi đâu đấy? (Bộ Ngoại-giao)
23. Ông đi đâu đấy? (Bộ Kinh-tế)
24. Các ông đi đâu đấy?(ăn cơm)
25. Họ đi đâu đấy? (đi ăn phở Tàu Bay)
26. Anh đi đâu đấy?(đi thăm chú tôi)
27. Ông ấy đi đâu đấy? (đi lên trên gác)
28. Bà ấy đi đâu đấy? (đi xuống dưới nhà)

29. Các anh ấy đi đâu đấy? (ra ngoài vườn)
30. Cô ấy đi đâu đấy?(thăm bà nội)

J. THÌ PREDICATES

> Ông Xuân thì có vợ rồi.
> *Mr. Xuan is already married.*

Given: Answer:

Con cô, có mạnh không?   Con cô thì có mạnh không?
Con cô Green, có mạnh không?   Con cô Green thì có mạnh không?

1. Tôi mạnh khoẻ như thường.
2. Hôm nay tôi bận lắm.
3. Chúng tôi không bận lắm.
4. Ông Hill có khoẻ không?
5. Ông ấy khoẻ mạnh lắm.
6. Cô Thu mạnh khoẻ như thường.
7. Hôm nay chúng ta học đếm.
8. Bây giờ chúng ta đếm bạn.
9. Tôi chưa học bài thứ sáu.
10. Hôm qua chúng tôi bận lắm.
11. Bài thứ chín dài.
12. Hôm nay tôi không đi làm.
13. Tôi ra nhà dây thép.
14. Mấy tuần nay tôi không gặp cô ấy.
15. Cô ấy sắp về nước.
16. Cuối tháng này cô Thu về Mỹ.
17. Ông Fox là bạn cô ấy.
18. Ông ấy bây giờ làm gì?
19. Ông Fox làm chủ hiệu sách.
20. Tôi chưa gặp ông ấy.
21. Con ông Hill, dạo này có khoẻ không?
22. Ông Hill khoẻ như thường, con bà ấy ốm luôn.
23. Bà Hill bây giờ ở đâu?
24. Bà ấy ở bên Mỹ, con ông ấy ở bên Việt-Nam.
25. Tôi vừa gặp cô ấy hôm qua.
26. Tôi chưa có thì giờ.
27. Ông Nam và ông Bang đi mua bán.
28. Mấy giờ chúng ta đi mua đồng hồ?
29. Hôm nay tôi bận lắm.
30. Tôi quên chưa hỏi.
31. Ông Brown là người Mỹ, con ông Honey là người Anh.
32. Ông Honey nói tiếng Việt-Nam hay lắm.
33. Tôi muốn mua đồng hồ, con ông Nam muốn mua sách.
34. Hiệu này bán đồng hồ.
35. Ômega tốt lắm.
36. Ông Hạ chưa có vợ, con ông Xuân có vợ rồi.

37. Ông Xuân làm ở Bộ Ngoại-giao.
38. Cô Thu không có chi.
39. Chúng tôi đói lắm rồi.
40. Tôi chưa được gặp.

K. LOCATORS TRONG, NGOÀI, TRƯỚC, SAU

(1) trong nhà dây thép   (2) bên ngoài nhà dây thép
   "   hiệu   "   " hiệu
   "   nước   "   " nước
   "   sở   "   " sở tôi
   "   hiệu sách   "   " hiệu sách
   "   hiệu đồng hồ   "   " hiệu đồng hồ
   "   hiệu chúng tôi   "   " hiệu chúng tôi
   "   hiệu bàn ghế   "   " hiệu bàn ghế
   "   nhà ông Nam   "   " nhà cô Thu
   "   Bộ Ngoại-giao   "   " Bộ Ngoại-giao
   "   Bộ Kinh-tế   "   " Bộ Kinh-tế
   "   vườn   "   " vườn
   "   vườn hoa   "   " vườn hoa
   "   vườn Bách-thảo   "   " vườn Bách-thảo

    Cf.   ngoài phố   *in the street*
          ngoài vườn   *in the garden*
          ngoài vườn hoa   *in the flower garden*
          ngoài nhà dây thép   *in the post office*
          ngoài sở tôi   *in my office*
          ngoài Bộ Ngoại-giao   *in the Foreign Ministry*

(3) trước nhà dây thép   (4) sau nhà dây thép
   "   sở tôi   "   sở tôi
   "   hiệu sách   "   hiệu sách
   "   hiệu đồng hồ   "   hiệu đồng hồ
   "   hiệu bàn ghế   "   hiệu bàn ghế
   "   nhà ông Nam   "   nhà ông Nam
   "   nhà chúng tôi   "   nhà chúng tôi
   "   Bộ Ngoại-giao   "   Bộ Ngoại-giao
   "   Bộ Kinh-tế   "   Bộ Kinh-tế
   "   cái vườn   "   cái vườn
   "   vườn Bách-thảo   "   vườn Bách-thảo

            trong họ ngoài làng
            trong nhà ngoài ngõ
            trước sau như một
            trước thế nào, sau thế ấy
            trước lạ sau quen

GRAMMAR NOTES

14.1. <u>Clause-predicates</u>. Sometimes the predicate of a sentence
is a clause in which the subject denotes a bodily part
belonging to the person announced in the sentence-topic:

(1) Bà cụ mắt kém.   *As to the old lady her eyes are*
                         weak.

This sentence may have been derived from the following
sentences in each of which the more specific referent--a part
the body (or some other attribute)--is the topic:

(1a) Mắt là của bà cụ. Mắt kém.
     eyes-equal-possession-old lady. eyes-weak.

First, by deleting the equative (or identificational)
particle là in the embedded sentence S_2, we get:

(1b) Mắt của bà cụ. Mắt kém.
     eyes-possession-old lady.   eyes-weak.

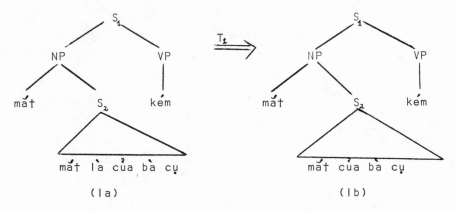

(1a)   (1b)

Secondly, we relativize by substituting mà for mắt:

(1c) Mắt mà của bà cụ kém.
     eyes-which-possession-old lady-weak

Thirdly, by deleting the relative mà, we get:

(1d) Mắt của bà cụ kém.
     eyes-possession-old lady-weak

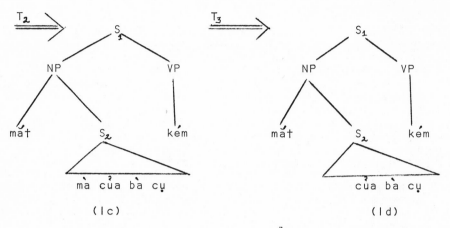

(Ic)   (Id)

Then fourthly by deleting của(the preposition *"of"*) we get:

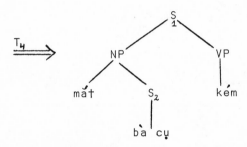

(Ie) Mắt bà cụ kém.
     eyes-old lady-weak

Finally, there is an optional transformation which moves S₂ to the front as the emphatic topic of Sentence (I):

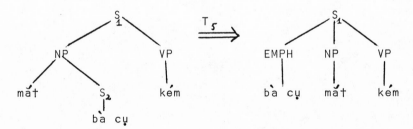

(Ie) Mắt bà cụ kém.   (I) Bà cụ mắt kém.
     The eyes of the lady   *As to the old lady her*
     are weak.   *eyes are weak.*

Other examples:

(2e) Răng mẹ tôi yếu.	*My mother's teeth are not strong.*
(3e) Người ông Linh mập.	*Mr. Linh's body is fat.*
(4e) Đầu ông Tiến to tướng.	*Mr. Tien's head is enormous.*
(5e) Mắt cô ấy xanh, tóc cô ấy vàng.	*Her eyes are blue, and her hair is blond.*
(6e) Người ông ấy cao cao.	*His figure is rather tall.*
(7e) Trán ông kia hói.	*The other gentleman's forehead is bald.*

Compare:

(2) Mẹ tôi răng yếu.	*As to my mother her teeth aren't strong.*
(3) Ông Linh người mập.	*As to Mr. Linh his figure is fat.*
(4) Ông Tiến đầu to tướng.	*As to Mr. Tien his head is huge.*
(5) Cô ấy mắt xanh tóc vàng.	*As for her, her eyes are blue and her hair is blond.*
(6) Ông ấy người cao cao.	*As for him his figure is rather tall.*
(7) Ông kia trán hói.	*As for the other gentleman his forehead is bald.*

14.2. <u>Descriptive phrases</u>. A stative verb (equivalent to an adjective) may have a noun as its complement (Lesson 5, Notes 5.3. and 5.4):

cộc tay	*short in the sleeves,--short-sleeved*
dài tay	*long in the sleeves,--long-sleeved*
đói bụng	*hungry in the stomach,--hungry*
điếc tai	*deaf in the ears,--deaf*
rức đầu	*aching in the head,--having a headache*
mù mắt	*blind in the eyes,--blind*
nhanh tay	*fast with one's hand,--quick, agile*
nhanh trí	*fast with one's mind,--quick-witted*

The resulting construction is a descriptive phrase. When the complement denotes a bodily part, the phrase usually describes some physical, intellectual or moral feature.

Other examples, some of which we have encountered, are:

đông người	*crowded with people*
vắng người	*empty of people*
đông khách	*well patronized*
đắt tiền	*expensive*
rẻ tiền	*cheap, inexpensive*
tốn tiền	*costly*

đắt hàng	*well-patronized*
say rượu	*drunk*
vắng mặt	*absent*
giàu của	*rich in possessions*
giàu con	*rich in children*

Some phrases of this type have gradually acquired specialized idiomatic meanings:

đẹp mặt	*to be beautiful of face,--honored*
(Contrast mặt đẹp	*a beautiful face)*
lớn người	*to be large of body,--tall*
(Contrast người lớn	*adult, grown-up)*
mát tay	*to be cool of hand,--skillful [of a physician]*
(Contrast tay mát	*cool hands)*
to đầu	*to be large of head,--important*
(Contrast đầu to	*big head)*
xấu bụng	*to be wicked in the heart,--mean*

14.3. <u>Other adjective-complement phrases</u>. Such stative verbs as bằng *'equal to'*, giống *'like'*, hơn *'better, superior'*, kém *'inferior'*, khác *'different, other'*, etc.. may also take a complement:

1. An bằng Bảo.	*A is equal to B.*
2. An giống Bảo.	*A is like B, A resembles B.*
3. An hơn Cẩn.	*A is better than C.*
4. An kém Dậu.	*A is inferior to D.*
5. An khác Cẩn.	*A is different from C.*

Whereas we can change An đói bụng *'An is hungry'* to Bụng An đói, we cannot say:

*Bảo An bằng,   *Bảo An giống,   *Cẩn An hơn, etc..

The first two examples and the fifth one may be changed to

1a. Bảo bằng An.	*B is equal to A.*
2a. Bảo giống An.	*B is like A, B resembles A.*
5a. Cẩn khác An.	*C is different from A.*

But the meanings are not quite the same as in (1), (2) and (5). Sometimes we may have a prepositional phrase following the sentence:

6. Bảo giống An về đôi mắt.	*B resembles A in the eyes.*
7. Sách này giống sách đó về phương pháp.	*This book is like that book from the point of view of method.*
8. Sách này khác sách kia về phương pháp.	*This book is different from the other ones as far as methodology goes.*

These yield:

giống đôi mắt	*to look alike as to their eyes.*
giống phương-pháp	*to be alike as to the methods used.*
khác phương-pháp	*to be different as to the methods used.*

Sentences 6, 7 and 8 may also be changed to

6a. Đôi mắt (của) Bảo   *B.'s eyes are like A.'*
giống An.

7a. Phương-pháp (của) sách   *The method in this book is*
này. giống sách đó.   *like the one in that book.*

8a. Phương-pháp (của)sách   *The method in this book is*
này. khác những sách kia.   *different from the one (or ones) used in the other books.*

14.4. <u>Still other adjective-complement phrases</u>. Another small number of adjectives enter such constructions as

chung tiền.	*to pool money*
chung một buồng	*to share one room*
chung một nhà	*to share one house*
đúng giờ.	*to be punctual*
đúng 3 giờ.	*exactly at 3 o'clock*
giỏi nghề làm. vườn.	*to be expert in gardening*
lợi bà mẹ chồng	*profitable to the mother-in-law*
vừa vặn một chục	*exactly ten*
thạo nghề thợ may	*expert in tailoring*

14.5. <u>The so-called passive expression</u>. The verb được 'to obtain, get, receive, win, earn; to benefit by' often occurs with a descriptive complement which is itself a clause:

(1) Trạng Quỳnh được vua   *Dr. Quynh was awarded 50 silver*
thưởng 50 đỉnh bạc.   *ingots by the king.*

The predicate được vua thưởng 50 đỉnh bạc resembles the passive expression in English ('*was awarded 50 silver ingots by the king*'), or in French, which explains why traditional grammars always speak of the "passive voice" in Vietnamese. Actually, Vietnamese verbs do not in themselves imply any notion of grammatical "voice".

The deep structure of the above sentence can be made clearer if we represent the notion of "*gain, profit, advantage*" as the fact that "*the king rewarded Q. with 50 silver bars*" (embedded sentence S_2):

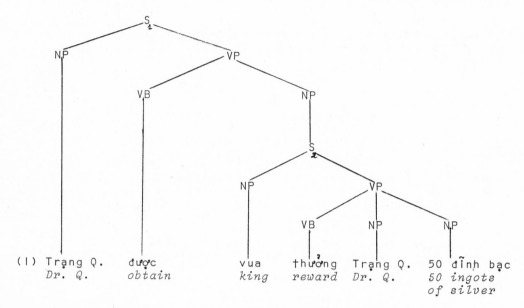

(1) Trạng Q.   được   vua   thưởng   Trạng Q.   50 đỉnh bạc
    Dr. Q.   *obtain*   *king*   *reward*   *Dr. Q.*   *50 ingots*
                                                              of silver

The embedded sentence (S_2) may be uttered as follows:

(2) Vua thưởng Trạng Q.   *The king rewarded Dr. Quynh.*
(3) Vua thưởng 50 đỉnh   *The king rewarded (him) with*
    bạc.   *50 silver ingots.*
(4) Vua thưởng Trạng   *The king rewarded Dr. Q. with*
    Quynh 50 đỉnh bạc.   *50 silver ingots.*

The top sentence (S_1) itself may appear in the following forms:

(5) Trạng Q. được thưởng.   *Dr. Q. received a reward,--was*
                             rewarded.
(6) Trạng Q. được vua   *Dr. Q. was rewarded by the king.*
    thưởng.
(7) Trạng Q. được thưởng   *Dr. Q. got a reward of 50 silver*
    50 đỉnh bạc.   *ingots.*
(1) Trạng Q. được vua   *Dr. Q. was awarded 50 silver*
    thưởng 50 đỉnh bạc.   *ingots by the king.*

Compare with the sentence:

(8) Trạng Q. được cái gì?.   *What did Dr. Q. get?*
or
(9) Trạng Q. được vàng.   *Dr. Q. got (or hit, found) gold.*

where cái gì *'what'* or vàng *'gold'* is the object NP from which S₂ hangs:

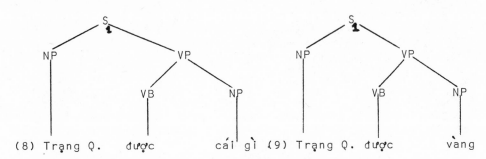

(8) Trạng Q.   được   cái gì (9) Trạng Q. được   vàng

14.6. <u>The so-called passive expression</u> (continued). Another
verb, bị, *'to suffer, undergo, or experience (something
unpleasant)'*, which is often translated by the English verb
"to be", actually behaves just like được. The only difference
is that the latter denotes that the experience or action is
pleasant or advantageous.   Contrast:

 (I) Tôi được mời.   *I was invited (and I feel honored).*
 (2) Tôi bị mời.   *I was invited (but feel that it is*
            a chore to go).

Now take the following sentences:

 (3) Nó bị bệnh ho lao. *He suffers from TB.*
 (4) Nó bị cái gì ?   *What does he suffer from?*

Their structures are made clear in the following diagrams:

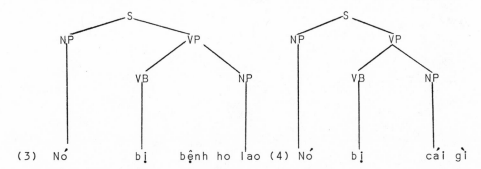

(3) Nó   bị   bệnh ho lao (4) Nó   bị   cái gì

A sentence like (5) Nó bị con ma đâm hai nhát *'He was stabbed
twice by the ghost'* has the following deep structure:

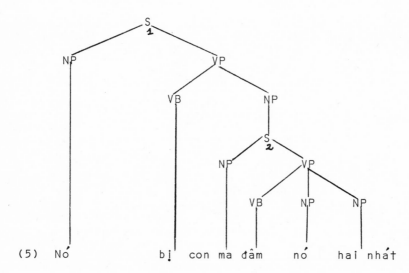

(5)   Nó   bị   con ma đâm   nó   hai nhất

The embedded sentence (S₂) may be paraphrased as follows:

(6) Con ma đâm nó.   *The ghost stabbed him.*
(7) Con ma đâm hai nhất.   *The ghost stabbed (him) twice.*
(8) Con ma đâm nó hai nhất. *The ghost stabbed him twice.*

The top sentence (S₁) may have the following forms:

(9) Nó bị đâm.   *He was stabbed.*
(10) Nó bị con ma đâm.   *He was stabbed by the ghost.*
(11) Nó bị đâm hai nhất.   *He was stabbed twice.*
(5) Nó bị con ma đâm hai   *He was stabbed twice by the*
     nhất.   *ghost.*

In addition to được and bị, Vietnamese has phải *'to suffer,*
sustain, contract', chịu *'to bear, endure'* and mắc *'to be*
caught by, contract'.

14.7. <u>Embedded questions</u>. In the sentence (1) Vua Tàu. muốn thử
tài. xem nước nào. giỏi *'the Chinese emperor wanted to test*
and see which country was most talented', the content-
question (S₃) Nước nào. giỏi? *'Which country is talented?'*
is embedded as the complement of the verb xem *'to see'* in
VP₂ᵦ , as shown in the following diagram:

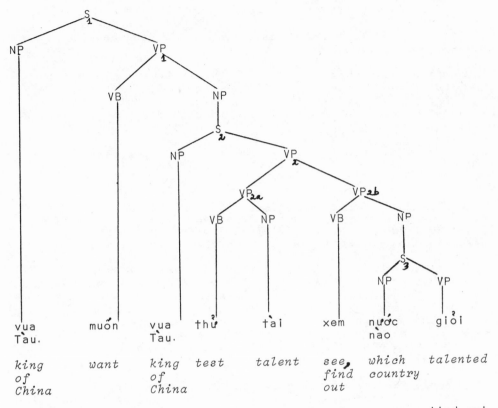

vua Tàu.	muốn	vua Tàu.	thử	tài	xem	nước nào	giỏi
king of China	want	king of China	test	talent	see, find out	which country	talented

The various sentences in the deep structure are spelled out as follows:

S_3--(2) Nước nào giỏi?   *Which country is talented?*

VP_{2b} --........xem [S_3].   *........finds out which country is talented.*

VP_{2a} --.........thử tài.   *...................tests the talents (of the envoys).*

S_2--(3) Vua Tàu. [VP_2]   *The Chinese emperor tested the talents (of the envoys) in order to see which country was (most) talented.*

VP_1 -- ..Muốn [S_2]   *.... wants to test and see which country is talented.*

After the deletion of the two identical NP's (vua Tàu),
S_1 will have the surface structure:

(I) Vua Tàu. muốn thử tài. xem nước nào giỏi.

14.8. <u>Bất cứ....nào.</u> The expression bất cứ... nào. means *'no matter which..., any...'* :

bất cứ quyển sách nào	*any book*
bất cứ người. nào	*any man*
bất cứ bài. nào	*any lesson*
bất cứ lúc nào	*any time*
bất cứ cái gì	*anything*
bất cứ ai	*anyone*
bất cứ cái nào.	*any one, either one (of those things)*
bất cứ chỗ nào.	*any place*

14.9. <u>Verbs of existence, appearance and disappearance.</u> Verbs such as có *'exist'*, còn. *'to remain, to be left'*, hết *'to be all finished'*, mất *'to be lost'*, hiện *'to appear'*, biến *'to disappear'* as intransitive verbs in the following examples:

Tiền. có.	*There is (some) money.*
Tiền. còn nhiều.	*There is plenty of money left.*
Tiền. hết rồi.	*There is no more money left.*
Tiền. mất hết rồi.	*The money is all lost.*
Con ma hiện lên.	*The ghost appeared.*
Con ma hiện ra.	*The ghost appeared.*
Con ma biến đi.	*The ghost disappeared.*
Cái ví tiền. biến mất.	*The wallet vanished.*

Note the use of the co-verbs lên/ra with hiện *'to appear'* and đi/mất with biến *'to disappear, vanish'*.

14.10. <u>Verbs of becoming.</u> Verbs expressing the idea of somebody or something becoming or changing into somebody else or something else are used both in marvelous tales (of ghosts, demons and spirits) and in ethical teachings:

Ông ấy. thành ma hở?	*Did he become a ghost?*
Con cá hoá thành con rồng.	*The fish turned into a dragon.*
Con cá hoá ra con rồng.	*The fish turned into a dragon.*
Cá hoá-long.	*The fish that turned into a dragon (used as an art motif).*
Con ngựa biến ra con ma.	*The horse became a ghost.*
Có công mài. sắt có ngày. nên kim.	*By dint of rubbing and whetting a piece of iron, one gets a needle some day.*
Muốn nên người,...	*In order to become a man,...*

The complement denotes the result of the change or a temporarily acquired characteristic. The verb itself does not occur alone and always requires a complement. If the verb is bằng *'to equal'* or như, tựa *'to resemble, be like'* its complement is the term of comparison:

Trạng Q. bằng Trạng Nhật-bản. *Dr. Q. equalled the Japanese Ph.D.*

Lông mày tựa lá liễu.   *Her eyebrows are like willow leaves.*

14.11. Honorifics. The language used to kings and rulers, which nowadays is found only in narratives, is full of special locutions. All of them are Chinese loan-words.

A mandarin addresses his monarch as Bệ-hạ or Thánh-thượng *'Your Majesty, Sire'* and refers to himself as Kẻ hạ-thần *'your lowly subject'*. The phrase muôn tâu *'ten thousand times, to report'* precedes the proper form of address.

The emperor or king, in replying, refers to himself as Trẫm *'we, I'*, and the second-person pronoun is Khanh.

PRONUNCIATION

Practice 68. /ư and ưa/

tự	tựa		hự	hựa
cử	cửa		lữ	lữa
bự	bựa		nư	nửa
dử	dửa		như	nhưa
thư	thưa		ngự	ngựa
sứ	sửa		trự	trựa
dư	dưa		chử	chửa
khư	khưa		vư	vừa
phư	phưa		mư	mưa

Practice 69. Reduplications with C-a syllable

ầm a ầm ừ	cộc cà cộc cạch
ì a ì ạch	xóc xa xóc xếch
ậm a ậm ạch	xúng xa xúng xính
chút cha chút chít	tất ta tất tưới
ríu ra ríu rít	ồng a ồng ẹo
lắc la lắc lư	lụng la lụng lặng
lấm la lấm lét	đúng đa đúng đỉnh
líu la líu lô	hì ha hì hục
ngất nga ngất ngưởng	lúng ta lúng túng

Practice 70. Compound with -trưởng

tỉnh-trưởng	*province chief*	viện-trưởng	*rector*
thị-trưởng	*mayor*	khoa-trưởng	*dean*
quận-trưởng	*district chief*	xã-trưởng	*village chief*
bộ-trưởng	*minister*	ấp-trưởng	*hamlet chief*
tổng-trưởng	*minister*	lý-trưởng	*village mayor*
ty-trưởng	*branch chief*	hiệu-trưởng	*(school) principal*

Practice 71. Compounds with -sư

giáo-sư	*teacher*	nhạc-sư	*music teacher*
kỹ-sư	*engineer*	vũ-sư	*dance teacher*
kiến-trúc-sư	*architect*	võ-sư	*boxing teacher*
luật-sư	*lawyer*	giảng-sư	*assistant professor*
dược-sư	*pharmacist*	hương-sư	*village teacher*

Practice 72. Compounds with -sĩ

bác-sĩ	*doctor*	kịch-sĩ	*playwright*
y-sĩ	*physician*	nghệ-sĩ	*artist*
ca-sĩ	*singer*	giáo-sĩ	*missionary*
thi-sĩ	*poet*	họa-sĩ	*painter, artist*
nha-sĩ	*dentist*	võ-sĩ	*athlete*
dược-sĩ	*pharmacist*	lực-sĩ	*athlete*

TRANSLATION
(Listen once, then write down. Hand in translation later)
Truyện thi vẽ nhanh

(A)   1. Ngày xưa có ông Trạng Quỳnh ông ấy đi sứ sang Tàu.
2. Đi sứ là đi làm đại-sứ đó. 3. Trạng Quỳnh là người
giỏi lắm. 4. Ông có tài ứng-đối rất mau. 5. Lúc đó có
trạng của ba nước khác nữa. 6. Vua Tàu muốn thử tài xem
trạng nước nào giỏi. 7. Vua Tàu sai đem bút, mực và
giấy ra. 8. Vua bắt bốn tay thi vẽ xem ai nhanh. 9. Nhà
vua truyền rằng hễ nghe trống đánh thì bắt đầu vẽ.
10. Người nào vẽ xong trước thì sẽ được thưởng.
11. Bất cứ vẽ con vật gì cũng được. 12. Vua truyền:
"trạng nào vẽ nhanh nhất, trẫm sẽ ban thưởng cho."
13. Ba trạng kia vẽ thật nhanh. 14. Người thì vẽ chim bay.
15. Người thì vẽ ngựa phi. 16. Người thì vẽ phượng múa.
17. Nhưng cả ba đều chậm hơn Trạng Quỳnh của Việt-Nam.
18. Trạng Quỳnh nhúng mười ngón tay vào mực, rồi vạch
mười nét xuống tờ giấy. 19. Trạng Quỳnh dùng tay vẽ
mười con run ngoằn ngoèo. 20. Khi vua hỏi vẽ gì, Trạng
Quỳnh đáp là vẽ mười con rồng. 21. Mười con rồng đất,
chữ nho là "long thổ". 22. Vua Tàu khen Trạng Quỳnh
là nhanh trí và thưởng cho năm mươi đỉnh bạc.

Truyện ma

(B) 1. Có cái cầu đó có nhiều ma lắm. 2. Ai cũng sợ. 3. Một hôm có ông đó đi qua cầu uống rượu. 4. Lúc về ông ấy say rượu, té xuống nước, chết đuối, thành ma. 5. Vợ ông ấy đi gặt lúa về, thuyền đi qua lên trên xác ông ấy ma không biết. 6. Lại có một ông ấy đi chơi qua cầu. 7. Ông lính gác bảo: "Ông gác hộ tôi nhé." 8. Được rồi, để mai tôi gác cho. 9. Ông ấy muốn thử xem có ma không. 10. Vừa vặn lúc đó con ma hiện lên. 11. Nó ăn mặc giống ông ấy. 12. Nó giả vờ làm bạn ông ấy. 13. Con ma nó đẩy ông ấy xuống sông, rồi nó biến đi. 14. Thế là hết truyện. 15. Truyện này không hay, không sợ. 16. Mà kể truyện khác đi!

WHAT WOULD YOU SAY TEST

1. Tell your Vietnamese friends about your experience in learning their language:

 a. Vietnamese is not very difficult, but not very easy either.
 b. I studied Vietnamese at Columbia University, back in 1953.
 c. My teacher was Mr. Nguyen.
 d. His American name was Wing.
 e. His American friends called him Wing.
 f. I studied three hours a day.
 g. I studied each individual lesson over and over again.
 h. I listened to the teacher, then imitated his pronunciation.
 i. There were five students in my class.
 j. We repeated and repeated each sentence many times.
 k. I tried my best so that when I spoke to a Vietnamese friend he would understand me.
 l. I was also able to understand when other people spoke.
 m. Gradually I learned to read more difficult sentences and longer texts.
 n. Now I am able to write a letter in Vietnamese.
 o. I want to speak Vietnamese real well.
 p. I just know a few commonly used sentences.
 q. I don't understand such technical things as political, military, economic, cultural and social terms.

2. You are on the campus of the University of Saigon. You ask some questions:

 a. This football field belongs to the Faculty of Pedagogy, doesn't it?

b. Can the students of the Faculty of Letters also use it?
c. How long have you been studying at this university?
d. Is this your last year?
e. When will you graduate?
f. How many years does it take to graduate?
g. Only Letters and Sciences deliver the "licence", right?
h. You will be teaching in the upper three grades of high
   school, won't you?
i. You are in the English section, aren't you?
j. Which college has the most students?
k. How often do you practice teaching?
l. Do you like the Nguyen Trai (High School) uniform?

3. You are discussing the children's education with some
   Vietnamese friends:

   a. What grade is Tung in?
   b. He is in Grade 6 at Chu-Van-An High School.
   c. Truc, who is 8, is still in primary school.
   d. The little one is only three and a half, so she is not
      in school yet.
   e. Your children are on vacation now, aren't they?
   f. Your son is a student on scholarship at Ohio University,
      isn't he?
   g. His son graduated from the Faculty of Letters last year.
   h. His younger brother is studying in the States now.
   i. My younger brother is in the last year of high school
      in Washington.
   j. He takes the tu-tai examination this year.
   k. Last year my daughter passed the high school examination.
   l. Mr. Linh's sister goes to the University of Saigon.
   m. What does she study?
   n. She intented to study law, but later switched to
      Pharmacy.
   o. My daughter's fiancé studies medicine in San Francisco.
   p. He does not want to go to school in Canada because
      it is very cold there in the winter.
   q. My son speaks English quite well now; he studies very hard.
   r. They are taking swimming lessons at the Sports Club.

VERB SUBCLASSES. COMPLEX SENTENCES

CONVERSATION

(Trở về đồng ruộng)

_____Unit I_____

NHƯỢNG:

1. *Who's that American gentleman?* Ông Mỹ kia là ai?
2. *Is he the American adviser?* Có phải là cố-vấn Mỹ không?

KIM:

3. *The man in the dark gray suit?* Cái ông mặc bộ đồ xám thẫm ấy à?

NHƯỢNG:

4. *No, I don't mean the taller one.* Không, tôi đâu có định nói cái ông cao.
5. *I mean the shorter one, in the blue suit, next to the blond girl.* Tôi định nói cái ông thấp cơ, mặc bộ quần áo tím đó, mà cạnh cái cô tóc vàng đó.

KIM:

6. *Oh, he's the American professor at the University of Saigon.* Ạ, à, ông ấy là giáo-sư dạy ở Viện Đại-học Saigon.
7. *That's his daughter.* Cô đó là con gái ông ta đấy.

NHƯỢNG:

8. *He must have arrived recently.* Chắc ông ấy mới tới gần đây.
9. *I've never seen him here at the Vietnamese-American Association before.* Trước đây tôi chưa bao giờ thấy ông ấy ở hội Việt-Mỹ này.

KIM:

10. *He's Professor Wood.*	Ông ấy là giáo-sư Wood.
11. *His Vietnamese name is Moc.*	Tên Việt-Nam là Mộc.

IREDELL:

12. *He used to be in Hue.*	Trước ông ấy ở Huế.
13. *He speaks very good Viet-namese.*	Ông ấy nói tiếng Việt giỏi lắm.
14. *I think he was born in Vietnam.*	Hình như ông ấy sanh ở Việt-Nam.

NHƯỢNG:

15. *Oh! I know.*	À tôi biết rồi.
16. *This Mr. Wood wasn't the Consul in Hue.*	Ông Wood này đâu có làm Lãnh-sự ở Huế.
17. *Rather his father was a Protestant missionary up there.*	Chính ra là ông già của ông làm mục-sư Tin-lành ở ngoài ấy.

KIM:

18. *After the speech, the Direc-tor can introduce you to him and the Cultural Attaché, I mean, the Assistant Cultural Attaché.*	Sau bài diễn-văn ông Giám-đốc sẽ giới-thiệu ông với ông ta và ông Tuỳ-viên Văn-hoá, à quên ông Phụ-tá Tuỳ-viên Văn-Hoá.

NHƯỢNG:

19. *Dr. Wood has stood up.*	Bác-sĩ Wood đứng dậy rồi.

KIM:

20. *He's going to speak.*	Ông ấy sắp bắt đầu nói.
21. *Mr. Dinh is also standing up.*	Ông Dinh cũng đang đứng dậy.

WOOD:

22.	"Thưa quí bà, quí ông! Thưa các bạn!

DINH:

22. *"Ladies and Gentlemen! my dear friends!"*	

_____Unit 2_____

NHƯỢNG:

23. *Imagine that!*

24. *An American speaking in Vietnamese, and a Vietnamese translating his remarks into English.*

Ghê thật!
Người Mỹ nói tiếng Việt, rồi người Việt lại dịch ra tiếng Anh.

KIM:

25. *Isn't that funny?*

Ừ, buồn cười nhỉ?

NHƯỢNG:

26. *Who's the interpreter?*

Người thông-ngôn là ai đấy?

KIM:

27. *He works here at the Association.*

Ông ấy làm việc ở hội này.

NHƯỢNG:

28. *Dr. Wood is pretty good, isn't he?*

Ông Wood khá đấy chứ!

29. *Let's give him a big hand.*

Chúng ta hãy vỗ tay cho thật to.

IREDELL:

30. *Now let's make believe that Mr. Kim is giving a talk on farming in Viet-Nam,*

Bây giờ giả vờ Ông Kim đọc diễn-văn về nghề nông ở Việt-Nam.

31. *and that he has appointed me as his interpreter.*

Ông ấy đã cử tôi làm thông-ngôn cho ông ấy.

KIM:

32. *O.K. I'll speak English.*

Được rồi, tôi nói Ănglê.

_____Unit 3_____

KIM:

33. *Last night I dreamed that I was doing farm work in a delta village.*

IREDELL:

33.

Đêm qua, tôi nằm mê thấy tôi làm ruộng trong một cái làng ở đồng bằng.

KIM:

34. Farm work is back-breaking.

IREDELL:

34.   Công-việc đồng-áng thì khó nhọc.

KIM:

35. We farmers start planting
rice in June after it has
rained once or twice.

IREDELL:

35.   Nhà nông chúng tôi bắt đầu
                                       trồng lúa vào tháng sáu sau
                                       khi trời mưa một hai trận.

KIM:

36. When the field has been
plowed, we sow the seeds.

IREDELL:

36.   Ruộng cày·xong thì gieo hạt.

KIM:

37. The tender seedlings will
be transplanted in another
field.

IREDELL:

37.   Những cây mạ non sẽ cấy sang
                                       thửa ruộng khác.

KIM:

38. During the rainy season,
that is from June to Octo-
ber, we don't have to do
much.

IREDELL:

38.   Mùa mưa, nghĩa là từ tháng 6
                                       đến tháng 10, chúng tôi chẳng

phải làm nhiều lắm.

KIM:

39. But if there is not enough
water we have to irrigate.

IREDELL:
39.   Nhưng nếu không có đủ nước thì
                                       phải tát.

KIM:

40. We use the scoop.

IREDELL:
40.   Chúng tôi dùng gầu.

KIM:
41. The rice gets ripe around
January or February.

IREDELL:

41.   Lúa chín vào quãng giêng, hai.

KIM:

42. We harvest the precious
grain, thrash it in the yard,
husk it, then mill it.

IREDELL:

42.   Chúng tôi gặt hạt thóc quí về
                                       đập lúa trong sân, rồi xay,
                                       rồi giã.

KIM:

43. The husk is used as fuel.

IREDELL:

43.   Trấu thì dùng để đun bếp.

KIM:

44.The bran is used to feed
pigs.

IREDELL:

44.   Cám thì dùng để nuôi heo.

KIM:

45. *How about the rice itself?*

IREDELL:

45.   Thế còn gạo?

KIM:

46. *We eat it.*

IREDELL:

46.   Gạo thì để ăn.

KIM:

47. *But be sure to keep the
    two words apart.*

IREDELL:

47.   Nhưng xin các ông nhớ phân-
                                        biệt hai tiếng.

KIM:

48. *We cook gạo in order to
    have cơm.*

IREDELL:

48.   Gạo phải đem thổi mới thành
                                        cơm.

KIM:

49. *Anyway Vietnam has plenty
    of both.*

IREDELL:

49.   Dù sao chăng nữa, Việt-Nam thì
                                        gạo cũng nhiều, cơm cũng nhiều.

KIM:

50. *And sticky rice, too.*

IREDELL:

50.   Gạo nếp cũng nhiều.

NHUONG:

51. *Sure, the country of*   Đúng rồi, Việt-Nam là một nước
    Vietnam is very rich in   rất giầu lúa gạo.
    cereals.

IREDELL:

52. *The Vietnamese are*   Dân Việt-Nam thật là tử-tế.
    awfully nice people.
53. *I'll miss them when I go*   Tôi sẽ nhớ họ khi mà tôi về
    home.   nước.
54. *We'll miss you, too,*   Tôi sẽ nhớ ông nữa, ông nhà
    gentleman farmer.   nông cộng-tử.
55. *You're going to send me a*   Mỗi tháng ông sẽ gởi cho tôi
    package of glutinous rice   một bao gạo nếp và một bao
    and a package of ordinary   gạo tẻ, nhớ nhé, hứa đi.
    rice every month, promise?

KIM:

56. *That's a promise.*   Tôi xin hứa.
57. *Is it all right to smoke*   Ở đây có hút thuốc lá được
    here?   không?

NHUONG:

58. *No, that sign says NO SMOKING.* Không được. Cái bảng kia đề
                                      chữ CẤM HÚT THUỐC.
59. *We're sorry you're leaving*   Chúng tôi rất tiếc ông sắp
    soon.   đi về nước.

IREDELL:

60. *So are we.*   Chúng tôi cũng thế.

NHUONG:

61. *In case we don't see you*   Nếu không gặp ông bà nữa, thì
    again, I wish you a nice   tôi xin chúc ông bà "Thượng-
    trip home.   lộ Bình-an."

KIM:

62. *I'll see you at the Tan-son-*   Tôi sẽ gặp ông bà ngoài phi-
    nhut airport.   trường Tân-sơn-nhứt.

VOCABULARY

cám	N	*rice bran*
cấm	V	*to forbid, ban, prohibit, don't ...*
cấm hút thuốc		*no smoking*
cày	V	*to plow*
cố-vấn	V/N	*to advise; advisor, counselor*
công-tử	N	*mandarin's son; you, dude, dandy*
công-việc đồng-áng	NP	*farm work*
chúc	V	*to wish, celebrate, congratulate*
cử	V	*to appoint (lam...as...)*
diễn-văn	N	*speech (CL bài)*
dù sao chăng nữa	A	*at any rate, anyway*
đập	V	*to thrash*
đập lúa	V	*to thrash rice*
đồng	N	*ricefield (CL cánh)*
đồng-áng	N	*ricefields*
đồng-bằng	N	*plains, delta*
đồng ruộng	N	*ricefields*
đun bếp	V	*to use for fuel (shove into the stove)*
gạo	N	*rice (uncooked)*
gạo nếp	N	*glutinous rice, sticky rice, sweet rice*
gạo tẻ	N	*ordinary rice*
gàu	N	*scoop, ladle*
giám-đốc	V/N	*to direct, director*
gieo hạt	V	*to sow seeds*
hội	N	*association, club, society*
Hội Việt-Mỹ	N	*Vietnamese-American Association*
hứa	V	*to promise, vow*
khổ nhọc	SV	*to be tiring, painful, back-breaking*
làm ruộng	V	*to farm*
làng	N	*village, commune; circles, world*
mạ	N	*rice seedling (CL cây)*
mê	SV/V	*to be unconscious; to be infatuated with; to sleep soundly*
nằm	V/SV	*to lie down; to be lying down*
nằm mê	V	*to dream, to have a dream*
nếp	N	*glutinous rice. Cf. tẻ*
non	SV	*to be tender, young, inexperienced (≠ già)*
nông	N	*agriculture*

canh-nông	N	*agriculture*
nghề nông	N	*agriculture*
nha nông	N	*farmer*
nghề nông	N	*farming, agriculture*
nha nông	N	*farmer*
ông giả.	N	*the "old man"*
phi-trường	N	*airport*
phụ-tá	N	*assistant*
phụ-tá tuy-viên	N	*assistant attaché*
quảng	N	*space, distance, interval*
vảo quảng	A	*about, approximately*
qui ba	N	*lady, ladies*
qui ông	N	*gentleman, gentlemen*
ruộng	N	*ricefields (CL thửa)*
sạnh (= sinh)	V	*to be born*
tạt	V	*to irrigate*
te	N	*ordinary (non-glutinous) rice*
		Cf. nép
tím	SV	*to be purple, be violet*
Tin-lành	N	*Protestant*
tử-tế	SV	*to be nice, kind; carefully,*
		seriously
tuy-viên	N	*attaché*
phụ-tá tuy-viên		*assistant attaché*
thẫm	SV	*to be dark(in color)*
thóc	N	*paddy, unhusked rice*
thổi	V	*to cook(rice)*
thông-ngôn	N/V	*interpreter; to interpret*
thửa	CL	CL *for ricefields*
thượng-lộ bình-an	I	*safe journey; have a nice trip!*
trận	N/CL	*combat, battle, violent outburst;*
		CL *for fights, wars, storms*
trấu	N	*rice husk*
trở về	V	*to return*
xam	SV	*to be gray*

PATTERN DRILLS

A. "SUBJECT-LESS" VERBS

> Vỡ đầu.
> *(Somebody) broke his skull.*
> Chảy máu.
> *(Somebody) is bleeding.*
> Gẫy tay.
> *(Someone) broke his arm.*

Given: Answer:

Thằng bé con bị vỡ đầu.   (A) Thằng bé con vỡ đầu.
                                          (B) Vỡ đầu.
Nó bị ngã xuống đường.   (A) Nó ngã xuống đường.
                                          (B) Ngã xuống đường.

1. Nó bị gãy tay.
2. Nó bị chảy máu.
3. Ông ấy bị gãy tay trái.
4. Cô ấy bị gãy tay phải.
5. Thằng bé con bị chảy bao nhiêu là máu!
6. Nó bị gãy tay trái nữa.
7. Nó bị gãy tay phải.
8. Con bé con bị gãy cả hai tay.
9. Tôi bị lạc đường.
10. Thằng bé con bị gãy cổ.
11. Bà ấy bị chảy nhiều máu.
12. Nó bị vỡ đầu.
13. Ông ấy bị mù mắt.
14. Bà ấy bị rức đầu.
15. Chúng tôi bị điếc tai.
16. Tôi bị đau bụng.
17. Ông ấy bị đau gan.
18. Anh ấy bị đau dạ dày.
19. Cụ ấy bị đau tim.
20. Bà ấy bị đau ruột dư.
21. Ông Tiến bị đau mắt.
22. Ông ấy bị mọ dạ dày.
23. Ông ấy bị mổ tim.
24. Anh ấy bị lao phổi.
25. Thằng bé con bị đau răng.

B. X HAY Y

Given: Answer:

Họ xa hay họ gần?   Ông cần phân-biệt rõ-ràng
                                          họ xa hay họ gần.
Bên nội hay bên ngoại?   Ông cần phân-biệt rõ-ràng
                                          bên nội hay bên ngoại.

1. Bác hay chú?
2. Anh giai hay em giai?
3. Chị (gái) hay em gái?
4. Anh hay em?
5. Chị hay em?
6. Em giai hay em gái?
7. Chú hay cậu?
8. Thím hay mợ?
9. Ông nội hay ông ngoại?

10. Bà nội hay bà ngoại?
11. Ông cụ hay bà cụ?
12. Ông cụ hay cụ ông?
13. Bà cụ hay cụ bà?
14. Cháu gọi bằng bác hay cháu gọi bằng ông?
15. Cháu gọi bằng chú hay cháu gọi bằng ông?
16. Cháu gọi bằng cô hay cháu gọi bằng bà?
17. Cháu gọi bằng cậu hay cháu gọi bằng ông?
18. Cháu gọi bằng bà hay cháu gọi bằng thím?
19. Cháu gọi bằng bà hay cháu gọi bằng mợ?
20. Cháu nội hay cháu ngoại?
21. Cháu trai hay cháu gái?
22. Con trai hay con gái?
23. Gạo hay cơm?
24. Lúa hay gạo?
25. Thóc hay gạo?
26. Gạo nếp hay gạo tẻ?
27. Dứa hay dưa?
28. Bây giờ hay bấy giờ?
29. Măng-cụt hay mãng-cầu (*custard apple*)?
30. Giám-đốc hay phụ-tá giám-đốc?

C. V NHIỀU. VÀO.

> Ông hãy nghe nhiều. vào.
> *You should listen many times*
> Ông nên nghe nhiều. vào.

Given:

Ông nên nghe nhiều.
Ông nên nghe nhiều. lần.
Ông nên ăn nhiều.

Answer:

Ông hãy nghe nhiều. vào.
Ông hãy nghe nhiều. lần. vào.
Ông hãy ăn nhiều. vào.

1. Ông nên học nhiều.
2. Ông nên học ôn nhiều.
3. Ông nên ăn nhiều.
4. Ông nên ngủ nhiều.
5. Ông nên đọc sách nhiều.
6. Ông nên làm nhiều.
7. Ông nên mua nhiều.
8. Ông nên nói tiếng Việt-Nam nhiều.
9. Ông nên đọc báo nhiều.
10. Ông nên ăn nhiều cơm.
11. Ông nên chụp nhiều ảnh.
12. Ông nên đi bộ nhiều.
13. Ông nên cười nhiều.

22. Ông nên nấu nhiều canh.
23. Ông nên ăn nhiều ớt.
24. Ông nên cho nhiều nước mắm.
25. Ông nên mượn nhiều sách.
26. Ông nên mang theo nhiều sơ-mi.
27. Ông nên đem theo nhiều giày.
28. Ông nên đánh ten-nít cho nhiều.
29. Ông nên bơi nhiều.
30. Ông nên ăn nhiều trái cây.
31. Ông nên ăn nhiều cơm nếp.
32. Ông nên ăn nhiều chuối.
33. Ông nên ăn nhiều trứng gà.
34. Ông nên đọc nhiều sách tiếng Anh.
35. Ông nên ăn nhiều cam.

14. Ông nên nói chuyện nhiều.   36. Ông nên ăn nhiều hoa quả.
15. Ông nên quay phim nhiều.   37. Ông nên uống nhiều sữa.
16. Ông nên chụp nhiều ảnh màu. 38. Ông nên uống nhiều nước cam.
17. Ông nên viết nhiều thư.   39. Ông nên học nhiều.
18. Ông nên gọi nhiều món ăn.   40. Ông nên đọc nhiều sách.
19. Ông nên xào nhiều thịt bò.
20. Ông nên hấp nhiều cá.
21. Ông nên nấu nhiều cơm.

D. FV (CHO) SV

> Các ông phải nghe cho kỹ.
> *You must listen carefully.*

Given: Answer:

Ông phải học kỹ.   (A) Ông phải học cho kỹ.
                                (B) Ông phải học cho thật kỹ.
Ông phải học thuộc.   (A) Ông phải học cho thuộc.
                                (B) Ông phải học cho thật
                                    thuộc.

1. Ông phải nói đúng.   24. Tôi phải kiếm kỹ.
2. Tôi phải bắt-chước đúng.   25. Tôi phải rửa sạch.
3. Ông phải nói rõ.   26. Chị phải lau sạch.
4. Ông phải đọc đúng.   27. Anh phải nói to.
5. Cô phải đọc mạnh.   28. Xin ông gói kỹ giùm tôi.
6. Cô phải nhớ kỹ.   29. Ông phải uống say.
7. Ông phải đọc báo kỹ.   30. Cô nên chải đẹp.
8. Ông phải nhắc lại đúng.   31. Chúng ta phải vỗ tay to.
9. Ông phải ăn no.   32. Ông phải phát-âm đúng.
10. Ông phải học chăm.   33. Ông phải đi nhanh.
11. Cô phải xào kỹ.   34. Chị phải hút bụi kỹ.
12. Cô phải nấu kỹ.   35. Anh phải làm cẩn-thận.
13. Ông nên biên rõ.   36. Chúng ta nên đọc kỹ.
14. Ông nên đóng kỹ cái cửa sổ ấy. 37. Chị cần giặt sạch cái
15. Ông nên khóa kỹ cửa xe ô-tô.   sơ-mi ni-lông này.
16. Ông nên dọn sạch cái bàn này.
17. Bà nên mua đủ thịt bò.
18. Ông nên giảng rõ.
19. Ông nên giặt sạch cái sơ-mi này.
20. Cô phải hát hay vào.
21. Ông phải nói lớn.
22. Ông phải nghỉ lâu.
23. Tôi phải tìm kỹ.

Nồi nào vung ấy.

Ngang như cua.

E. PHRASE VS SENTENCE

1. bài dạy nói tiếng Việt...	Bài này / dạy nói tiếng Việt.
2. kỳ thi về nửa trên...	Kỳ thi này / về nửa trên.
3. mươi lăm bài đầu...	Mươi lăm bài ấy / ở đầu.
4. dây nhựa thu tiếng...	Dây nhựa này / là để thu tiếng.
5. điều rất cần...	Điều này / rất cần.
6. phần tiếng một...	Phần này / là tiếng một.
7. cách dùng trong cả câu...	Cách ấy / là dùng trong cả câu.
8. nghĩa riêng từng chữ một...	Nghĩa này / là riêng của từng chữ một.
9. những câu giảng về văn-phạm...	những câu này / giảng về văn-phạm.
10. những câu kiểu-mẫu ở cuối mỗi bài...	những câu kiểu-mẫu / thì ở cuối mỗi bài.
11. bài nói chuyện ở đầu...	Bài nói chuyện / thì ở đầu.
12. mục-đích của chúng ta...	Mục-đích đó / là của chúng ta.
13. những câu khó hơn...	những câu này / khó hơn.
14. những bài dài hơn...	những bài ấy / dài hơn.
15. phương-pháp tốt nhất...	Phương-pháp này / tốt nhất.
16. điều rất quan-trọng...	Điều này / rất quan-trọng.
17. (một) đôi giày mới...	Đôi giày đó / mới.
18. một cây me to tướng...	Cây me ấy / to tướng.
19. một cái áo mưa thật tốt...	Cái áo mưa này/thật tốt.
20. sáu cái sơ-mi dài tay...	Sáu cái / dài tay, sáu cái / cộc tay.
21. công-ty của họ...	Công-ty ấy / của họ.
22. chiếu-khán của lãnh-sự Anh...	Chiếu-khán này / của lãnh-sự Anh.

F. RELATIVIZATION

Given:	Answer:
Ông ấy mặc bộ đồ xám.	ông (mà) mặc bộ đồ xám ấy...
Ông ấy cao.	ông (mà) cao đó...
Cô ấy thấp.	cô (mà) thấp đó...
Ông ấy mặc bộ quần áo tím.	ông (mà) mặc bộ quần áo tím đó.

1. Ông ấy ngồi cạnh cô Green.
2. Bà ấy ngồi cạnh cô tóc vàng.
3. Cô ấy làm giáo-sư ở Saigon.
4. Ông ấy dạy ở Viện Đại-học Saigon.
5. Cô ấy mới tới tháng trước.
6. Ông ấy lấy con gái ông Hoa.
7. Ông ấy làm ở Hội Việt-Mỹ.
8. Bà ấy nói tiếng Việt giỏi.
9. Anh ấy làm thông-ngôn ở Tòa Đại-sứ Anh.

10. Ông Mỹ ấy ở gần bờ sông.
11. Ông ấy muốn thuê vi-la gần thư-viện.
12. Ông ấy đứng ở rạp hát bóng Rex.
13. Cô ấy đeo kính đen.
14. Anh ấy kêu điện-thoại rủ anh đi ăn phở.
15. Ông Linh, người mập.
16. Ông Ái để râu Huê-Kỳ.
17. Bà ấy uống nước chanh quá bị đau bụng.
18. Tiệm giày ấy ở bên cạnh Chợ Cũ.
19. Tiệm vải đó bán cả áo thêu.
20. Ông Murphy đem thợ của ông Vũ đến hôm nọ.
21. Cô Pike làm việc ở Ngân-hàng Á-châu.
22. Ông sĩ-quan đó trước tu-nghiệp ở Fort Belvoir.
23. Ông giáo-sư đó tốt-nghiệp ở Viện Đại-học Nữu-Ước.
24. Ông Ngoạn mở tiệm cơm Việt-Nam ở Hoa-thịnh-đốn.
25. Cô Helen thích nghe nhạc Việt-Nam.
26. Ông Quang mở tiệm thuốc trên Đa-lạt.
27. Cô ấy lấy chồng bác-sĩ.
28. Bà ấy có con mở tiệm uốn tóc.
29. Anh Quang được học-bổng đi Pháp.
30. Bà Vinh được học-bổng sang tu-nghiệp bên Gia-nã-đại.

G. NEGATION WITH ĐÂU CÓ

Given: Answer:

Tôi không định nói cái ông cao.   (A) Tôi không có định nói cái
                                          ông cao.
                                     (B) Tôi đâu có định nói cái
                                          ông cao!

Ông Wood này không làm lãnh-sự   (A) Ông Wood này không có làm
ở Huế.   lãnh-sự ở Huế.
                                     (B) Ông Wood này đâu có làm
                                          lãnh-sự ở Huế!

1. Ông ấy không phải là cố-vấn.
2. Ông ấy không thích đỏ xám.
3. Tôi không thích màu tím.
4. Anh ấy không ngồi cạnh cô tóc vàng.
5. Ông ấy không phải là giáo-sư.
6. Chị ấy không dạy ở Viện Đại-học Saigon nữa.
7. Cô ấy không phải là con gái ông bà Hiếu.
8. Tôi chưa bao giờ thấy ông ấy.
9. Ông Wood không ở Huế.
10. Ông Long nói tiếng Việt không giỏi lắm.
11. Truyện này không ghê lắm.
12. Phim đó không buồn cười lắm.

13. Ông Nho không làm việc ở Hội Việt-Mỹ nữa.
14. Học trò không được vỗ tay to quá thế.
15. Ông Giám-đốc không đọc diễn-văn.
16. Cô ấy không thông-ngôn được.
17. Nhà nông không trồng lúa vào tháng ba.
18. Nó không thích ăn kem.
19. Tôi không uống cà-phê.
20. Người Việt-Nam không cho chanh với sữa vào nước chè..
21. Ông ấy không hút thuốc lá nữa.
22. Anh ấy không định đi Hy-lạp.
23. Nó không biết chụp ảnh.
24. Lão ta không phải là bạn học của tôi.
25. Cô Mỹ đó không làm việc ở Ngân-hàng Đông-nam Á.

                    H.   CHÍNH

      Given: Answer:

Tôi bảo ông ấy.   (A) Chính tôi bảo ông ấy.
                              (B) Chính ra là tôi bảo ông ấy.
Con Hương đánh đổ sữa.   (A) Chính con Hương đánh đổ sữa.
                              (B) Chính ra là con Hương đánh đổ
                                  sữa.

 1. Ông Wood làm Lãnh-sự Mỹ ở Huế.
 2. Ông ấy làm cố-vấn cho Hội Việt-Mỹ.
 3. Anh mặc bộ đồ xám.
 4. Tôi định nói ông cao cao kia!
 5. Chúng tôi định nói cái ông thấp cơ!
 6. Cô ấy mặc áo tím.
 7. Ông ngồi cạnh cô tóc vàng.
 8. Ông ấy dạy ở Viện Đại-học Cần-thơ.
 9. Cô đó là con gái ông Iredell.
10. Anh ấy nói tiếng Việt giỏi lắm.
11. Ông ấy sanh ở Biên-Hòa..
12. Ông già của ông làm mục-sư.
13. Sau bài diễn-văn ông Giám-đốc mới giới-thiệu.
14. Tôi giới-thiệu ông ta với ông Tuy-viên Văn-hoá.
15. Bác-sĩ Jung đứng dạy trước.
16. Ông Định làm thông-ngôn ở Tòa Đại-sứ Anh.
17. Ông Cảnh làm việc ở Câu-lạc-bộ Thể-thao.
18. Ông Kim đã đọc diễn-văn về nghề nông ở Việt-Nam.
19. Tôi đã làm ruộng ở đồng-bằng Bắc-Việt.
20. Làng này toàn người làm ruộng.
21. Cái nhà ông Quảng ở xa bờ sông mà nóng lắm.
22. Tiền thuê nhà ở Saigon mắc bằng bên Mỹ ấy.
23. Hôm nọ tôi gặp cháu Tung ở rạp hát bóng nhận không ra.
24. Ông Linh sắp sang Pháp học sáu tháng.

25. Nhật đoạt hai giải vô-địch thế-giới về bóng bàn.
26. Việt-Nam vừa được Đại-Hàn tuần trước.
27. Tiệm giầy này bán rẻ lắm.
28. Thứ bảy chợ Bến-thành đông lắm.
29. Ông Vũ nhờ tôi đem thơ này đến cho ông bà.
30. Bà Murphy hãy còn bên Mỹ.

I. CO-VERBS OF DIRECTION

1. Xin ông xoá chữ này đi.
   Xin ông bỏ đi.
   Xin ông bớt đi.
   Xin ông tắt đèn đi.
2. Xin ông đóng cửa lại.
   Xin ông gập sách lại.
   Xin ông đóng ngăn kéo lại.

3. Xin ông mở cửa ra.
   Xin ông lấy tiền ra.
   Xin ông dọn ra.
   Xin ông giở sách ra.
4. Xin ông đóng cửa vào.
   Xin ông đóng ngăn kéo vào.
   Xin ông dọn vào.

5. Xin ông kéo mạnh lên.
   Xin ông đứng lên.
   Xin ông dơ tay lên.
   Xin ông bật đèn lên.
   Xin ông vặn quạt lên.
6. Xin ông hạ mạnh xuống.
   Xin ông ngồi xuống.

7. Con chó chạy đi.   Con chó chạy lại.
   Con chó chạy ra.   Con chó chạy vào.
   Con chó chạy lên.   Con chó chạy xuống.

   Con chim bồ-câu bay đi.   Con chim bồ-câu bay lại.
   Con chim bồ-câu bay ra.   Con chim bồ-câu bay vào.
   Con chim bồ-câu bay lên.   Con chim bồ-câu bay xuống.

Yêu nhau lắm, cắn nhau đau.

> *Yêu nhau cởi áo cho nhau,*
> *Về nhà mẹ hỏi, qua cầu gió bay.*

Thua keo trước, được keo sau.

GRAMMAR NOTES

15.1. <u>Co-verbs of continuity ...đi...lại.</u>   Many verbs of action
    may be followed by co-verbs of continuity or repetition; the
    formula is as follows (with stress on đi, ra or ngược):

V	đi	V	lại
V	ra	V	vào
V	ngược	V	suôi

The meaning expressed by the pair of coverbs is *'again and
again, over and over; back and forth, to and fro'.*

đi đi lại lại	*to go back and forth*
nói đi nói lại	*to say (it) again and again*
viết đi viết lại	*to write many times*
đọc đi đọc lại	*to read many times*
học đi học lại	*to study over and over*
nhắc đi nhắc lại	*to repeat and repeat*
dịch đi dịch lại	*to keep translating (the same text)*
làm đi làm lại	*to do it over and over*
thử đi thử lại	*to try and try*
trồng đi trồng lại	*to plant and transplant*
cày đi cày lại	*to plow and plow*
xay đi xay lại	*to husk and husk*
gia đi gia lại	*to pound and pound*
đi ra đi vào	*to move in and out*
bơi ra bơi vào	*to swim in and out*
bay ra bay vào	*to fly in and out*
chạy ra chạy vào	*to run in and out*
tìm ngược tìm suôi	*to hunt upstream and down stream*
	to hunt high and low
nói ra nói vào	*to give the pros and cons; to comment, gossip, give opinions.*

This first subclass of verbs that take co-verbs of continuity
(..đi..lại,..ra ..vào) comprises verbs denoting actions,
movements or processes that may recur or take place repeatedly.

15.2. <u>Co-verbs of continuity..đi..lại</u> (continued). Another
    subclass of verbs of action that also take co-verbs...đi...lại
    consists of non-directional ones, most of which are borrowed
    from Chinese and denote certain social political activities:

bắt-chước	*to imitate*
cảm ơn	*to thank*
cắt nghĩa	*to explain*
điều-đình	*to negotiate*
giảng-nghĩa	*to explain*
giới-thiệu	*to introduce*
kết-luận	*to conclude*

-337-

xin	*to ask*
cử	*to appoint*
phát-âm	*to pronounce*
tu-nghiệp	*to receive in-service training*
bảo-đảm	*to guarantee, insure, register (letter, parcel post)*
kỷ-niệm	*to commemorate*
mạ-cả	*to bargain, haggle*
tốt-nghiệp	*to graduate*

The idea of repetition is clear from these examples:

Ông ấy cám ơn đi cám ơn lại.	*He thanked us many times.*
Thầy giáo cắt nghĩa đi cắt nghĩa lại.	*The teacher explained and explained repeatedly.*

15.3. <u>Co-verbs of direction đi, lại, ra, vào, lên, xuống</u>. Of the two subclasses of verbs of action that may occur with the co-verbs of continuity (đi..lại..ra..vào), only the first subclass, (discussed in 15.1.) may take a co-verb of direction, such as đi, lại, ra, vào, lên, xuống (See 11.1 and 12.2). The possible combinations are tabulated below:

	-đi	-lại	-ra	-vào	-lên	-xuống
(1) bỏ	x					
xoá	x					
tắt	x					
(2) giữ		x				
gặp		x				
đựng		x				
đóng		x				
(3) mở			x			
lấy			x			
giở			x			
(4) đóng				x		
gặp				x		
dọn				x		
đeo				x		
(5) vặn					x	
kéo					x	
dơ					x	
bật					x	
đứng					x	
ngồi					x	
(6) hạ						x

	-đi	-lại	-ra	-vào	-lên	-xuống
(6) ngồi						x
vặn						x
(7) đi	x	x	x	x	x	x
bay	x	x	x	x	x	x
chạy	x	x	x	x	x	x
bò	x	x	x	x	x	x
bơi	x	x	x	x	x	x
nhìn	x	x	x	x	x	x
đem	x	x	x	x	x	x
đưa	x	x	x	x	x	x
gưi	x	x	x	x	x	x
mang	x	x	x	x	x	x
xe	x	x	x	x	x	x

The table above shows that some verbs like đóng, gặp may take two different co-verbs of direction:

Đóng cửa vào.   *Close the door (or window).*
Đóng cửa lại.   *Close the door (or window).*

Several other verbs may be used with all six co-verbs of direction. For example, the verb bay *'to fly'* in Group 7:

Họ bay đi Nha-trang.   *They flew to Nhatrang.*
Họ bay lại Tân-sơn-nhứt.   *They flew to Tan-son-nhut.*
Họ bay ra Huế.   *They flew (north) to Hue.*
Họ bay vào Saigon.   *They flew (south) to Saigon.*
Họ bay lên Đa-lạt.   *They flew (up) to Dalat.*
Họ bay xuống Cần-thơ.   *They flew (down) to Cantho.*

15.4. <u>Co-verbs of direction</u> (continued). There is also a third subclass of verbs, which denote a continued or extended state of being. They occur with a co-verb of direction, too. But the resulting phrase cannot take a substantive as the target, objective or destination.

	-đi	-lại	-ra	-vào	-lên	-xuống
ngủ	x					
mê	x					
biến	x					
co		x		x		
rơi			x			x
trùng				x		
uốn					x	
chìm						x
xô	x	x	x	x	x	x

15.5. <u>Co-verb of reciprocity lại</u>. A fourth subclass of verbs
consists of such verbs of feeling as yêu *'to love'*, ghét
'to hate', tin *'to trust'*, which may take the co-verb lại
(*'to come from the opposite direction'*) to express reciprocity:

> Ông Bằng yêu cô Thanh.   *Mr. Bang loves Miss Thanh.*
> Ông ấy được cô Thanh   *She also loves him in return.*
> yêu lại.

Unlike the verbs in the first three subclasses, these verbs
of feeling may take an intensifier:

> Ông Bằng rất yêu cô Thanh.   *Mr. Bang loves Miss Thanh very*
>   *much.*
> Ông Bằng yêu cô Thanh lắm.   *Mr. Bang loves Miss Thanh very*
>   *much.*

15.6. <u>Adverbials of degree</u>. There is also a subclass of verbs
which denote perception and which may occur with an adverbial
showing the degree of intensity:

> Tôi hiểu lắm.   *I understand very well.*
> Tôi rất hiểu.   *I understand very well.*
> Tôi lo lắm.   *I am much worried.*
> Tôi rất lo.   *I am much worried.*

15.7. <u>Independent verbs</u>. Finally, we can distinguish a sixth
subclass which includes two groups: (1) the <u>verbs of motion</u>
themselves (such as đến, tới, lại, qua, sang, xuống, về, ra
vào, lên, xuống); and (2) <u>those generalizing verbs</u> (such as
mua bán, *'to shop'*, buôn bán *'to do business'*, ăn ở *'to live,*
to behave', cày cấy *'to do farming'*, etc.) made up of two
synonyms or two antonyms.

These verbs occur independently, that is to say, without
co-verbs (of continuity or of direction) and without intensi-
fiers.

15.8. <u>Complex sentences</u>. In Lesson 5, we have seen that the
word thì is a connecting particle used to introduce a clause
which defines a situation occurring at the same time as that
stated in the preceding clause. It actually refers to the
time of this immediately preceding clause. We have glossed
it "then, at that time".

In Sentence (2) and (3) below, bao giờ chụp *'any time you*
take the picture', hăm chín tháng giêng *'January 29'* are
clearly adverbial phrases denoting time.

Whenever the idea of condition or cause is clear, we
may use the English translation "if" for the first clause,

and the following clause will begin somewhat like 'then, in that case'.

1. Nghe chán thì nghỉ.	*When you get tired of listening, take a break.*
2. Bao giờ chụp thì xin ông cho tôi biết.	*When you (are going to) take the picture, let me know.*
3. Hăm chín tháng giêng thì cô ấy về đến Cựu-Kim-Sơn.	*She will get back to San Francisco on January 29.*
4. Muốn đỗ đâu thì đỗ.	*You can stop wherever you want.*
5. Thích ăn gì thì ăn.	*You can eat whatever you please.*
6. Thế thì hay lắm.	*Swell! (excellent!)*
7. Nếu thế thì hay lắm.	*id.*
8. Thế thì còn gì bằng!	*Wonderful!*
9. Nếu thế thì còn gì bằng!	*id.*
10. Thế thì ta nên gọi thêm cơm.	*In that case we'd better order some more rice.*
11. Nếu thế thì ta nên gọi thêm cơm.	*id.*
12. Chanh với sữa thì không.	*As to lemon and milk, I don't use either (in my tea).*
13. Ăn thì ăn.	*O.K. I will eat.*
14. Đi thì đi.	*O.K. I will go.*
15. Uống thì uống đi.	*If you want to drink it, go ahead and drink it.*
16. Nếu có cần thứ gì thì tôi sẽ mua ở Hương-Cảng.	*If I need something I'll buy it in Hong Kong.*

Very often, when the topic is introduced emphatically at the beginning of a sentence, thì introduces an entire statement about that topic:

17. Hồng-Công thì đủ các thứ hàng-hoá.	*(As for) HongKong (it) has all kinds of merchandise.*
18. Anh thì anh thiếu gì tiền!	*(As for you) You have no lack of money.*
19. Tôi thì mỗi ngày tôi phải hút một bao là ít.	*(As for me) I need to smoke one pack a day to say the least.*
20. Còn ông Hill thì bây giờ ông ấy ở đâu?	*As for Mr. Hill, where is he nowadays?*

In examples (13, (14), (15) the topical element is the same as the predicative element (ăn, đi, uống) which has been brought into focus at the beginning of the sentence.

In example (21), the topic is the same as the object of the verb:

21. Cuốn tự-điển này, ông ấy mua ở Saigon.	*He bought this dictionary in Saigon.*
22. Bức tranh sơn mài ấy,	*I bought that lacquer painting*

tôi mua ở Trung-tâm   *at the Handicraft Center.*
Tiểu-công-nghệ.

In the latter case, the topic may be brought into sharp focus by cả *'even'*: the verb then would be preceded by cũng:

23. Cả cuốn từ-điển này,   *This dictionary, he also bought*
    ông ấy cũng mua ở   *in Saigon.*
    Saigon.
24. Cả bức tranh sơn mài   *That lacquer painting, I also*
    ấy, tôi cũng mua ở   *bought it at the Handicraft*
    Trung-tâm Tiểu-công-   *Center.*
    nghệ.

Other examples (from lesson 4):

Tôi, ông Vũ cũng nhờ đem   *Mr. Vu asked even me to bring*
thơ.   *this letter.*

Ông ấy, bà Lâm cũng mời   *Mrs. Lam asked even him to sit*
ngồi chơi.   *down.*
Hình, ông Vũ cũng cho   *Mr. Vu even allowed me to look*
tôi xem.   *at the pictures.*

These two utterances differ only in the presence or absence of nếu:

6. Thế thì hay lắm.   *Swell! (Excellent!)*
7. Nếu thế thì hay lắm.   *Swell! (Excellent!)*

The idea remains the same ('If it is so, then it is very interesting'); we have a complex sentence in both (6) and (7).

Likewise, the addition of the conjunction nếu *'if'* in (9) tells us that these two are complex sentences:

8. Thế thì còn gì bằng!   *Wonderful!*
9. Nếu thế thì còn gì   *Wonderful!*
   bằng!

Let us try and see if we can add nếu to Sentence (1):

1. Nghe chán thì nghỉ.   *If you get tired of listening,*
                               take a break.
1a. Nếu nghe chán thì   *If you get tired of listening,*
    nghỉ.   *stop.*

-342-

We are again dealing with a complex sentence, whereas
(17), (13) and (21) are simple sentences. One does not
say: *Nếu Hồng-Công thì đủ các thứ hàng-hoá. *Nếu ăn thì
ăn. *Nếu cuốn tự-điển này thì ông ấy mua ở Saigon.

Hồng-Công, ăn, and cuốn tự-điển này are topical focuses
in the three simple sentences (17), (13) and (21), respec-
tively.

15.9. <u>Verbs of evaluation</u>. These verbs take an object complement
followed by a complement denoting the characteristics or
attributes of that object:

$$V - NP - là - NP$$

Chúng tôi coi các ông là bạn.	*We consider you our friends.*
Tôi gọi ông ấy bằng chú.	*I call him "chú",--He's my father's younger brother.*
Ông ấy đã cử tôi làm thông-ngôn cho ông ấy.	*He has appointed me his interpreter.*
Họ chọn ông ta làm giám-đốc.	*They chose him as director.*

PRONUNCIATION

Practice 73. Some personal names

Đinh Bộ Lĩnh	Nguyễn Bỉnh Khiêm
Lê Đại Hạnh	Lý Văn Phức
Lý Công Uẩn	Nguyễn Du
Trần Thủ Độ	Nguyễn Dư
Lý Thường Kiệt	Hồ Xuân Hương
Lê Lợi	Nguyễn Khuyến
Trần Quốc Tuấn	Chu Mạnh Trinh
Nguyễn Trãi	Lê Qui Đôn

Practice 74. Compounds with -gia

triết-gia	*philosopher*	tác-gia	*author*
văn-gia	*writer*	thi-gia	*poet*
luật-gia	*jurist*	sử-gia	*historian*
chính-trị-gia	*statesman*	phi-hành-gia	*astronaut*
thương-gia	*businessman*	kỹ-nghệ-gia	*industrialist*

Practice 75. Compounds with -giả

học-giả	*scholar*	tác-giả	*author*
diễn-giả	*speaker*	độc-giả	*reader*
thính-giả	*listener*	khán-giả	*audience*
soạn-giả	*editor*	dịch-giả	*translator*

Practice 76.   Compounds with -học

văn-học	*literature*
sử-học	*history*
toán-học	*mathematics*
đại-số-học	*algebra*
kinh-tế-học	*economics*
nhân-loại-học	*anthropology*
(ngôn)ngữ-học	*linguistics*
thực-vật-học	*botany*
khoa-học	*science*
triết-học	*philosophy*
số-học	*arithmetic*
hình-học	*geometry*
xã-hội-học	*sociology*
nhân-chủng-học	*ethnology*
chính-trị-học	*political science*

Practice 77.   Compounds with -viên

sinh-viên	*student*
uy-viên	*commissioner*
chiêu-đãi-viên	*waitress, stewardess*
huấn-luyện-viên	*coach*
chuyên-viên	*technician*
phát-ngôn-viên	*spokesman*
cảnh-sát-viên	*policeman*
nhân-viên	*employee*
diễn-viên	*performer*
thông-dịch-viên	*translator, interpreter*
liên-lạc-viên	*liaison officer*
phóng-viên	*reporter*
phát-ngân-viên	*disbursing officer*

Practice 78. Proverbs and sayings

Ăn cây nào, rào cây ấy.
Đói cho sạch, rách cho thơm.
Có chí làm quan, có gan làm giàu.
Con hư tại mẹ, cháu hư tại bà.
Một miếng khi đói bằng một gói khi no.
Nhất sĩ, nhì nông; hết gạo chạy rông: nhất nông, nhì sĩ.

Practice 79. A poem

Rủ nhau đi cấy đi cày.
Bây giờ khó nhọc có ngay phong-lưu.
Trên đồng cạn, dưới đồng sâu
Chồng cày, vợ cấy, con trâu đi bừa.

TRANSLATION

(A) 1. Ông Mỹ kia có phải là cố-vấn của Tòa Đại-sứ không?
2. Ông nào? 3. Tôi định nói cái ông mặc bộ đồ xám đó.
4. Tôi không định nói cái ông thấp. 5. Tôi định nói cái
ông cao cao cơ. 6. Có phải ông ấy đứng cạnh cô tóc
vàng không ? 7. Ông ấy đâu có phải là giáo-sư! 8. Con
gái ông ấy dạy ở Viện Đại-học Huế. 9. Chắc ông bà ấy
mới tới Việt-Nam. 10. Tôi chưa bao giờ thấy cô ấy ở
Hội Việt-Pháp cả. 11. Tên Việt-Nam của ông Wood là Mộc.
12. Ông ấy nói tiếng Việt giỏi lắm, chắc ông ấy sanh ở
Việt-Nam. 13. Ông già của ông làm mục-sư ở ngoài.

(B) 1. Ông giám-đốc Ngân-hàng đọc diễn-văn bằng tiếng Việt.
2. Trong bài diễn-văn đó, ông ấy giới-thiệu văn-hoá Việt-
Nam với các bạn ngoại quốc. 3. Ông Đạt dịch ra tiếng Anh.
4. Ông ấy làm thông-ngôn khá đấy chứ. 5. Bài diễn-văn
hay quá nhỉ? 6. Chúng ta hay vỗ tay cho thật to. 7. Bây
giờ già vờ tôi là cảnh-sát. 8. Ông Iredell cử ông Thiện
làm thông-ngôn cho ông ấy. 9. Chú tôi được cử làm lãnh-
sự ở Nữu-Ước. 10. Ông ấy được chọn làm lãnh-sự Việt-Nam
ở Cựu-Kim-Sơn.

(C) 1. Đêm hôm qua, tôi nằm mê thấy ông Trạng Quỳnh cho tôi
tiền. 2. Anh ta sanh trong một cái làng nhỏ ở đồng-bằng
Bắc-Việt. 3. Nhà nông bắt đầu trồng lúa vào tháng sáu.
4. Sau khi trời mưa một hai trận thì gieo hạt. 5. Công
việc đồng áng khó nhọc lắm, nào cày, nào cấy, nào tát
nước. 6. Mùa mưa từ tháng sáu đến tháng mười. 7. Nếu
không đủ nước thì phải tát bằng gầu. 8. Đến tháng giêng,
tháng hai thì lúa chín. 9. Gặt về, còn phải đập, phải
xay, phải giã, mới có gạo mà ăn. 10. Trâu thì dùng để đun
bếp, còn cám thì dùng để nuôi lợn. 11. Việt-Nam là một
nước rất giàu lúa gạo. 12. Dân Việt-Nam thật là tử-tế.
13. Tôi thích gạo nếp hơn gạo tẻ. 14. Cơm tẻ là mẹ ruột.
15. Tôi xin hứa mỗi tháng sẽ gửi cho ông một cái thư.
16. Ở đây không được hút thuốc lá. 17. Chúng tôi rất tiếc
ông bà sắp đi về nước. 18. Tôi xin chúc ông bà bốn chữ
"Thượng Lộ Bình An".

WHAT WOULD YOU SAY TEST

1. Fill in the blanks with either được or bị:

   a. Học trò giỏi_____thầy giáo khen.
   b. Thằng Hai_____ma nó cho nhiều tiền.
   c. Mùa Giáng-sinh, sinh-viên Việt-Nam_____cho nhiều đồ.
   d. Hôm qua trời mưa, chúng tôi_____ướt hết.

e. Đóng cửa lại, không có sách _____ ướt hết bây giờ.
f. Họ _____ ông láng giềng cho rất nhiều quần áo.
g. Cô Thu vừa đẹp vừa ngoan nên _____ nhiều người thích.
h. Anh Tư _____ giáo-sư khen là tấn-tới nhiều lắm.
i. Chúng tôi _____ cô ấy mượn tiền nhiều lần rồi.
j. Ông ấy _____ người ta nói xấu hoài.
k. Trạng Quỳnh _____ vua khen là nhanh tay, nhanh trí.
l. Tôi _____ nhà băng cho vay năm ngàn rưỡi.
m. Chúng tôi _____ nhà băng lấy nhiều lãi (interest) lắm.
n. Chúng tôi chưa _____ ông Bang giới-thiệu vợ chưa cưới.
o. Chú tôi nghèo lắm mà không _____ ai giúp đỡ gì cả.
p. Trạng Quỳnh _____ vua Tàu thương năm mươi đỉnh bạc.

2. Replace each place-name with an anaphoric like ngoài, trong, trên, bên:

a. Họ qua (bên) Sài-gòn để buôn bán.
b. Ông xuống dưới Cần-thơ để thăm ba mẹ vợ.
c. Anh xuống dưới Mỹ-tho mấy lần rồi?
d. Tôi lên (trên) Đà-lạt ba lần rồi.
e. Chúng tôi muốn rủ ông vô (trong) Chợ-lớn ăn phở.
f. Họ ra (ngoài) Hà-nội làm gì vậy?
g. Cô muốn qua (bên) Pháp học được.
h. Cách đây sáu tháng họ lên (trên) Gia-nã-đại kiếm việc.
i. Ông ba ấy định ra (ngoài) Cấp nghỉ hè.
j. Họ vô (trong) Nam mở tiệm thuốc.
k. Ông Wood đang dạy học ở (trong) Sài-gòn.
l. Ông Wood đang làm giáo-sư ở (bên) Sài-gòn.
m. Ông Durand trước làm Cố-vấn Văn-hóa của Pháp ở (ngoài) Hà-nội.
n. Ông ba vô (trong) Nam từ 1954, phải không?
o. Ông Hai đang cắt cỏ ở (ngoài) vườn.
p. Ông Tư Quang Hải sanh ở (ngoài) Bắc mà!
q. Ông Trực tính ra (ngoài) Qui-nhơn buôn-bán.
r. Các cô ấy định ra (ngoài) Long-hải tập bơi.
s. Tôi chẳng quen ai ở (trên) Bộ Canh-nông hết.

3. Fill in the blanks with the verbs of motion.

a. Chị làm ơn đem thêm trái cây _____ đây. (from the kitchen to the dining room or the living room).
b. Chị làm ơn đem hết trái cây _____ đây. (from the dining room to the kitchen).
c. Chị bếp pha trà xong, đem _____ phòng khách.
d. Anh có rảnh _____ đây chơi.
e. Họ không thích ở Đà-lạt nữa. Họ sắp dọn nhà _____ Sài-gòn.
f. Nhiều sinh-viên ngoài Huế muốn đổi _____ Viện Đại-học Sài-gòn.
g. Ông Murphy đem vợ con _____ Việt-Nam làm việc.
h. Chúng tôi muốn mời ông Mỹ răng vàng _____ nhà dùng cơm Việt-Nam.
i. Ông Wood làm lãnh-sự Mỹ ở Huế. Ông thích Huế lắm. Ông không muốn bị đổi _____ Đà-lạt hay _____ Sài-gòn.

INDEX TO VOCABULARY

VIETNAMESE - ENGLISH

The number which follows the English equivalent refers to the lesson wherein the lexical item is introduced for the first time: 1.12 means Speak Vietnamese, Lesson 12; 2.5 means Colloquial Vietnamese, Lesson 5.

a! P *ah!* 1.5

a-lô! P *hello! [on the phone]* 2.1

A-châu N *Asia* 2.4

à? P *I'm surprised* 1.1

à! P *oh* 1.1

à nhỉ! *oh yes* 1.7

ạ! P *polite particle at the end of utterance* 1.9

ai? PR *who, whom* 1.4

ai PR *someone, anyone; whoever, everyone, anyone* 1.7

ai (ại) cũng *everyone* 1.7

ám-tả N *dictation* 1.10

anh PR/N *you [to young man]; elder brother* (CL. người) 1.5

Anh N *Great Britain, England; British, English* 1.5

anh chàng N *guy, chap* 2.5

anh họ N *cousin* (CL. người, ông) 2.6

anh rể N *brother-in-law [your elder sister's husband]* 2.4

ảnh N *photograph* 1.7

áo N *shirt, blouse, jacket, coat, tunic* (CL. cái) 1.11

áo sơ-mi N *shirt [Western style]* (CL. cái) 1.11

áo mưa N *raincoat* (CL. cái) 1.11

áo-thuật N *magic.* Nhà áo-thuật *magician* 2.5

ăn V *to eat, have* 1.6

ăn cơm V *to eat, lunch, dine* 1.6

Ăng-lê N *Great Britain, England; British, English* 1.12

âm N *sound* 1.15

âm-nhạc N *music* 2.5

ấm N *teapot, coffeepot* (CL. cái); *teapotful, coffeepotful* 1.9

ấm SV *to be lukewarm* (Cf. nóng) 2.8

ầm SV *to be noisy* 1.12

ầm ầm SV *to be noisy* 1.12

ầm ĩ SV *to be noisy* 1.12

ấy SP *that, those* 1.1

ấy! *well!* 1.11

ba NU *three* 1.2

ba PR *dad, pop* 2.8

ba-sí ba-tố SV *to be mixed up* 2.7

bà PR *you [to a married woman]* 1.4

bà ấy PR *she [of a married woman]* 1.4

bà con N *relatives* 2.9

bà cụ N *old woman* 1.14

bà ngoại N *maternal grandmother* 1.14

bà nội N *paternal grandmother* 1.14

bác N *father's older brother* (CL. người, ông); *you* 1.14

bác-sĩ N *doctor, M.D.* 2.9

bạc SV *[of hair] to be white, be gray; [of person] to be silver-haired* 2.7. Tóc bạc *gray hair.* Đầu bạc *gray hair*

bách-thảo *one hundred plants* 1.7

bạch-yến N *white swallow* 2.5

bài N *lesson* 1.3

bài hát N *song* 1.15

bài thi N *test, exam* 1.7

bãi N *stretch, beach* 2.8

bãi bể N *beach* 2.8
bãi biển N *beach* 2.8
bãi cát N *sandbeach* 2.8
ban N *section* 2.9
ban N *period of time* 2.13
ban V *to grant, bestow, confer (reward, favor)* 2.14
ban ngày N *daytime* 2.13
bán V *to sell* 1.5
bàn N *table* (CL. cái) 1.2
bàn N *game* 2.2
bàn giấy N *desk* 1.12
bản CL *song* 2.5
bản N *copy* 2.11
bản đồ N *map* 2.8
bạn N *friend* (CL. người) 1.4
bạn bè N *friends* 2.4
bạn học N *schoolmate, classmate* 2.2
bảng N *sign, placard, blackboard* 1.10
bảng đen N *blackboard* 1.10
banh N *ball* 2.9. Trận banh N *soccer match, football game.* Sân banh *soccer field*
bánh N *cake, cookie* (CL. cái, chiếc) 1.9
bánh ngọt N *cake, pastry* 1.9
bao N *package, pack, box* 1.12
bao N *envelope, bag* 2.11
bao diêm N *box of matches* 1.12
bao giờ? QW *when? what time?* 1.4
bao lâu? *how long?* 1.8; 1.11
bao nhiêu? *how much? how many?* 1.2
bao nhiêu là NU *so much, so many* 1.13
bao thơ N *envelope* 2.11
báo N *newspaper* (CL. tờ) [*with* đọc *or* xem *to read*] 1.11
báo V *to announce* 2.10
báo động *to sound the alert* 2.10
bảo V *to say; to say to, tell* 1.4
bảo-đảm V *to assure, insure* 2.11. thơ bảo-đảm *registered letter*
bát N *eating-bowl* (CL. cái); *eating-bowlful* 1.9
*bát R *eight* (= tám) 2.1

bay V *to fly* 1.8
bắc N *North, Northern* 1.12
băm- NU *thirty-* [*contraction of* ba mươi] 1.8
băng N [*Fr. banque*] *bank* 2.11. nhà băng *bank*
bằng CV *by means of, with, by in* 1.2
bằng CV *to go by* [*some transportation means*]; *be made of some material* 1.8
bằng V *to equal; as...as* 1.3
bằng SV [*of tone*] *to be level* 1.15
bằng N *diploma* 2.9
bằng cử-nhân N *licence* 2.9
bằng lòng SV *to be satisfied, happy* 2.8
bắp N *corn* 2.9
bắp rang N *popcorn* 2.9
bắt buộc V/SV *to require, compel, force; to be required be compulsory, be obligatory* 1.15
bắt chước V *to imitate* 1.15
bắt đầu V *to begin, start* 1.9
bậc N *level* 2.5
bẩn SV *to be dirty, be filthy* 1.7
bận SV *to be busy* 1.1
bập bẹ V *to begin to speak* [*language*] 2.7
bất cứ P *any at all, all* 2.14
bật V *to snap, switch* [*lights*] *on* bật lên 1.10
bật cười *to burst out laughing* 2.8
bật lửa N *cigarette lighter* (CL. cái) 1.12
bầu dục N *kidney* 2.10
bây giờ MA *now* 1.2
bảy NU *seven* 1.2
bậy SV *to be wrong, to be indecent, be vulgar, see* tầm bậy tầm bạ 2.7
bậy bạ SV *to be wrong, to be indecent, be vulgar* 2.7
bé SV *to be small, be young* 1.13

béo SV *to be fat* 2.10

Bệ-hạ N *Sire* 2.14

bên N *side* 1.4

bên Ăng-lê *in England* 1.12

bên cạnh *to be by the side of, beside* 1.12

bên Mỹ PW *in America* 1.4

bên (tay) phải N *right (hand) side* 1.13

bên (tay) trái N *left (hand) side* 1.13

bến N *landing place, pier* bến tàu, *station, terminal* bến xe 2.2

bên *that side, over there* (= bên ấy) 2.4 *and* 2.5

bệnh N *sickness, disease* 2.9

bệnh đau răng N *toothache* 2.9

bệnh đau tim N *heart trouble* 2.9

bệnh ho lao N *tuberculosis* 2.9

bệnh hoa-liễu N *venereal disease* 2.13

bệnh sốt rét N *malaria* 2.9

bệnh tật N *diseases, ailments* 2.9

bệnh tê-bại N *polio* 2.9'

bếp N *kitchen* 2.1

bếp N *cook* 2.10. Chị bếp *the cook*

bí N *water melon, pumpkin, squash* (CL. quả) 1.9

bít-tất N *sock* [CL. chiếc *for one,* đôi *for a pair*] 1.13

bị AV *to suffer, to be* ...1.6

bị thương SV *to be wounded, be injured* 1.13

bịa V *to make up (stories)* 2.14

biên V *to write down, jot down* 1.11

biên-giới N *border* 2.6

biến V *to disappear* 2.14

biển N *sign, placard* (CL. tấm) 1.8

biết V *to know; to know how to* 1.4

bình N *pot* 2.4

bình trà N *teapot* 2.4

bó V/N *to tie; bunch* 2.10

bó buộc *to compel, coerce* 2.10

bò N *cow, ox, bull* (CL. con) 1.9

bỏ V *to drop, cast, abandon, mail (letter)* 1.8

bóc V *to peel (fruit), open (letter)* 2.12

bom N [Fr. *bombe*] *bomb* (CL. quả, trái)

bóng-bàn N *table tennis, ping pong* 2.2

bố N *father* (CL. người, ông) 1.14

bồ-câu N *pigeon, squab.* Chim bồ-câu (CL. con) 2.5

bộ N *step* 1.7

bộ N *section, part, ministry, department* 1.6

bộ đồ N *suit of clothes* 2.15

Bộ Kinh-tế N *Department of National Economy* 1.6

Bộ Ngoại-giao N *Department of Foreign Affairs, Department of State* 1.6

bốn NU *four* 1.2

bờ N *side* 2.1

bờ sông N *riverside* 2.1

bơi V *to swim* 2.8

bớt V *to subtract, cut down, reduce, lower the price* (≠ thêm) 2.3

bụi N/SV *dust; to be dusty* 2.5

bụng N *belly, stomach, tummy* 2.2

buộc V *to tie* 2.10. Bó buộc *to compel, coerce*

buổi N *half a day, session* 1.12

buổi chiều N *afternoon* 1.12

buổi sáng N *morning* 1.12

buổi tối N *evening* 1.12

buôn V *to buy in to sell later, trade, deal in, sell wholesale* 2.13. Hãng buôn N *firm*

buồn SV *to be sad* 1.4

buồn ngủ SV *to be sleepy* 1.11

buồng N *room* 1.2

buồng ngủ N *bedroom* 2.1

bút N *writing instrument, pen, pencil* 1.10

bút chì N *pencil* 1.10

bút máy N *fountain pen* 1.10

buýt N *bus* 1.9

bữa N *meal, day* 2.9 *and* 2.10

bức SV *to be hot and stuffy, be sultry* 2.6

bươm-bướm N *butterfly* (CL. con) 2.8

bưu-chính N *postal administration* 2.11

bưu-điện N *post office* 2.11

bưu-thiệp N *post card* 2.11

ca-sĩ N *singer* 2.5

cá N *fish* (CL. con); *fish* 1.9

cá chua N *tomato* (CL. quả) 1.9

cà-phê N *coffee* 1.9

cà-phê sữa N *milk and coffee* 1.9

ca-rốt N [Fr. *carotte*] *carrot* (CL. củ) 2.13

cả P *at all* 1.9

cả Q *all, the whole, there is wholly* 1.12

cả Q *also, as well as, even* 1.13

cả (đến) *even* [verb preceded by cũng] 1.13

cả...nữa *also, as well as, too* 1.13

các P *the various* 1.5

cách N *way, manner, fashion, method* 1.15

cách V *to be separated from* 2.4

cách đây *ago* 2.4

cái CL [*classifier for nonliving things*] 1.2

cái gì? N *what?* 1.4

cam N *orange* (CL. quả, trái) 2.3

cám N *rice bran* 2.15

cảm ơn V *to thank* 1.1

cảm V *to catch cold, have a cold; to be affected by, struck by,* 1.6

cảm nắng *to get sunstroke* 1.7

càng AV *to be so much the... er* 1.15

càng...càng... PH *the more..., the more* ... 1.15

càng ngày càng...PH *more and more ...every day* 1.15

canh N *soup* 1.9

canh-nông N *agriculture* 2.2
  Bộ Canh-nông *Ministry of Agriculture, Ministry of Rural Affairs*

cành N *limb, bough, branch, twig* 2.13

cành liễu N *willow branch* 2.13

cảnh-sát N *police, policeman* 2.11

cạnh N *side, to be beside,* 1.12

cao SV *to be tall* (≠ thấp, lùn) 2.1

cao-bồi N [Fr. *cowboy*] [English *cowboy*] *cowboy, street urchin, hoodlum* 2.13

Cao-Ly N *Korea* 2.14

cạo V *to shave* 1.8

cạo đầu V *to get a haircut* 1.8

cạo mặt V *to shave* 1.12

cạo râu V *to shave* 2.7

cát N *sand* 2.8

cay SV *to be peppery-hot* 1.9

các N *dime* 2.12

cắn V *to bite; to crack* (melon seeds hạt dưa) 2.6

cắt V *to cut* 1.14

cắt-nghĩa V *to explain* 1.14

cắt tóc V *to get a haircut; to give a haircut* (cạo đầu, hớt tóc) 2.7

cấm V *to forbid, prohibit; don't...* 2.15

cấm hút thuốc *no smoking* 2.15

cầm V *to pawn* 2.13. Tiệm cầm đồ N *pawnshop*

cân V *to weigh* 2.11

cần V *to need, want* 1.11

cần SV *to be urgent, be pressing* 1.15

cần phải V *to need to, have to* 1.11

cẩn-thận SV *to be careful, be cautious* 1.14

Cấp N *Cap Saint-Jacques* 2.2

cấp N *level, rank, cycle, degree, grade* 2.9

cấp-bậc N *level, grade, rank* 2.11

câu *phrase, sentence* 1.10

câu hỏi N *question* 1.15
câu-lạc-bộ N *club* 2.8
cầu N *bridge* 2.14
cầu tiêu N *toilet* 2.1
cậu N *mother's brother* (CL.
  người, ông) 1.14
cây N *plant, tree* 1.13
cây cối N *trees, vegetation* 2.6
cây số N *kilometer* 2.8
cày. V *to plow* 2.15
co V *to shrink* 2.3
cớ P *[emphatic particle]* 1.1
có V *to have, own, possess; there
  is, there are* 1.2
có họ với *to be related to* 1.14
có sao *What difference does it
  make?* 1.12
có thể...được *can..., to be able*
  1.7
có lẽ MA *perhaps, maybe* 1.14
có vợ *[of a man] to be married*
  1.6
cỏ N *grass, weed, herb* 2.13. Cắt
  cỏ V *to cut grass.* Nhổ cỏ V
  to weed, pull up weeds
coi V *to look, see, watch* (=xem)
  2.3
còi N *whistle, siren* 2.9. Thổi
  còi V *to blow a whistle,
  whistle.* Còi báo động N *air-
  raid siren* 2.10
con N *child* (CL. đứa *for young
  ones*, người *for adult ones*
  1.6
con CL *[classifier for animals]*
  1.9
con SV *to be young, be small* 1.13
con CL *[classifier for young
  girls, for "contemptible women"]*
  1.13
con bé, (con) N *little girl* 1.13
con gái N *daughter* 1.6
con giai N *son* 1.6
con trai N *son* 1.6
còn C *as for* 1.1
còn AV *still* 1.1
còn gì nữa PH *[used at the end of
  sentence to denote that some-
  thing has long started]* 1.12

cô PR *you [to young woman]* 1.11
cô ấy PR *she, her* 1.1
cô đỡ N *midwife* 2.14
cô hầu bàn N *waitress* 1.9
cố V *to make an effort.* Cố
  sức 1.15
cố hết sức V *to do one's best*
  1.15
cố sức V *to make an effort* 1.11
cố-vấn N/V *to advise, advisor,
  counselor* 2.15
cổ N *neck, collar.* Cổ áo 1.11
cốc N *glass [all shapes]; (CL.
  cái)* 1.9
cộc SV *[of garment] to be short;
  [of shirt] to be shortsleeved.*
  Cộc tay 1.11
công N *labor* 1.15
công-chánh N *public works* 2.2
  Bộ Công-chánh *Ministry of
  Public Works*
công-nghệ N *industry* 2.7. Tiểu
  công-nghệ N *handicraft*
công-tử N *mandarin's son; you,
  dude, dandy* 2.15
công-ty N *company, firm, corpor-
  ation* 1.11
công-việc đồng-áng N *farm work*
  2.15
cộng V *to add up* 2.3
cột N *column, post, pillar* 2.13
cơm N *cooked rice, cooked food*
  1.6
cù-lao N *island* 2.13
cũ SV *to be used, be old* (≠mới)
  1.11
cụ N *greatgrandparent* CL. người;
  old man CL. ông; *old woman*
  CL. bà; *you [to old people]*
  1.14
cụ bà N *greatgrandmother* 1.14
cụ bà *your mother* 2.1
cụ ông N *greatgrandfather* 1.14
cụ ông *your father* 2.1
của N/V *property, possession,
  wealth; to belong to, of* 1.4
cúc N *chrysanthemum* 2.1
cùng CV *to act together (with);
  and* 1.4

-351-

cũng A *also* 1.2

cuối N *end* 1.4

cứ AV *to continue to* 1.12

cử V *to play* [*music*] 2.9

cử V *to appoint* làm *as* 2.15

cửa N *door, window, opening* (CL. cái) 1.3

cửa rạ vào N *door* (CL. cái) 1.3

cửa sổ N *window* (CL. cái) 1.3

cưới V *to wed* 2.12. Đám cưới N *wedding*

cười V *to smile, laugh; to laugh at* 1.7

cười rộ V *to roar with laughter* 2.14

*cưng V *to pamper, spoil* 2.7

* cửu R *nine* (=chín) 2.1

Cửu-Kim-Sơn *San Francisco* 1.4

cha! [*exclamation of surprise, admiration*] *hah! fine!* 1.11

chả P [*negation particle*] *not* (=không, chẳng) 2.6

chai N *bottle* (CL. cái); *bottleful* 2.6

chải V *to comb* (đầu *hair*) 2.7

chán SV *to be bored, be fed up; be uninteresting, dull* 1.15

chàng N *fellow, guy, lad* 2.2

chàng rể N *son-in-law* 2.2

chanh N *lime, lemon* (CL. quả) 1.9

chào V *to greet* 1.1

chảo N *skullcap shaped frying pan, wok* 2.3

chạp N *12th lunar month; December* 1.8

cháu N *grandchild, nephew, niece* (CL. người, đứa); *my child* 1.11

cháu chắt N *grandchildren and greatgrandchildren* 2.2

cháu nội N *one's son's child* 1.14

cháu ngoại N *one's daughter's child* 1.14

chảy V [*of liquid*] *to run, flow* 1.13

chảy máu V *to bleed*

chạy V *to run; to run around looking for a job or special favor; to run errands* 2.11

chạy thi V *to race, have a race* 2.2

chắc SV *to be firm, certain, sure; firmly, certainly, surely* 1.9

chăm SV *to be hard-working* 1.15

chăm-chú SV *to concentrate* 1.15

chăn N *blanket* (=mền) 2.10

chăng? P *it seems to me, I guess, I suspect, I presume, could it be that...* 1.12

chẳng P [*negative prefix*] (=không) 1.9

chẳng bao lâu A *soon* 1.11

chắt N *greatgrandchild* 2.2

chậm SV *to be slow* 1.8

chật SV *to be narrow* (≠rộng)

chật ních SV *to be jammed, packed* 2.8

châu chấu N *grasshopper* (CL. con) 2.8

chè N *tea* [*leaves*]; *tea the beverage* 1.9

chen V *to jostle, bump, push, elbow one's way* 2.10

chen chúc V *to jostle, bump, push, elbow one's way* 2.10

chén N *cup* (CL. cái); *cupful* 1.9

chén N *eating bowl* (=bát) 2.10

chén đĩa N *dishes* 2.10

chép V *to copy* 1.10

chết V *to die;* [*of timepiece or motor*] *to stop* 1.12

chi PR *what* (=gì) 2.2

chi-phiếu N *check* 2.11

chì N *lead* 1.10

chỉ AV *only* 1.6

chỉ V *to show, point* (vào. at) 1.13

chị N *elder sister* (CL. người) *you* [*to young woman*] 1.6

chị bếp *the cook* 2.10

chị hai *the nursemaid, housemaid* 2.10

chị họ N *female cousin whose father or mother is older than yours* 2.6

chị ruột N *elder sister* 2.6

chia V *to divide* 2.3

chích V *to inject, give a shot* 2.9

chiếc CL *classifier for certain objects, vehicles, for one of a pair, etc...* 1.5, 1.13

chiên V *to fry* (=rán) 2.10

chiến-tranh N *war* (≠hoà-bình) 2.7

chiếu N *sleeping mat* (CL. chiếc *for single one,* đôi *for a pair*) 2.10

chiếu V *to project* 2.10

chiếu V *to shine, project pictures* 2.13. Rạp chiếu bóng N *movie theater*

chiếu điện *to have a X-ray* 2.10

chiếu-khán N *visa* 1.11

chiếu phổi *to have a chest X-ray* 2.10

chiều SV/N *to be (late) afternoon be early evening, (late) afternoon, early evening* 1.11

chim N *bird* (CL. con) 2.5

chìm V *to sink* 2.8

chín NU *nine* 1.2

chín SV *to be ripe* (≠xanh); *to be well-cooked* (≠sống) 2.7

chín giờ *nine o'clock* 1.5

chính-phủ N *government* 1.8

chính-trị N/SV *politics; political* 2.6

chịu V *to bear, endure, stand, put up with* 1.7

cho V *to let, allow, permit* 1.4 *to give*

cho mượn V *to lend* (tool, cash) 1.10

chó N *dog* (CL. con) 2.13

chọn V *to select* 2.10

chồng N *husband* 1.6

chồng chưa cưới N *fiancé* 2.5

chỗ N *place* 1.7

chỗ ngồi N *seat* 2.8

chợ N *market, market place* 2.3

chơi *to play, amuse oneself (with)* 1.4

chớp V *to flash, bbink, wink; lightning* 1.12

chú N *father's younger brother* (CL, người, ông) 1.12

chú rể N *bridegroom* 2.2

chủ N *owner, manager, boss* 1.4

chủ nhà N *landlord* 2.1. Bà chủ nhà *landlady.* Ông chủ nhà *landlord*

chủ-nhật N *Sunday* 1.6

chùa N *Buddhist temple* 2.11

chúc V *to wish, celebrate, congratulate* 2.15

chục N *group of ten, dozen,* 2.3

chùi V *to wipe, to rub, polish, scrub* 2.10

chung A *together* 2.1

chung-kết N *finale* 2.2

chúng mình PR *we* [inclusive]; *us* 1.12

chúng nó PR *they* 1.13

chúng ta PR *we* [inclusive]; *us* 2.7

chúng tôi PR *we* [exclusive]; *us* 1.1

chuông N *bell* (CL. quả, cái) 2.13

chuối N *banana* (CL. quả) 1.9

chuồn -chuồn N *dragonfly* (CL. con) 2.8

chuồng N *cage, shelter, coop, stable, sty* 2.13

chuồng chim bồ-câu N *pigeon house* 2.13

chụp V *to spring upon and seize* 1.7

chụp ảnh G *to take photographs*

chút N *tiny bit, short while* 1.9

chuyên-môn SV *to be technical* 2.6

chuyến N *voyage, trip, time,* 1.9

chuyện N *story, conversation* 1.8

chứ C *and (not), but (not)* 1.5

chứ! FP *I am sure; certainly, shan't we? Won't you? I assure, I hope* 1.6

chứ gì? PH *right? 1.14*

chứ N *[written] word 1.3*

chữ nho N *Chinese characters 2.14*

chưa P *[negative particle] not yet 1.3*

chưa? P *yet? 1.3*

chương-trình N *program, project, plan, schedule, curriculum 2.9*

dạ V *to acknowledge a superior's utterance, yes (I heard you), yes, (you're right) 1.9*

dạ dày N *stomach 1.13.* Đau dạ dày N *stomach trouble*

dài SV *to be long 1.3*

dài tay SV *to be long-sleeved 1.11*

dãi N *saliva*

dám V *to dare 1.1*

dán V *to paste, stick 2.11*

danh-từ N *term, noun 2.6*

dao N *knife (CL. con) 2.6*

dao cạo N *razor 2.7*

dạo N *period, time [past] 1.4*

dạo này MA *these days, lately 1.4*

dạy V *to teach [a person, a subject] 1.15*

dặn V *to recommend 2.10*

dần A *gradually, little by little, by degrees* dần dần 1.15

dần dần A *gradually, little by little, by degrees 1.15*

dâu N *daughter-in-law* con dâu, nàng dâu 2.2. Con dâu *daughter-in-law*. Cô dâu *bride*. Nàng dâu *daughter-in-law*

dấu N *mark, track, print, trace, tone mark, diacritical mark, seal, stamp (CL. con)*

dấu giọng N *tone, tone mark 1.15*

dấu ngã N *tilde, diacritical mark used to indicate the high broken tone; high broken tone*

dây N *wire, string, rope 1.11*

dây nói N *telephone [with gọi to call] 1.11*

dây nhựa N *magnetic tape 1.15*

dây thép N *wire, telegram (CL. cái) 1.4*

dậy V/RV *to wake up, get up, rise up 1.10*

dễ SV *to be easy 1.3*

dễ chịu *to be pleasant, be comfortable, be well 1.7*

dì N *mother's younger sister 2.9*

dịch V *to translate (ra into) 1.10*

diêm N *match (CL. cái) 1.12*

diễn-văn *speech (CL. bài) 2.15*

diện SV *to be smart; be stylish, be chic 1.5*

díp N *[Fr. jeep, English jeep]* xe díp 2.7*

dọc SV *to be lengthwise; to go lengthwise 2.8 (Cf. ngang) 2.11*

dọc đường V *to be on the way; on the way 2.11*

dọn V *to arrange, put in order, clear; to prepare; to move to another house.* Dọn nhà 1.12

dọn đến *to move in (Cf. dọn đi) 2.1*

dọn đi *to move out (Cf. dọn đến) 2.1*

dọn nhà V *to clean up the house; to move to another house 1.12*

dọn ra *to move out (Cf. dọn vào) 2.1*

dọn vào *to move in (Cf. dọn ra) 2.1*

dọn vô *to move in (Cf. dọn ra) 2.1*

dỗ V *to wheedle, cajole 2.10*

dơ SV *to be dirty, be filthy (=bẩn, ≠sạch) 2.7*

dở SV *to be poor, mediocre 2.5*

dù sao chăng nữa A *at any rate, anyway 2.15*

dùm V/CV *to help; for 1.10*

dùng V *to use, employ, take food, have food* 1.9

dụng V *to use* (=dùng) 2.9. Xử-dụng *to apply, use*

dữ SV *to be fierce, ferocious; tremendous* 2.9

dứa N *pineapple* (CL. quả) 1.9

dừa N *coconut* (CL. quả) 1.9

dừng V *to stop* 2.11

dược N *medicinal plant; pharmacy as a subject* 2.5

dược-sĩ N *pharmacist* 2.5

dược-sư N *pharmacist* 2.5

dưới PW 1.10, 2.13

dưới nhà *downstairs* 1.10

đa-số N *majority* 2.7. Đại-đa-số N *the great majority*

đá V *to kick* 2.9

đá banh V *to play ball, play soccer* 2.9

Đà-lạt N *Dalat* 1.8

đã AV/A *have already, has already; first* 1.11

Đài-loan N *Taiwan* 1.11

đại A *to act despite inability, advice or warning* 2.10

đại-đa-số N *the great majority, the vast majority* 2.7

Đại-hàn N *(Great) Korea* 2.2

đại-học N *university education, university* 1.9

đại-lộ N *avenue, boulevard, highway* 1.12

đại-sứ N *ambassador* 2.4. Toà đại-sứ *embassy*

đại-tá N *colonel* 2.11

đại-tướng N *general* 2.11

đại-uý N *captain* 2.11

đàn bà N *woman* 2.2

đàn ông N *man* 2.2

đáng lẽ PH *according to original plan, in principle, actually, normally* 2.8, 2.12

đánh V *to strike, beat, hit* 1.11

đánh chết V *to beat to death* 1.11

đánh dấu V *to mark, punctuate, put tone marks* 1.11

đánh dây thép V *to send a telegram, wire* 1.11

đánh mất V *to lose an object* 1.11

đánh vỡ V *to break [glassware, chinaware, etc]* 1.13

đáp V *to take [boat, train, etc...]* 2.2

đạp V *to kick with sole or heel, tread, step on* 1.11

đau tim N *heart trouble* 2.9. Bệnh đau tim *heart trouble*

đau ruột dư N *appendicitis* 2.9

đằng N *way, direction, side* 1.13

đắt SV *to be expensive* 1.5

đắt hàng SV *to have many customers* 2.4

đặt V *to put, place* 2.7

đặt tên V *to name* 2.7

đâm V *to prick, stab; to collide [vào against]*, 1.13

đập V *to thrash* 2.15

đập lúa V *to thrash rice* 2.15

đâu? QW *where?* 1.4

đâu! P *[strongly negates the statement]* 1.11

đầu N *head* 1.8

đầu N *beginning* 1.2

đầu tiên A *first, at first* 2.11

đậu V *to park* (=đỗ) 2.3

đậu ngự N *lima beans* 2.13

đậu phụng N *peanuts* 2.8

đây SP *here, this place* 1.7

đây rồi! PH *oh, here it is! I found it!* 1.12

đấy SP *there* 1.4

đẩy V *to push, shove* 2.14

đem V *to take, bring* 1.10

đem theo V *to take along, bring along* 1.10

đèn N *lamp, lantern* 1.10

đeo V *to wear [glasses, jewels, acessories]* 1.5

đèo V *to carry [extra passenger]*, 2.10

đẹp SV *to be beautiful, be good-looking;* [of weather] *to be nice, be fine* [subject giới, trời] *1.7*

đẹp mặt SV *to be proud, be honored* [≠xấu mặt] *2.6*

đề V *to inscribe, write, 2.12*

để V/CV *to place, put; to let someone do something ; in order to* để mà; *in order that, so that* để cho *1.13 and 1.15*

để khi khác PH *some other time 1.13*

để mà *in order to 1.13*

để cho *in order that, so that 1.13*

đệ- -th [in ordinal numbers] 2.1

đệ-bát *8th*

đệ-cửu *9th*

đệ-lục *6th; Grade 6*

đệ-ngũ *5th; Grade 5*

đệ-nhất *1st; Grade 1*

đệ-nhị *2nd; Grade 2*

đệ-tam *3rd; Grade 3*

đệ-tứ *4th; Grade 4*

đệ-thập *10th*

đệ-thất *7th; Grade 7*

đêm N *night 1.12*

đếm V *to count 1.2*

đến V/CV *to reach, arrive (at); to come, arrive; until 1.2, 1.3*

đến chơi V *to come for a visit 1.4*

đến (cả) *even* [verb preceded by cũng] *1.13*

đến nơi V *to arrive 1.13*

đều AV *all 2.4*

đi V *to go 1.4*

đi! FP *go on! let us* [imperative] *1.5*

đi bộ V *to go on foot, walk 1.7*

đi chơi V *to go out, go for a walk or visit 1.4*

đi học V *to go to school 1.4*

...đi...lại A *over and over again 1.15*

đi làm V *to go to work 1.4*

đi thi V *to take an examination 1.7*

đĩa N *plate* (CL. cái)*; plateful 1.9*

đĩa N *record, disc,* đĩa hát *1.15*

đĩa hát N *record, disc 1.15*

địa N *Geography 2.9*

địa-chỉ N *address 2.11*

đích-thân V *to act in person 2.7*

điếc SV *to be deaf 2.5*

điếc tai SV *to be deaf; to be deafening 2.5*

điền V *to fill out* [a form] *2.11*

điện N/SV *electricity; electric-(al) 1.9*

điện-tín *telegram 2.11*

điếu N/CL *smoking pipe* (CL. cái)*; classifier for cigarettes 1.12*

điều N *thing, matter 1.15*

điều-đình V *to negotiate, arrange 1.11*

đĩnh N *ingot 2.14*

đĩnh bạc N *silver ingot 2.14*

định V *to decide, intend, fix, determine 1.11*

đo đỏ V *to be reddish, be pink, 2.11*

đó ADV *that* (ấy) *; there, that place* (đấy) *1.13*

đỏ SV *to be red 1.8*

đoán V *to guess 2.12*

đoạt V *to seize, win* [prize] *2.2*

đọc V *to read* [aloud] *1.2*

đói SV *to be hungry 1.6*

đón V *to meet* [on arrival] *2.2*

đóng V *to shut, close; to pay money as one's dues or contribution ; to bind* [book] *1.7*

đóng dấu V *to stamp 1.11*

đóng lại V *to shut* [door] *1.10*

đô-la N *dollar* (CL. đồng) *1.7*

đố V *to challenge 2.2.* Câu đố N *riddle*

đồ N *thing, object 1.9, suit, clothing 2.14, 2.15*

đồ ăn N *food 1.9*

đồ chơi N *plaything, toy* 1.9

đồ dùng N *tool* 1.9

đồ tráng miệng N *dessert* 1.9

đổ V *to pour* 2.5. Đánh đổ V *to spill*

đỗ V [*of vehicle*] *to stop, park* 1.8 *and* 1.11

độ N *degree, measure; around, about* 1.8

độ N *degree in temperature* 2.9

độ nay *these days* 2.1

độc-tơ N *doctor* 2.9

độc-lập SV/N *to be independent; independence* 1.12

độc-thân SV *to be single, be a bachelor* 2.11

đôi N *pair, couple* 1.9

đồi-mồi N *turtle* (CL. con); *turtle-shell* [*as material*] 2.7

đổi V *to change, exchange, swap* 2.5. Thay đổi V *to change*

đội V *to wear* [*hat nón, mũ*], 2.7

đội N *team, squad; company of soldiers* 2.9

đồn-điền N *plantation* 2.6

đông N *winter* 1.6

đông N *east; eastern* 1.12

đông SV *to be crowded* (≠vắng) 2.3

Đông-Á N *East-Asia; East Asian* 1.12

đông-bắc N *North-east* 1.12

Đông-Đức N *East Germany* 2.2

Đông-Kinh N *Tokyo* 2.12

đông-nam N *South-east* 1.12

Đông-Nam-A N *Southeast Asia; Southeast Asian* 1.12

đồng N *piaster, dollar, etc.,* 1.5

đồng N *copper, brass* 2.11

đồng N *ricefield* 2.15

đồng áng N *ricefields, farm* 2.15

đồng bằng N *plains, delta* 2.15

đồng-hồ N *clock, watch* (CL. cái, chiếc) 1.5

đồng-phục N *uniform* 2.9

đồng ruộng N *ricefields* 2.15

đợi V *to wait for* 1.8

đơn N *application* 2.11. Mẫu đơn N *application blank*

đủ SV *to be sufficient; all* 1.5

đùa V *to kid, jest* 2.7

đũa N *chopstick* (CL. chiếc *for single one*, đôi *for pair*) 1.9

đun bếp V *to use for fuel* [*shove into the stove*] 2.15

đúng SV *to be correct, be accurate* 1.2

đủng-đa đủng-đỉnh V *to dilly-dally* 2.10

đủng-đỉnh SV *to be slow, leisurely; to do (or go) calmly, leisurely, slowly* 2.10 *and* 2.14

đụng V *to collide, bump* (vào into), *touch* 2.6

đuối SV *to be tired, exhausted* 2.14. Chết đuối V *to drown*

đuổi V *to chase* 2.1

đưa V *to take, bring* (*something, someone*) 1.7

đứa CL [*classifier for young children*] 1.6

Đức N *Germany; German* 1.5

đứng V *to stand, be standing* 1.7, 1.10

đứng dậy V *to stand up* 1.10

đứng lên V *to stand up* 1.10

đừng AV *do not, let us not* 1.8

được SV *to be all right, be acceptable, be OK* 1.5

được V *to obtain, get* [*pleasure, privilege, opportunity, permission, authority*]; *to be allowed to* [*precedes verb*]; *can, may, to be able* [*follows main verb*] 1.7

được V *to win; to win over, defeat, beat* (≠thua) 2.2

đường N *sugar* 1.9

đường N *road, street, avenue* (CL. con) 1.12

đường thủy N *sea route; surface mail* 2.12

em N/PR *younger sibling* (CL. đứa *for young ones,* người *for adult ones*);*you [to young children]* 1.6

em gái N *younger sister* 1.6

em giai N *younger brother* 1.6

em họ N *cousin [male or female] whose father or mother is younger than yours* 2.6

em nhỏ N *little boy, little girl* 2.11

em rể N *brother-in-law--your younger sister's husband* 2.4

em ruột N *younger sibling-- younger brother, younger sister* 2.6

em trai N *younger brother* 1.6

ga N *railroad station* 1.12

gác N *upper floor, upper story* 1.10

gác V/N *to mount guard; guard, sentry, doorkeeper* 2.14. Lính gác N *sentry guard*

gái SV *[of relative] to be female* 1.6

gánh V *to carry with a pole and two containers* 2.10

gạo N *rice [uncooked]* 2.15

gạo nếp N *glutinous rice, sticky rice* 2.15

gạo tẻ N *ordinary rice* 2.15

gáy N *nape* 2.7

gặp V *to meet* 1.4

gặt V *to harvest (rice)* 2.14

gặt lúa V *to harvest rice* 2.14

gần SV *to be near, close by* 1.7

gần đây *not far from here; recently* 1.7

gập V *to fold, close (book).* Gập lại 1.10.

gập lại V *to close (book)* 1.10

gàu N *scoop, ladle* 2.15

gầy SV *to be skinny* 2.10

gãy SV *[of stick-like object, tooth, bone] to be broken,* 1.10

ghé V *to stop off at* 1.11

ghê SV *to be awful, be terrible/ awfully, terribly* 2.2

ghế N *chair* (CL. cái) 1.2

ghi V *to record, note down* 1.15

ghi-sê N *window at the bank, at post-office,* 2.11

gói V/N *to wrap, pack; package, pack* 2.3

gọi V *to call, summon, order* 1.9

gọt V *to pare, whittle, sharpen (pencil), peel (fruit, potato with knife)* 1.14

gội V *to wash (đầu hair)* 2.7

gội đầu V *to wash one's hair, have a shampoo* 2.7

gồng V *to carry with a pole* 2.10

gồng gánh V *to carry with a pole* 2.10

gỡ V *to win back, get back[money lost in gambling; score lost in game]* 2.2

gởi V *to send* (=gửi) 1.12

gớm SV *to be awful* 2.5

guốc N *clog, wooden shoe* (CL. chiếc *or one,* đôi *for a pair*) 2.3

gửi V *to send* 1.12

gương N *mirror; example;* 2.7. Làm gương *to set an example.* Soi gương *to look in the mirror.* Theo gương *to follow the example*

gì? QW *what?* 1.4

*gia *expert* 2.12

gia-đình N *family* 1.14

Gia-na-đại N *Canada* 2.6

giá N/V *cost, price; to cost* 1.5

giả SV *to be old* (≠trẻ) 2.5

giả V *to pay, return* 1.5

giả lời V *to answer, reply* 1.5

giả vờ V *to pretend, feign* 2.14

giai SV *[of relative] to be male* 1.6

giải N *prize* 2.2

giải-trí V *to be entertained, relax* 2.5

giải vô-địch N *championship* 2.2

giám-đốc V/N *to direct; director* 2.15

gieo V/CV *to sow seeds* 2.15

giam V *to decrease, cut down, reduce* (≠tăng) 2.1

Giáng-sinh N *Christmas* 2.7. Lễ Giáng-sinh *Christmas.* Mùa Giáng-sinh *Christmas season, Yule season.* Quà Giáng-sinh *Christmas present*

giảng V *to explain* giảng-nghĩa 1.14

giảng-nghĩa V *to explain* 1.14

giao-thiệp *to have social contacts* 2.7

giáo-sư N *teacher* [*high school and university*] 1.15

giặt V *to wash, launder* 1.13

giàu SV *to be rich* ((≠nghèo) 2.5

giấy N *paper* (CL. tờ *for sheets*) 1.10

giấy má N *papers, documents* 1.11

giấy phép N *permit, authorization* 2.11

giấy thông-hành *passport* 1.11

giày N *shoe* (CL. chiếc *for one,* đôi *for a pair*) [*with verb* đi *to wear,* đi...vào. *to put on*] 1.13

giêng N *first lunar month, January* 1.8

giết V *to kill* 2.12

giỏi SV *to be adept* 2.4

giọng N *tone, voice, intonation,* 1.15

giọng bằng N *level tone* 1.15

giống N/ V *species, kind, gender, sex, breed; to resemble, look like* 2.14

giơ V *to raise,* giơ lên 1.10

giờ N *time (of the clock); hour* 1.5

giở V *to take out; to turn (book)* giở ra; *to turn to (page)* 1.10

giới-thiệu V *to introduce (friends)* 1.5

giới N *sky, heaven, it* [*subject of verbs denoting weather conditions or periods of the day as in* giới mưa *it's raining*] 1.7

giúm V/CV *to help; for* 1.10

giúp V/CV *to help, assist; for, on behalf of* (dùm, hộ) 2.7

giữa PW/TW *core, center, middle, space between, time between, among* 1.12

hà-tiện SV *to be stingy, be penny-pinching* 2.8

hạ N *summer* 1.6

hạ V *to lower* [*price, flag, curtain*], hạ xuống 1.10

hạ-thần P/N *I; low person, your humble servant* 2.14

hai NU *two* 1.2

hai giờ kém năm *(it's) five to two* 1.6

hai giờ rưỡi *(it's) 2:30, (it's) half past two* 1.6

hải-quân N *navy* 2.11

hàng N *merchandise, goods* hàng-hoá; *shop, store* cửa hàng 1.11

hàng-không N *air (mail), air travel* 2.12

hãng N *company, firm* 1.11

hạng N *class, category* 1.11

hành N *scallion* hành ta, *onion* hành tây 2.10

hành ta N *scallion, green onion* 2.10

hành tây N *onion* 2.10

hát V *to sing* 1.15

hát bóng N *moving pictures, movies* 2.1

hát bội N *Vietnamese classic opera* 2.5

hạt N *seed* 2.6

hạt dưa N *melon seed (with* cắn *to crack)* 2.6

hay SV *to be interesting; well* 1.15

hay C *or* 1.6

hay AV *to have the habit of* [*doing so-and-so*]; *often, frequently* 1.12

hay là C *or* (=hay) 1.13

hãy AV *let us, be sure to...* 1.15

hãy AV *still* 2.4

hãy còn AV *still* 2.4

hắt-sì-hơi I/V *kerchoo! achoo!*
to sneeze.2.9

hăm- NU *twenty [contraction of*
hai mươi] 1.8

hẳn A *certainly, definitely,*
surely 2.10

hẳn -R *thoroughly, completely,*
for good 2.14

hăng-hái SV *to be enthusiastic,*
be eager 1.15

hân-hạnh SV *to be honored, be*
pleased 1.5

hấp V *to steam 1.9*

hầu.V *to wait upon, serve 1.9*

hè N *summer 2.6*

hèn. chi! PH *No wonder! 2.12*

heo N *pig (=lợn) 2.10. Thịt heo*
N pork

hễ V *as soon as, whenever 1.15*

hết Vto *finish, exhaust; to be*
finished, be exhausted 1.14

hết sức SV/A *to be exhausted*
physically; extremely 1.14

hí-họa N *cartoon 2.11*

hiện MA *at present 1.15*

hiện V *to appear (RV lên, ra)*
2.14

hiện bây giờ MA *at present 1.15*

hiện giờ MA *at present 1.15*

hiện nay MA *at present 1.15*

hiện-tượng N *phenomenon 2.11*

hiểu V *to understand 1.10*

hiệu N *store, shop 1.4*

hiệu ăn N *restaurant 1.8*

hình N *form, shape, appearance,*
photograph, picture (=ảnh) 1.12

hình như V *to seem, it seems;*
seemingly 1.12

ho V *to cough 1.2*

ho gà N *whooping cough 2.13*

ho lao N *tuberculosis 2.9. Bệnh*
ho lao N tuberculosis

họ PR *they, them 1.11*

họ N *family, clan 1.14*

họ hàng N *family, clan, kin, re-*
lative; to be related 1.14

hoa N *flower, blossom 1.7, 1.9*

hoa mai N *apricot blossom, plum*
blossom 2.11

hoa quả N *fruit 1.9*

Hoa-thịnh-đốn N *Washington 2.12*

hoá N *chemistry 2.9. Lý-hoá N*
physics and chemistry

hoa-bình N *peace (≠chiến-tranh)*
2.7

hoàng-yến N *yellow swallow 2.5*

hoặc C *(either...) or 1.14*

học V *to study, learn (how to)*
1.2

học N *study of, the science of*
2.9. Hoá-học N chemistry. Sử-
học N history. Triết-học N
philosophy. Văn-học N litera-
ture

học-bổng N *scholarship 2.4*

học-hành V/N *to study and prac-*
tice; studies 2.9

học ôn V *to review (lesson) 1.15*

học thuộc lòng V *to know by heart,*
memorize 1.10

học trò N *student, pupil 1.15*

hói SV *to be bald 2.13*

hỏi V/SV *to ask 1.4;[of tone]*
to be low rising 1.15

hỏi thăm V *to inquire after*
(somebody) 1.4

hòn. đảo N *island 2.13*

hóng V *to take in (coolness,*
breeze) 2.8

hóng gió V *to get some air 2.8*

hỏng SV *to be out of order*
2.7

hót V *to twitter, sing (of*
birds) 2.13

hồ N *lake 2.8*

hồ tắm N *swimming pool 2.8*

hộ V/CV *to help, assist; for, in*
place of 1.10

hối-đoái N *exchange 2.11. Sở hối-*
đoái exchange office

hồi N *time 2.7*

hồi to return (=về) 2.8. Khứ-hồi.
N round trip

Hồi-quốc N *Pakistan 2.11*

hội N *association, club, organi-*
zation, society 2.15

hội Việt-Mỹ N *Vietnamese-American*
Association 2.15

hôm N *day 1.1*
hôm nay MA *today 1.1*
hôm qua MA *yesterday 1.3*
hôn V *to kiss 2.10*
hồng N *rose* (hoa hồng)
Hồng-công N *Hong Kong 1.11*
hổng (=không)
hộp N *box* (CL. cái); *boxful 2.12*
hộp thư *postal box, mail box*
    2.12
hộp thơ *postal box, mail box*
    2.12
hột gà N *chicken's egg 2.10*
hột vịt N *duck's egg 2.10*
hở? I hay (=a). *yes 2.6*
hơi AV *a little, slightly 1.9*
hơi N *steam, breath, gas 1.8*
hơn CV *more than 1.7*
hớt V *to trim, cut (hair) 2.7*
hớt tóc V *to get a haircut; to
    give a haircut* (=cạo đầu, cắt
    tóc) *2.7.   Tiệm hớt tóc barber
    shop*
Huê-kỳ N *The United States of
    America 2.4*
hút V *to inhale, smoke 1.12*
huyền SV *[of tone] to be fall-
    ing 1.15*
hứa V *to promise, vow 2.15*
Hương-cảng N *Hong Kong 1.11.
    Cf.* Hồng-công
hưởng V *to enjoy 2.12*
hưu-trí V/SV *to retire; to be
    retired 2.13*
Hy-lạp N *Greece 2.4*

-iếc *[ironic, emphatic suffix]
    2.8*
ít SV *to be little or few, to
    have little or few 1.9*
ít nhất A *at least 1.12*

kem N *cream, ice cream 1.9*
kém V *to be short of 1.6*

kém SV *to be weak 2.1*
kéo V *to pull, drag, draw 1.10*
kéo N *pair of scissors* (CL. cái)
    2.7
kéo lên V *to pull up 1.10*
kéo xuống V *to pull down 1.10*
kế-toán *accounting, bookkeeping
    2.13*
kể V *to list, enumerate, name
    2.5.   Con phải kể you have no
    idea*
kể V *to narrate, tell (story)
    2.14*
kết-luận V/N *to conclude; con-
    clusion 1.14*
kêu V *to call* (=gọi) *2.1*
ki N *[Fr. kilogramme] kilogram
    2.3 and 2.10*
ki-lô N *kilogram 2.3*
kí-lô N *kilogram 2.3*
kí-ninh N *quinine 2.9*
kia DEM *other, that; those yonder
    1.3*
kia! FP *instead 1.12*
kia! I *hey! come on! 1.9*
kia! I *hi there! 1.11*
kịch N *play* (CL. vở) *2.5*
kịch-sĩ N *playwright 2.5*
kiếm V *to look for* (=tìm) *2.1
    and 2.3*
kiếm V *to earn 2.4*
kiếm ra V *to find 2.1*
kiếm thấy V *to find 2.1*
kiến N *ant* (CL. con) *2.8*
kiến-trúc N *architecture 2.11*
kiểu N *model, pattern, make,
    design 1.5*
kiết N *dysentery 2.13*
kiểu-mẫu N *model; example 1.15*
kim N *needle, pin 1.15*
kinh-tế N/SV *economy; to be
    economical 1.6*
kinh-tế-học N *economics*
kính N *glass; eyeglasses, spec-
    tacles* (CL. đôi, cái, chiếc)
    *2.1 and 2.3.   Đeo kính to
    wear glasses*

kính đen N *sun glasses* 2.3

kính trắng N *reading glasses* 2.3

kịp V *to have enough time to* 2.12

ký V *to sign [one's name or a document]* 2.11

kỳ N *period, time, session* 1.15

* kỳ N *flag, banner* 2.9. Quốc-kỳ N *National flag.* Chào Quốc-kỳ FV *to salute the flag*

kỳ-quặc SV *to be odd, queer* 2.5

kỷ-niệm V *to commemorate* 2.11

kỹ SV *to be careful, be thorough* 1.15

kỹ-sư N *engineer* 2.2

khá AV *rather, pretty [precedes only SV]* 1.4

khác SV/ V *to be other, be different; to differ from, have different...* 1.13

khách N *guest, visitor [as opposed to chủ host]* 2.6

khách-sạn N *hotel* 1.12

khám V *to search; to examine a patient* 2.9

khanh P *you [used by emperor to official]* 2.14

khăn N *towel.* Khăn mặt 1.11

khăn bàn N *tablecloth* 2.3

khăn lau tay N *napkin* 2.4

khăn mặt N *towel, washcloth* 1.12

khăn tắm N *bath towel* 1.12

khen V *to praise, compliment* 2.4

khi N/C *time [when something happens]; when* 1.11

khí-hậu N *climate* 2.6

khó SV *to be difficult* 1.3

khó chịu SV *to be unpleasant, uncomfortable, unwell* 1.7

khó-nhọc SV *to be tiring, painful, back- breaking* 2.15

khoa-học N *science* 2.9

khoa-học-gia N *scientist* 2.12

khoai-lang N *yam, sweet-potato* 2.13

khoá V/N *to lock; lock* 1.3

khoái V *to like, be fond of; to be pleasurable* 2.12

khóc V *to cry* 2.6

khóc lóc V *to cry bitterly* 2.6

khóc như ri PH   *to cry bitterly* 2.10

khoẻ SV *to be strong* 1.1

khoẻ mạnh SV *to be well in health* 1.1

khỏi V *to recover [from illness]* 1.6

khỏi V/CV *to avoid, escape; get well; away, from* 2.13

không P *[negative prefix]* 1.1

không? P *[sentence suffix to questions]* 1.1

không bao lâu A *soon* 1.8 and 1.11

không có A *otherwise, or, before* 1.11

không có thể...(được) *cannot, may not, to be unable to* 1.7

không những *not only* 2.4

không phải là PH *not to be so-and-so* 1.5

không-quân N *air force* 2.11

không sao! *no trouble, it doesn't make any difference, nothing is the matter! no trouble! don't mention it! never mind!* 1.7, 1.12

khởi-sự V/N *to begin; beginning* 2.9

khù-khụ V *to cough repeatedly* 2.12. Ho khù-khụ V *to cough repeatedly*

khúc-khích V *to giggle* 2.8

* khứ *to go (=đi)* 2.8

khứ-hồi N *roundtrip* 2.8

la-ve N *[Fr. bière] beer* 2.6

lá N *leaf.* Lá cây 1.12 and 2.6

lá cây N *leaf, tree leaves* 2.6. Xanh lá cây SV *green*

là P *to be, equal, mean [so-and-so]* 1.4

là ít A *at least* 1.12

lạ SV *to be strange, be new* 2.2

lạc SV *to be lost, go astray, lose one's way* (đương) 1.13

lại A *again, over* 1.2

lại V/CV *to come; up, down* 1.10

lại AV *instead [the main verb is contrary to expectations]* 1.11

lại sức V *to recover one's strength* 2.12

làm V/EV *to work; to be, function as, serve as* 1.4

làm biếng SV *to be lazy* (=lười) 2.7

làm gì...PH *phrase corresponding to negative particle* không 1.11

làm ơn V *to do a favor; please* 1.9

làm ruộng V *to farm* 2.15

làm sao? *how?* 1.7

làm việc V *to work* 1.15

lan N *orchid* 2.13

làn N *shopping basket* (CL. cái) 2.10

láng giềng N *neighbor* 2.13

làng N *village, commune; circle; world* 2.15

lạng N *tael; unit of 100 grams* 2.3

lãnh V *to receive (money), cash (check)* 2.11

lãnh-sự N *consul* 1.11

lão ta N *that old guy* 2.2

lát N *short instant* 2.9

lát nữa A *in a moment* 2.9

lau V *to wipe, clean* 2.4

lạy V *to prostrate oneself; to offer greetings* 2.10

lăm NU *five [in* mươi lăm 15, hai mươi lăm/nhăm 25]. Cf. năm, nhăm 1.3

lắm A *very, quite* 1.1

lầm V *to err* 2.12

lầm bầm V *to mumble* 2.8

lần N *time, turn, round* 1.10

lần sau N *next time* 1.11

lâu SV *to take a long time* 1.8

lâu-lâu A *off and on, now and then* 2.9

lấy V *to take; to charge (a price)* 1.5

lấy chồng V *[of a woman] to get married* 1.6

lấy làm V *to feel* 2.4

lấy vợ V *[of a man] to get married* 1.6

lẽ N *reason* 1.14. Đáng lẽ *in principle, in theory, instead of*

lễ N *festival* 2.7. Tuần lễ N *week.* Ngày lễ N *holiday*

lên V/CV *to go up, come up; up* 1.10

lên gác V *to go upstairs* 1.10

li-ti SV *to be very small* 2.13

liền A *to act immediately* 2.13

linh NUM *zero [as in 101]* 2.7

lính N *soldier* (CL. người) 2.14

liễu N *willow* 2.13. Lệ-liễu N *weeping willow.* Lá liễu N *willow leaf*

lo V *to worry about; to take care of* 2.4

loan V *to announce (news* tin) 2.12

long-thổ N *dragon of the earth; earth worm* 2.14

lòng N *intestines, innards; heart* 1.10

lối N *direction, way; path, trail* 2.2

lối A *about, approximately* 2.8

lỗi N *mistake, fault* 1.6

lông N *(body) hair; feather* 2.13

lông mày N *eyebrow* 2.13

lỡ V *to miss, do something by accident* (=nhỡ) 2.6

lớn SV *to be large, be big* 1.3

lợn N *pig* (CL. con) 1.9

lớp N *grade, class; classroom* lớp học 1.10

lớp học N *classroom* 1.10

lũ N *band, gang* 2.10

lu-lượt N-N *crowd, crowds* 2.10

lụa N *silk* 2.12

lúc N *time, moment, instant* 1.12

lúc đầu N *(at) the beginning* 1.12

lúc nãy A *a moment ago, just then* 2.9

lục R *six* (=sáu) 2.1

lục-quân N *army* 2.11

lủng-tung SV *to be in disorder, be chaotic, topsy-turvy, pell-mell* 2.6 *and* 2.10

lủng-tung-beng SV *to be topsy-turvy, be in a mess, be chaotic* 2.10

lúng-ta lúng-túng SV *to be embarrassed, helpless* 2.10

lúng-túng SV *to be confounded, embarrassed* 2.10

luôn A *frequently, often* 1.4

luôn A *all at the same time, all in one operation, immediately* 1.14

luật N *law, regulation, rule; law [as a subject]* 2.5

luật-sư N *lawyer* 2.5

lửa N *fire, flame* 1.8

lược N *comb* (CL. cái) 2.7

lười SV *to be lazy* 2.5

lượt N *turn, round, time* 2.7 *and* 2.8

lý N *physics* 2.9

lý-hoá N *physics and chemistry* 2.9

ma N *ghost* (CL. con) 2.14

má PR *mother, mom* 2.5

mà C *but* (=nhưng mà) 1.11

mà! P *[the speaker insists on the content of the sentence]* 1.11

mà C *and* 1.12

mà C *which, that; who* 2.3

mà-cả V *to bargain* 2.10

mà lị! *sure, you know* 2.7

Mã-lai N *Malay, Malayan; Malaya, Malaysia* 2.13

mạ N *rice seedling* (CL. cây) 2.15

mai N *apricot, plum* 2.11

mài V *to rub, file, whet* 1.15

mải V *to be absorbed [in a task]* 1.9

mãi V *to continue, go on* 1.11

màn N *mosquito net* 2.1

màn N *curtain;* CL *for scenes, acts* 2.5

mãn-khoá V *to graduate* 2.9

mang V *to take, bring* (=đem) 2.8

mành N *shade, blinds* 1.10

mạnh SV *to be well in health* 1.1

mạnh-khoẻ SV *to be well in health* 1.1

mát SV *to be fresh, be cool* 1.12

mát-mẻ SV *to be cool* 2.6

mau SV *to be quick, be fast, be speedy* (=nhanh) 2.3

máu N *blood* 1.3

màu N *color* 1.8

màu sắc N *color* 2.6

may V *to sew, make clothes.* Thợ may *tailor* 1.3, 2.12

may SV *to be lucky* 2.7

may-ô N *[Fr. maillot] undershirt* 2.7

máy N *machine, engine* 1.7

máy ảnh N *camera* 1.7

máy bay N *airplane* 1.8

máy chữ N *typewriter* 2.8

máy giặt N *washing machine* 2.5

máy hút bụi N *vacuum cleaner* 2.5

máy lạnh N *air-conditioner* 2.7

máy quay phim N *movie camera* 1.8

máy rửa bát N *dishwasher* 2.5

mắc SV *to be expensive* (=đắt) 2.1, 2.3

mắc V *to catch* (disease bệnh) 2.9

mặc V *to leave (someone, something) alone, ignore* 2.10

mặc V *to wear, put on clothes* 2.14

mặc-kệ V *to leave alone, ignore* 2.10

mặn SV *to be salty* 1.9

măng-cụt N *mangosteen* (CL. quả, trái) 2.13

mắt N *eye* (CL. con) 2.1

mặt N face 1.12
mặt mui N-N face 2.10
mập SV to be fat, chubby, plump
  (≠ốm) 2.2
mất V to lose, spend, take
  (money, time) 1.11
mật N honey 2.12. Trăng mật
  honeymoon
mẫu N sample, pattern 1.15
mẫu N sample; model (kiểu mẫu)
  2.11
mẫu đơn N application blank 2.11
mấy? NU how many? 1.3
mấy NU a few, some 1.4
mấy giờ? What time? 1.5
mấy giờ rồi? What time? 1.5
me N tamarind (CL. cây for tree,
  quả for pod-like fruit) 1.3
me N mother [used with thầy] 1.14
mẹ N mother [used with thầy, bố]
  2.1
mê SV/ V to be unconscious, be in-
  fatuated; to sleep soundly 2.15
mền N blanket (=chăn)
mệt SV to be tired 1.1
mếu V to start to cry 2.10
mếu-máo V to make faces, start to
  cry 2.10
miệng N mouth 1.9
mình N/PR body; I (=ta), we [in-
  clusive, =chúng ta] 1.12
mình PR one (self) 1.14
mít N jackfruit (CL. quả, trái)
  2.8
mọi every, all 2.8
món N dish, course 1.9
mồ-hôi V to perspire, perspiration
  2.13
mồ-hôi mồ-kê FV to perspire 2.13
mổ V to dissect, to operate on
  2.9
mỗi NU each 1.9
mỗi một each one 2.5
mốt NU one [in hai mươi mốt 21]
  Cf. một 1.3
một NU one 1.2
một chút a little, a short while
  1.9

một khi C once 1.11
một mình A by oneself 1.12
một tí a little bit 2.1
mở V to open 1.7
mợ N mother's brother's wife
  (CL. người, bà). Cf. cậu
  1.14
mới AV have, has just 1.9
mới SV to be new (≠cũ) 1.11
mới AV only then 1.11
mời V to invite 1.4
mù SV to be blind 2.13
mù mắt SV/ V to be blind, lose
  one's eyesight, go blind
  2.13
mũ N Western hat (CL. cái).
  Cf. nón 2.5
mua V to buy 1.5
mua bán V to shop 1.5
múa V/N to dance; dance 2.14
mùa N season 1.6
mục-đích N aim, objective 1.15
mục rao vặt N classified ads,
  classifieds 2.13
mục-sư N pastor, minister 2.4
mui N car top 2.7. Xe bỏ mui
  N convertible
mùi-soa N [Fr. mouchoir] hand-
  kerchief 2.7. Khăn mùi-soa
  N handkerchief
mùng N [one of the first 10
  days of the month] 1.8
muối N/V salt; to salt, pickle
  (vegetables, eggs) 2.5
muối tiêu salt and pepper 2.5
muỗi N mosquito (CL. con) 2.1
muôn NU ten thousand (=vạn)
  2.14
muốn V/AV to desire, want (to)
muộn SV to be late 2.8
mưa SV to rain [subject giời/
  trời sky], be rainy 1.7
mưa rào V to rain hard; down-
  pour 1.12
mực N ink 1.12
mừng V to congratulate, cele-
  brate 2.13. Thiệp mừng N
  card of congratulations

mười NU *ten* [*when numerated as in* hai mười 20]. Cf. mười *1.3*

mười NU *ten 1.2*

mượn V *to borrow (tool, cash)* 1.10

Mỹ N *America, U.S.A.; American 1.4*

Mỹ-quốc N *America, U.S.A, 2.4*

nải CL *hand* [*of bananas*] *2.10*

nam N *South; southern 1.12*

nàng N *gal, lass 2.2*

nàng dâu N *daughter-in-law 2.2*

nào? DEM *which? 1.2*

nào DEM *any; every 1.7*

nay DEM *this, these 1.1, 1.2*

này DEM *this, these 1.2*

này! P *I say! say! hey! 1.7*

năm NU *five 1.2*

năm N *year 1.9.* Sang năm *next year*

năm nay N *this year*

năm ngoái N *last year 1.12*

năm tới N *next year*

nằm V/SV *to lie down; to be lying down 2.9, 2.15*

nằm mê V *to dream, have a dream 2.15*

nắng SV *to be sunny* [*subject* giời/trời *sky*] *1.7*

nặng SV *to be heavy* (≠nhẹ); [*of tone*] *to be low constricted 1.15*

nấu V *to cook 1.9*

nét N *stroke* [*of a brush or pen*] *2.14*

nên AV *should, ought to, had better 1.8*

nên C *so, that's why, consequently 1.8*

nên V *to become* (=trở nên) *1.15*

nếp N *glutinous rice 2.15*

nếu C *if, in case, should 1.11*

no SV *to be full* [*after eating*] *1.9*

nó PR *it* [*child, animal*], *he, she, they* [*familiar*] *1.13*

nói V *to speak, say 1.5*

nói chuyện V *to talk, converse 1.8*

nói lớn *to speak loudly 2.1*

nói to *to speak loudly 2.1*

nói tóm lại PH *in sum, in short 1.15*

nom V *to look 2.5.* Trông nom V *to take care of, look after*

non SV *to be tender, young, inexperienced 2.15*

nón N *conical hat* (CL. cái, chiếc) [*with* đội *to wear*]. Cf. mũ *2.7*

Nô-en N *Christmas 2.7.* Cây Nô-en *Christmas tree.* Lễ Nô-en *Christmas.* Mùa Nô-en *Christmas season, Yule season.* Quà Nô-en *Christmas present*

nội SV [*of grandparent*] *to be paternal;* [*of grandchild*] *to be on one's son's side.* Cf. ngoại *1.14*

nông SV *to be shallow* (≠sâu) *2.8*

nông N *agriculture 2.15.* Nghề nông N *farming, agriculture.* Nhà nông N *farmer*

nơi N *place, location, spot* (=chỗ) *1.13*

nuôi V *to feed, raise, rear 2.13*

nửa NU *half, half a 1.15*

nữa A *more, further 1.9*

nực SV *to be hot 2.6.* Mùa nực N *summer*

nước N *country, nation 1.4*

nước N *water,* [*fruit*] *juice,* [*coconut*] *milk 1.9*

nước chanh N *lime or lemon juice; limeade, lemonade 1.9*

nước chè N *tea* [*the beverage*] *1.9*

nước dừa N *coconut milk 1.9*

nước mắm N *fish sauce 1.9*

nước trà N *tea 2.6*

Nữu-ước N *New York 2.8*

ngà N *elephant tusk* (CL. cái, chiếc *for one*, đôi *for a pair*); *ivory* [*as material*] 2.7

ngã V *to fall* [*as by stumbling or tripping*] 1.13

ngái ngủ SV *to be still sleepy; to look still sleepy* 2.2

ngàn *thousand* (=nghìn) 2.6

ngang SV *to be or go crosswise.* Cf. dọc 2.11

ngáp V *to yawn* 1.13

ngay A *right, right away, at once, immediately* 1.11, 1.12

ngay bây giờ A *right now* 1.11

ngày N *day, daytime* 1.11

ngày nghỉ N *day off* 1.15

ngắm V *to behold* 2.8

ngăn N *compartment, drawer* 1.12

ngăn kéo N *drawer* 1.12

ngắn SV *to be short* (≠dài) 1.3

ngân-hàng N *bank* 2.4

ngân-khố N *treasury* 2.11

ngân-phiếu N *money order* 2.11

nghe V *to listen* 1.11

nghe V [*used at the end of imperative sentences*] *hear me?* 1.13

nghe nói V *to hear* [*people say*] 1.11

nghe thấy V *to hear* [*as a result of listening*] 1.11

nghèo SV *to be poor, be needy* (≠giàu) 2.5

nghề N *occupation, trade* 2.4

nghỉ V *to rest* 1.15

nghỉ hè V-O *to have or take one's summer vacation* 2.2

nghỉ mát *to have a summer vacation* 2.8

nghĩ trong bụng V *to think to oneself* 2.14

nghĩa N *meaning* 1.10

nghĩa là V *to mean* 1.10

nghịch SV/V *to be boisterous; to play with, tamper with* 2.5

nghiên N *inkstone* 2.14

nghiên mực N *inkstone* 2.14

nghìn NU *thousand* 1.5

ngoài PW/TW *place outside, time outside* 1.2

ngoài *out there* (=ngoài ấy) 2.7

ngoại SV [*of grandparent*] *to be maternal;* [*of grandchild*] *to be on one's daughter's side.* Cf. nội 1.14

ngoại-giao N *foreign relations, diplomacy* 1.6

ngoại-ô N *suburb* 2.10

ngoại-quốc N *foreign country* 2.9

ngoan SV [*of person*] *to be nice, be sweet, be well-mannered, be well-behaved* 1.7

ngoằn-ngoèo N/FV/SV *to zigzag, be wiggly, to meander* 2.14

ngon SV *to be good to eat, tasty, delicious* 1.9

ngón tay N *finger* 2.14

ngọt SV *to be sweet-tasting* 1.9

ngồi V *to sit* 1.6

ngồi dậy V *to sit up* 1.10

ngồi không FV *to sit idle* 2.13

ngồi xuống V *to sit down* 1.10

ngủ V *to sleep* 1.11

ngủ như chết V *to sleep like a log* 1.12

* ngũ *five* (=năm) 2.1

* -ngữ *language* 2.13. Việt-ngữ N *Vietnamese*

ngựa N *horse* (CL. con) 2.14

ngược V *to go up a river, go upstream* (≠suôi) 2.1

người N *person, individual, man, men, people* 1.4

người Ang-lê N *Englishman, Englishmen* 1.12

người làm N *servant, domestic help; staff member, employee* 2.5

người ở N *servant, domestic help* 2.5

người ta PR *they, people* [*in general*] 1.15

nguy SV *to be dangerous, be perilous* 1.13

nhà N *house, building* (CL. cái) *1.4*

nhà băng N *bank* 2.11

nhà cửa N *housing* 2.4

nhà dây thép N *post-office* 1.4

nhà ga N *railroad station [the building]*, 1.12

nhà hát N *theater* 1.15

nhà quê N *countryside* 2.7

nhà tắm N *bathroom* 2.1

nhà tôi N *my house; my wife, my husband* 1.11

nhà thờ N *church* 2.11

nhà thương N *hospital* 1.13

nhạc N *music; song* (CL. bản) 2.5. Âm-nhạc N *music*

nhạc-sĩ N *musician* 2.5

nhại V *to mimic* (=nhại lại) *1.15*

nhanh SV *to be fast, be rapid, be speedy* (=mau) *1.8*

nhanh tay N *to have dexterity, quickness of hand* 2.14

nhanh trí N *to be quick-witted* 2.14

nhát SV *to be afraid, cowardly* 2.8

nhạt SV *to be flat, not salty enough* 1.9

nhảy mũi V *to sneeze* 2.9

nhắc lại V *to repeat* 1.2

nhăm NU *five [in hai mươi nhăm/ lăm 25]. Cf. năm, lăm* 1.3

nhắn V *to send word, relay a message* 2.13

nhân V *to multiply* 2.3

nhân tiện PH *incidentally* 1.13

nhân-viên N *personnel, staff; staff member, employee* 2.2

nhấn V *to press [button]* 1.15

nhấn mạnh V *to stress, emphasize* 1.15

nhận V *to recognize* 2.1

nhận ra V *to recognize* 2.1

nhất one (=một) *2.1

Nhật N *Japan; Japanese* 1.11

Nhật-Bản N *Japan; Japanese* 1.11

nhé! P *O.K.? all right?* 1.4

nhẹ SV *to be light* (≠nặng) *1.15*

nhễ-nhại V *to stream, to flow [of tears, sweat]* 2.13

nhì *second* 1.2

nhì? P *don't you think? did you notice? have you any idea?* 1.7

*nhị *two* (=hai) 2.1

nhiều SV *to be much or many, be plentiful, much, a great deal, often* 1.7

nhiều V *to have much or many; there is much, there are many* 1.7

nhiều nhất A *at most* 1.12

nhìn V *to look* 1.12

nhìn thấy V *to see, perceive* 1.12

nhịn V *to abstain from* 2.8

nhỏ SV *to be small* 1.3

nhớ V *to remember, recall* 1.4, 1.5

nhờ V *to rely upon; please* 1.10

nhỡ V *to miss [train, meal, etc...]* 1.9

nhỡ tàu *to miss the boat [literally and figuratively]* 1.9

nhúng V *to dip [in water or dye]* 2.14

như V *to be like* 1.12

như thường A *as usual* 1.1

nhựa N *gum, resin, asphalt* 1.15

nhưng C *but* 1.3

những NU *[pluralizer]* 1.15

những *as much as, as many as* 2.12

ô N *umbrella* 1.11

ô-ten N *hotel* 1.12

ô-tô N *automobile, car* (=xe hơi) *1.13*

ốm SV *to be ill, be sick* 1.4

ốm SV *to be thin, be skinny* (≠mập) *2.2*

ốm đau SV *to be sick* 2.9

ôn V *to review [lesson]* 1.15

ông N/PR *grandfather; you [to a man]* 1.1

ông ấy PR *he, him 1.1*
ông cụ N *old man 1.14*
ông ngoại N *maternal grandfather 1.14*
ông nội N *paternal grandfather 1.14*
ông thân N *father 2.1*
ổng PR *he (=ông ấy) 2.4*

ở V/CV *to live (at), be located (at); in, at 1.4*
ở (bên) cạnh *to be by the side of, beside 1.12*
ơi! P *hey!; yes! 1.8*
ớt N *pepper, pimento (CL. quả), hot sauce 1.9*

pha V *to make [tea, coffee] 2.4*
phai V *to fade 2.3*
phái-đoàn N *delegation 2.2*
phải SV *to be right [opposite of left]; be right [opposite of wrong] 1.3, 1.13*
phải AV *must, should 1.8*
phải không? PH *n'est-ce-pas? [tag ending such as "don't you", "is it", aren't they?"] 1.5*
Pháp N *France; French 1.5*
phát V *to distribute, issue, deliver, confer 2.9*
phát-âm V/N *to pronounce; pronunciation 1.15*
phát-hành V *to issue 2.11. Ngày phát-hành đầu tiên first day of issue 2.11*
phát-tài V *to succeed in business, make money 2.3*
phắt V *to act right away 2.11*
phân-biệt V *to distinguish 1.14*
phấn N *chalk 1.10*
phần N *part, section, component 1.15*
phi V *[of horse] to gallop 2.14*
phi-trường N *airport 2.15*
phiền V *to bother, disturb 2.7*
phim N *film, movies 1.8*
phong-cảnh N *landscape, scenery 1.8*

phóng V *[of car, driver] to speed 2.2*
phòng (buồng) N *room 2.1*
phòng ăn N *dining room 2.1*
phòng điện-thoại *telephone booth 2.11*
phòng khách N *living room 2.1*
phòng ngủ N *bedroom 2.1*
phòng trà N *tearoom 2.5*
phỏng PH *(=phải không) right? n'est-ce-pas? 2.6*
phố N *street 1.5*
phổi N *lung (CL. lá) 2.10. Chiếu phổi to have a chest X-ray. Lao phổi tuberculosis*
phở N *a soup of noodles served with beef or chicken 1.13*
phơi V *to dry in the sun 2.10*
phù-hiệu N *insignia 2.11*
phụ-đề N *subtitle 2.13*
phụ-tá N *assistant 2.15*
phụ-tá tuy-viên N *assistant attaché 2.15*
phụ-trương N *supplement [in paper] 2.11*
phút N *minute 1.9*
Phương-pháp N *method 1.15*
phượng N *phoenix (CL. con) 2.14*
pi-gia-ma N *pajamas (CL. bộ for pair) 2.10*

quá A *too, exceedingly 1.5*
quá V *to go beyond, go past 1.12*
quá xá A *excessively 2.8*
quà N *present, gift 1.11*
quả N *fruit; CL. for fruits, nuts 1.9*
quan-trọng SV *to be important 1.15*
quảng-cáo V *to advertise, give publicity to 2.11*
quảng N *space, distance, interval 2.15. Vào quảng A about, approximately*
quạt N *fan 1.10*

quạt trần N *ceiling fan* 2.7

quay V *to turn [wheel, crank etc.]* 1.8

quay V *to roast [fowl, pig]* 1.9

quay phim V *to take movies, shoot movies* 1.8

quân-sự N/SV *military affairs; military* 2.6

quần N *trousers, pants* (CL. cái) 1.11

quần áo N *clothes, clothing* 1.11

quần cộc N *shorts* (CL. cái) 2.7

quấy V *to stir* 2.5

quen V *to know, be acquainted with* 2.3

quẹt N *match* (=diêm) 2.3

quê N *native village, home town* 2.4

quên V *to forget* 1.4

quí SV *to esteem* 2.8. *Also spelled* quý

quí-bà N [you] *lady, ladies* 2.15

quí-ông N [you] *gentleman, gentlemen* 2.15

*quốc N *country, nation* 2.9. Ngoại-quốc *foreign country*

quốc-kỳ N *national flag* 2.9

quốc-thiều N *national anthem* 2.9

quốc-tịch N *nationality* 2.14

quý-danh N *your distinguished name* 2.4

quyển CL *[classifier for books]* 1.3

ra V *to go out, exit* 1.3

ra-đi-ô N *radio* 2.5

rang V *to roast* 2.8

rảnh SV *to be free* 2.11

rạp N *theater* 2.1

rạp hát N *theater* 2.1

rạp hát bóng N *movie theater* 2.1

rau N *vegetables* 2.10

rau cải N *mustard greens* 2.10 *and* 2.13

rau mùi N *Chinese parsley* 2.13

rau thơm N *mint* 2.13

rắc-rối SV *to be complicated, complex, be involved* 1.14

răng N *tooth, teeth* 2.1

rằng V *to answer, speak up; that [introducing indirect quotation]* 1.14

rất AV *quite, very [precedes only SV]* 1.15

râu N *beard, mustache* (CL. bộ) 2.2

râu Huê-kỳ N *mustache* 2.2

rầy V *to scold, admonish* 2.6

rẻ SV *to be inexpensive, be cheap* (≠mắc, đắt) 1.5

rẻ N *rag* 2.6

rẻ lau N *washcloth* 2.6

rẽ V *to turn [right or left]* 1.13

rẽ tay phải *to turn to the right* 1.13

rẽ tay trái *to turn to the left* 1.13

rét SV *to be cold* 2.6. Mùa rét N *winter*

rể N *son-in-law* 2.2. Chàng rể N *son-in-law*. Chú rể N *bridegroom*. Con rể N *son-in-law*

riêng SV *to be personal, be private* 1.15

rỏ V *to drip, ooze* 2.8. Thèm rỏ dãi *to crave, desire, long for*

rõ SV *to be clear, be distinct; clearly, distinctly* 1.7

rõ V *to know well, understand clearly* 1.7

rõ-ràng SV *to be clear, be distinct* 1.14

rọi V *to project* 2.10

rọi kiến *to have an X-ray* 2.10

rổ SV *to be loud, be noisy* 2.14. Cười rổ V *to roar with laughter* 2.14

rổ N *basket* (CL. cái) 2.10

rồi V *to finish; already* 1.3

rồi C *then; afterwards, next* 1.8

rốn N *navel* 2.8

rồng N *dragon* 2.14

rồng đất N *dragon of the earth, earthworm* 2.14

rộng SV *to be roomy, be spacious, be loose* (≠hẹp, chật) 2.3

rộng-rãi SV *to be roomy, be wide, be spacious* 2.6

rợi V *to drop* 2.12

rủ V *to ask, invite* 2.1

run N *earthworm* (CL. con) 2.14

rún N *navel* 2.8

ruộng N *ricefield* 2.15

ruột N *intestines, bowels, en-trails, viscera.* Anh ruột N *elder brother* (Cf. anh họ). Chị ruột N *elder sister* (Cf. chị họ). Em ruột N *younger sibling--younger brother, younger sister* (Cf. em họ) 2.6 *and* 2.9

ruột dư N *appendix* 2.9. Đau ruột dư N *appendicitis*

rửa V *to wash, clean* 1.12

rức SV *to be aching* 2.5

rức đầu. *to have a headache* 2.5

rước V *to parade; to pick up* [*person*] 2.12

rưỡi SV [*follows* trăm, nghìn, vạn, triệu] *and a half* 1.6

rưởi SV *and a half* 1.6

rượu N *liquor, wine, spirits, alcohol* 2.6 *and* 2.14. Say rượu N *to be drunk*

sách N *book* (CL. quyển, cuốn)

sạch SV *to be clean* (≠dơ, bẩn) 2.7

sai SV *to be wrong, inaccurate* (≠đúng) 2.6

sai V *to send on an errand; to order; command* 2.14

sản-xuất V/N *to produce; produce* 2.13

sang V *to go over, come over* 1.11

sang V *to transfer* [*house so as collect key money*] *to get* [*house by paying key money*] 2.1

sang năm A *next year* 1.11

sáng SV *to become dawn* [*subject*

trời/giời]; *dawn, morning, forenoon* (=buổi sáng) 1.12

sanh (=sinh) V *to be born* 2.15

sao? A *how? what manner? how come? why (is it that)?* 1.7

sao V *to matter* 1.12

sát SV *to be close to* 2.5

sau PW/TW *place behind, time after* 1.4

sau cùng SV *last of all* 1.15

sau khi C *after...* 1.11

sáu NU *six* 1.2

say SV *to be drunk* 2.6

say rượu SV *to be drunk* 2.6

say sưa SV *to be drunk, get drunk* 2.6

sắc SV [*of blade*] *to be sharp,* [*of tone*] *to be high rising* 1.15

sắp AV *to be about to, be going to* 1.4

sắt N *iron* 1.15

sấm V *to thunder* [*subject* trời/giời] ; *thunder* 1.12

sân N *courtyard, field* 2.6

sân-khấu N *stage* 2.5

sâu SV *to be deep* (≠nông) 2.8

sẽ AV *shall, will* 1.4

sĩ-quan N *officer* 2.4

sinh-nhật N *birthday* 2.13

sinh-viên N *university student* 2.4

soi V *to look* [*in a mirror*] gương 2.8

soăn SV *to be wavy* [*of hair*] 2.13. Tóc soăn *wavy hair*

sóng N *wave* 2.8

số N *number, figure* (CL. con); *amount, quantity, size* 1.11

số dách SV *to be excellent, be A-1, topnotch* 2.13

sốc-sếch SV *to be in disarray* 2.10

sông N *river* (CL. con) 2.1

sống V *to live;* SV *to be living, be alive; to be undone, be un-cooked, be raw* (≠chín) 2.7

sốt SV *to be hot, be feverish* 2.9

sốt rét N *malaria* 2.9. Bệnh sốt rét N *malaria*

sơ-mi N *shirt* 1.11

sở N *place of work, office* 1.4

sợ V *to be afraid, fear* 1.9

sớm *to be early* 2.2

son V/N *to paint, lacquer; paint, lacquer* 1.8

son mài N *lacquer; lacquer painting* (CL. bức) 2.7. Đồ sơn mài *lacquerware*

suôi V *to go down a river* (≠ngược) 2.1. Tìm ngược tìm suôi *to hunt high and low*

suốt V *to go through* 2.5

suốt ngày *all day long* 2.5

sư-phạm N *pedagogy; methods of teaching* 2.9. Đại-học Sư-phạm N *Faculty of Pedagogy*

sứ N *envoy* 2.14

sử N *history* 2.9

sử-dụng V *to use, apply* 2.9

sử-địa N *history and geography* 2.9

sử-học N *history* 2.9

sửa soạn V *to get ready, prepare* 1.15

sữa N *milk* 1.9

sức N *strength, power, force* 1.14

sức khoẻ N *health* 1.14

sức mạnh N *strength, power, force* 1.14

sừng N *horn* (CL. cái); *buffalo horn* [as material] 2.7

sườn N *rib, spare rib* 2.10

ta PR *we* [inclusive]; *us* 1.7

tá N *dozen* 1.11

-tá N *field officer* 2.11. Đại-tá N *colonel.* Thiếu-tá N *major.* Trung-tá N *lieutenant-colonel*

tả V *to describe* 2.6. Vô tả SV *to be indescribable*

tã N *diaper* 2.10

tách N *cup* [usually with handle] (CL. cái); *cupful* 1.9

tài N/SV *talent; to be talented* 2.5

tại C *because (of)* 1.7

tại sao? *why is it that...* 1.7

tại vì C *because (of)* 1.7

*tam *three* (=ba) 2.1

tám NUM *eight* 1.2

tản-cư V *to evacuate* 2.10

tạnh V *to stop raining* [subject trời/giời] 1.12

tào-hủ N *soybean custard* 2.6

tào-phở N *soybean custard* 2.6

tát V *to irrigate* 2.15

Tàu N *China* 2.14

tay N *hand, arm; handle; sleeve; person, individual* 1.10, 2.14

tay N *sleeve* (=tay áo) 1.11

tay phải N *right arm, right hand, right* [hand] *side* 1.13

tay trái N *left arm, left hand, left* [hand] *side* 1.13

tắc-xi N *taxi* (CL. cái) 2.8

tắm V *to bathe* 1.12

tắm nắng V *to sunbathe* 2.8

tắm rửa V *to wash up* 1.11

tăng V *to increase, raise* (≠giảm) 2.1

tắt V *to extinguish; to switch* (lights) *off, turn* (electrical appliance) *off* (=tắt đi)

tắt V *to abbreviate* (viết tắt) 2.11

tấm CL *classifier for boards, signs, bolts of cloth* 1.8

tầm bậy SV *to be wrong; to be indecent, be vulgar* 2.7

tầm bậy tầm bạ SV *to be wrong; to be indecent, be vulgar* [from bậy bạ, tầm bậy] 2.7

tân SV *new* (=mới) 2.7

tấn-tới V *to make progress* 2.13

tầng N *layer, story* [of building] 2.7

tập V *to practice, drill, exercise* 1.15

tất cả MA *altogether, all told* 1.15

-372-

tật N *physical defect; bad habit* 2.9. Bệnh tật SV/N *to be sickly; diseases and defects*

tâu V *to make a report* [*to a king*] 2.14

tàu. N *ship, boat;* [*also train, plane*] 1.8

tàu bay N *airplane* 1.8

tàu thuỷ N *steamship, ocean liner* 1.8

tây N *west; western* 1.12

tây-bắc *north-west* 1.12

Tây-Đức N *West Germany* 2.2

tây-nam *south-west* 1.12

tế FV *to fall* [*of persons*] 2.14

tem N [*Fr. timbre-poste*] *postage stamp* 2.11

ten-nít N *tennis* [*with đánh or chơi to play*] 2.3. Giầy ten-nít *tennis shoes*

tê SV *to be numb* 2.9

tê bại N *polio* 2.9. Bệnh tê bại N *polio*

tê-lê-phôn N *telephone* [*with gọi to call*] 2.5

tên N *name, given name* 1.4

tên là EV *to be called or named (so-and-so)* 1.4

tết N *festival; New Year's festival* 1.12

tí N *tiny bit, jiffy* 2.10

tiếc V *to regret, be sorry* 1.6

tiệc N *party, dinner* 2.14

tiệc trà N *tea party* 2.14

tiêm V *to inject, give a shot* 2.9

tiệm N *shop, store* 1.9

tiệm ăn N *restaurant* 1.9

tiệm hớt tóc *barber shop* 2.7

tiệm may *tailor shop* 2.12

tiệm uốn tóc *beauty parlor* 2.7

tiền N *money* 1.5

tiền phố (S) N *house rent* 2.1

tiền thuê nhà N *house rent* 2.1

tiễn V *to see (somebody) off* 2.2

tiếng N *language* 1.2

tiếng Ăng-lê N *English* 1.13

tiếng một N *vocabulary* 1.15

tiêu N *black pepper* 2.5. Muối tiêu *salt and pepper*

tiểu-bang N *state* 2.4

tiểu-công-nghệ N *handicraft, cottage industry* 2.7

tiểu-học N *primary education* 2.1

tiểu-thuyết N *novel* (CL. cuốn) 2.11

tim N *heart* 2.9. Đau tim N *heart trouble.* Bệnh đau tim N *heart trouble*

tím SV *to be purple, be violet* 2.15

tìm. V *to look for* 1.10

tìm. thấy V *to find, find out* 1.10

tìm. ra V *to find out* 1.10

tin N *news* 2.2

tin-lành N *good tidings; Protestant* 2.15

tin-tức N *news* 2.12

tính V *to plan, intend to* 2.5

tình-nhân N *lover* 2.12

to SV *to be large, be big; very* 1.7

to tướng SV *to be huge, be enormous* 1.13

toà N *office* 2.4

toà báo N *newspaper office* 2.11

toà đại-sứ N *embassy* 2.4

toà lãnh-sự N *consulate* 2.4

toàn. A *nothing but* 2.2

toàn. SV *to be complete, perfect* 2.11

tóc N *hair* [*on head*] 1.8

tóc bạc N *gray hair* 2.7

tóm lại FV *to sum up; in sum, in short* 1.15

tôi PR *I, me* 1.1

tối SV *to become dark* [*in the evening or because of clouds, subject trời/giời*]; *evening* buổi tối 1.12

tội N *sin, crime, guilt* 2.10. Có tội *guilty*

tội-nghiệp! I *what a pity! poor thing!* 1.13

tông-đơ N [Fr. tondeuse] clippers (CL. cái) 2.7

tốt SV to be good 1.1

tốt-nghiệp N to graduate 2.4

tờ CL classifier for sheets of paper 1.10

tới N to arrive (=đến) 2.4

tu-nghiệp V to undergo in-service training 2.4

tú-tài N high school diploma 2.5

tú-tài I N first part of the baccalaureat 2.5

tú-tài II N second part of the baccalaureat 2.5

tủ N chest, cupboard, wardrobe 2.4

tủ lạnh N refrigerator, ice box 2.4

tuần N week 1.4

tuần lễ N week 1.4

túi N pocket 1.12

tùng R pine tree (=thông) 2.1

tuy C though, although 1.14

tuy là C though, although 1.14

tuy rằng C though, although 1.14

tùy V to accompany, follow (=theo); to depend on, be up to 1.8

tùy-viên N attaché 2.15

tùy, y V to be free to 1.8

tuyển V to choose, select, recruit 2.13

tuyết N/SV snow/to be snowy [subject giời/trời] 2.6

tư NU four [in ba mươi tư 34]. Cf. bốn 1.3

*tư four (=bốn) 2.1

từ CV from, since 1.2

từ từ SV to be slow, be leisurely 1.12

tử-tế SV to be nice, kind; carefully, seriously 2.15

tự-do SV to be free; freedom 1.12

tự-điển N dictionary (CL. quyển) 1.10

tự-động SV to be automatic 2.6

tự-nhiên SV to be natural, be automatic 1.15

tự-tin SV to be self-confident 1.15

tự-vị N dictionary (CL. quyển) 1.10

tựa V/CV to resemble; as [in comparatives] 2.13

tức EV that is to say; to equal, be 1.14

tức là EV that is to say; to be 1.14

tầng N layer, story [of building]; one by one [followed by noun and the numeral một] 1.14

tươi SV [of fruit, vegetables] to be fresh, freshly cut, freshly picked 2.3, 2.10

tươi cười SV to be gay and smiling 2.3

tưới V to water, irrigate 2.13

tướng SV to be huge, be enormous to tướng 1.13

-tướng N general 2.11. Đại-tướng N lieutenant-general 2.11. Thiếu-tướng N brigadier general 2.11. Trung-tướng N major-general 2.11

tường N wall (CL. bức) 2.7

tưởng V to think, believe 1.6

tượng N statue 1.13

tha V to forgive 2.4

thách V to demand a high price 2.10

Thái-lan N Thailand 2.11

than N coal, charcoal 2.10

thang máy N elevator, lift 2.7

tháng N month 1.4

tháng chạp N 12th lunar month, December 1.8

tháng giêng N 1st lunar month, January 1.8

tháng tư N 4th lunar month, April 1.8

thánh-thượng N your Majesty 2.14

thành V to become, turn into 2.6

-374-

thành-phố N *city* 2.4

thành ra PH *so, consequently* 2.12

thảo nào! PH *no wonder!* 2.12

thao SV *to be proficient* 2.6

thay V *to change* 2.8

thay đồ V-O *to change clothes* 2.8

thầy N *master, teacher; father* 2.1

thầy giáo N *master, teacher* 1.15

thầy me N *parents* 2.1

thăm V *to visit* 2.4

thăm viếng V *to visit* 2.4

thằng CL *classifier for young boys, classifier for "contemptible men"* 1.13

thằng bé (con) N *little boy* 1.13

thẳng SV *to be straight* 1.13

thẫm SV *to be dark [in color]* 2.15

thập *ten* (=mười) 2.1

thất *seven* (=bảy) 2.1

thật SV *to be true, be real; real(ly)* 1.11

thấy V/RV *to perceive* 1.10

thầy N *master, teacher; father* 1.14

thầy giáo N *teacher* 1.14

thầy me N *parents*

theo V *to follow* 1.2

theo ý tôi *in my opinion, I think, I feel* 1.8

thèm V *to crave, desire, long for* 2.8

thế N *manner, mode, way, fashion* 1.6

thế PR *so, thus* 1.8

thế à? I *is that so? really?* 1.3

thế-giới N *the world* 2.2

thế kia *that way, the other way* 1.3

thế nào? *how?* 1.6

thế này *this way, thus* 1.6

thể N *ability, capability* 1.7

thể-thao N *sport* (CL. môn) 2.2

thêm V *to add; to do or have in addition* 1.9

thết V *to treat, entertain* 2.2. Ăn cơm thết *to be entertained at dinner*

thêu V *to embroider* 2.3. Đồ thêu *embroidery*

thi V *to take an examination or a test; to take part in contest, race; to compete* 1.7

thí-dụ N *example; for example* 1.14

thì C *then* 1.6

thì giờ N *time* 1.4

thìa N *spoon* (CL. cái); *spoonful* 1.12

thìa khoá N *key* 2.1

thích V *to like, be fond of* 1.7

thiên-văn-đài *weather station* 2.14

thiệt SV *to be true, be real* (=thật, thực) 2.7

thiếu SV *to be insufficient, deficient; to lack* 1.9

thiếu-tá N *major* 2.11

thiếu-tướng N *brigadier-general* 2.11

thiếu-úy N *second-lieutenant* 2.11

thím N *father's younger brother's wife* (CL. người, bà). Cf. chú 1.14

thỉnh-thoảng A *from time to time, once in a while* 2.12

thịt N *meat* 1.9

thịt bò N *beef* 1.9

thịt lợn N *pork* 1.9

thóc N *paddy, unhusked rice* 2.15

thôi V *to cease, stop; that's all; well* 1.6

thối V *to withdraw; to give the change* 2.3

thối lại V *to give the change* 2.3

thổi V *to cook [rice]* 2.15

thông N *pine tree* (CL. cây). Cf. tùng 2.1

thông-cáo N *communiqué* (CL. bản) *2.13*

thông-hành V/N *to go through; passport* *1.11*

thông-ngôn N/ V *interpreter; to interpret* *2.15*

thơ N *letter* (=thư) *2.4*

thợ N *artisan, workman, worker* [*with* làm *to be*] *1.13*

thợ giặt N *laundryman* *1.13*

thợ may N *tailor* *1.13*

thơm SV/V *to be fragrant; to sniff, kiss* *2.10*

thu N *autumn, fall* *1.9.* Mùa thu *autumn, fall*

thu V *to record, collect* *1.15*

thu tiếng V *to record* [*voice, sound*] *1.15*

thú SV/N *to be delightful, pleasurable; delight, plea-sure* *2.13*

thủ-đô N *capital city* *2.13*

thủ-phạm N *culprit, principal* *2.12*

thủ-tục N *procedure* *2.11*

thua V *to lose; to be defeated by* (≠được) *2.2*

thuế N *tax* [*with* đánh *to levy and* đóng *to pay*] *2.3*

thuốc N *drug, medicine; ciga-rette* (=thuốc lá) *1.12; medicine as a subject of study 2.5.* Tiệm thuốc *drugstore.* Hiệu thuốc *drugstore.* Trường thuốc *medical school*

thuốc ho N *cough drops, cough medicine, cough syrup* *1.12*

thuốc lá N *cigarette* (CL. điếu) *1.12*

thuộc V *to know by heart* *1.10*

thuộc lòng V *to know by heart* *1.10*

thuở N *period of time* [*in the past*] *2.7*

thủy N *water* (=nước) *1.8*

Thụy-điển N *Sweden; Swedish* *2.14*

Thụy-sĩ N *Switzerland; Swiss* *1.5*

thuyền N *boat* (CL. chiếc) *2.8*

thuyền đánh cá N *fishing boat* *2.8*

thư N *letter* (CL. cái) *1.8*

thư-ký N *secretary* *2.3*

thư-ký kế-toán N *accountant, bookkeeper* *2.13*

thư-viện N *library* *1.11*

thứ N *kind, sort; order;* [*prefix indicating ordinal numbers*] *1.3*

thứ hai SP *second* *1.3*

thứ nhất SP *first* (Cf. một) *1.3*

thứ nhì SP *second* (Cf. thứ hai) *1.3*

thứ tư SP *fourth* (Cf. bốn) *1.3*

thử V *to try* *1.9*

thưa P [*polite particle*] *1.1*

thức V *to stay up* *2.12*

thực-tập N/ V *practice training; to practice teaching* *2.9*

thước N/CL *yardstick, ruler* (CL. cây); *yard, meter* *1.13*

thương SV *to be wounded* R (=bị thương) *1.13*

thường SV *to be ordinary, be common/commonly, frequently* *2.6*

thường-trực SV *to be continuous, permanent, standing* *2.13*

thưởng V *to reward* *2.14*

thượng-lộ bình-an I *pleasant journey, have a nice trip* *2.15*

thướt-tha SV *to be graceful, slender* *2.13*

tra V *to look up* [*a word*]*, con-sult* [*dictionary, etc.*] *1.14*

trà N *tea* (=chè) *2.3.* Nước trà N *tea* (=nước chè)

trả V *to pay, pay back* (=giả) *2.3, 2.8*

trả giá V *to bargain* *2.10*

trai SV *male*(=giai) *2.4.* Con trai *son.* Em trai *younger brother*

trái SV *to be left* [*opposite of right*]*, be wrong* [*opposite of right*] *1.13* trái N *fruit* (=quả) 2.3

trái cây N *fruit [collectively]* (=hoa quả) 2.3

trán N *forehead* 2.13

trang N *page* 1.3

tráng V *to rinse [dishes after washing]; to spread thin [dough, etc.] so as to make pancakes, omelets, etc...* 1.9

trang N *Ph-D* 2.14

tranh N *painting* (CL. bức) 2.6

tranh hí-họa N *cartoon* 2.11

trăm NU *hundred* 1.5

trăng N *moon* (=giăng) 2.12

trăng mật N *honeymoon* 2.12

trắng SV *to be white* 1.8

trắng xoá SV *to be all white* 2.7

trẫm P *I, we [used by royalty]* 2.14

trần N *ceiling* 2.7. Quạt trần *ceiling fan*

trận N/CL *combat, battle, violent outburst; CL for fights, wars, storms* 2.15

trấu N *rice husk* 2.15

trầu. N *betel* 2.1. Ăn trầu. *to chew betel*

tre N *bamboo tree* (CL. cây). Cf. trúc 2.1

trẻ SV *to be young* (≠già) 2.9

trên PW *space above; on; up (in)* 1.10

trên gác A *upstairs* 1.10

trên N *up there* (=trên ấy) 2.5

trêu V *to tease* 2.10

triết SV/N *to be wise; philosophy* 2.9

triết-học N *philosophy* 2.9

trinh-thám N *detective* 2.12

trọn SV/A/ V *to be entire, full; entirely, fully; to fulfill, complete* 2.9

trong PW/TW *space inside; time within; in* 1.2

trong *in there* (=trong ấy) 2.5

trọng-tài N *umpire* 2.9

trông V *to look* 1.12

trông kìa! *look over there!* 1.12

trông nom V *to take care of, look after* 2.5

trông thấy V *to see, perceive* 1.12

trống N *drum* (CL. cái) [with đánh *to beat*] 2.5

trồng V *to plant, grow [plant, tree]* 2.13

trở về V *to return* 2.15

trời N *sky, heaven; it* (giời) 2.1, 2.4

trúc R *bamboo* (=tre) 2.1

Trung-hoa N *China; Chinese* 1.11

trung-học N *secondary education; high school* 2.1

trung-tá N *lieutenant-colonel* 2.11

trung-tâm N *center* 2.7

trung-tướng N *major-general* 2.11

trung-ương N/SV *center; central* 2.12

trung-úy N *first lieutenant* 2.11

truyền V *to order* 2.14

truyện N *story, narrative* 2.12

trừ V *to subtract, deduct* 2.3; *to eliminate, wipe out* 2.13

trừ phi *unless* 2.1

Trưng N *[family name]* 1.5

trứng N *egg* (CL. quả, cái) 1.9

trứng gà N *chicken egg* 1.9

trứng tráng N *omelet* 1.9

trứng vịt N *duck egg* 1.9

trước PW/TW *space in front, time before, ahead, before; previously* 1.4

trước khi C *before...* 1.11

trương-mục N *bank account* 2.11

trường N *school* 2.1

trường-hợp N *case, circumstances* [with trong *under, in*] 1.14

trường trung-học N *high school* 2.1

u-u cạc-cạc SV *to be in the dark* 2.6

úi chà! *I [exclamation of surprise, admiration]* hah! fine! wow! 1.11

ủi V *to press, iron* 2.7. Bàn
ủi N *iron*. Giặt ủi V *to
launder*

ung-thư N *cancer* 2.9. Bệnh ung-
thư N *cancer* 2.9

uốn V *to curl* 2.7

uốn tóc V *to give a permanent;
to get a permanent* 2.7. Tiệm
uốn tóc N *beauty parlor*

uống V *to drink* 1.12

-úy N *junior officer* 2.11. Đại-
úy N *captain*. Thiếu-úy N
second-lieutenant. Trung-úy
N *first-lieutenant*

ừ I *to consent; yes* 1.11

ưa V *to like* (=thích) 2.6

ứng-đối V *to reply, answer*
2.14

ướt SV *to be wet* 1.12

va-li [Fr. *valise*] *suitcase*
2.12

và C *and* 1.1

và lại *besides* 2.1

vác V *to carry* [*on shoulder*]
1.11

vạch V *to make a line* 2.14

vài NU *two or three, a few* 1.15

vải N *cloth, material, fabric,
cotton cloth* 2.3. Một thước
vải *a meter of cloth*

vải hoa N *print* 2.3

vàng N/SV *gold; to be yellow* 2.3

vào. V *to go in, enter* 1.3

vay V *to borrow* 2.3

văn N *literature, writing* 2.9.
Anh-văn N *English*. Pháp-văn
N *French*. Việt-văn N *Viet-
namese*

văn-hóa N/SV *culture; cultural*
2.6

văn-khoa N *Faculty of Letters*
2.9

văn-phạm N *grammar* 1.15

vặn V *to turn, screw, twist; to
switch* [*lights*] *on, turn*
[*electrical appliances*] *on*
1.10

vắng SV *to be deserted* (≠đông)
2.3

vắng SV *to be absent* 2.6. Đi
vắng SV *to be absent*

vắng mặt SV *to be absent* 2.6

vân vân PH *et coetera* 1.14

vẫn AV *still* 1.14

vâng V *to obey; yes* [*you're
right*] 1.3

vật N *animal, thing, being, ob-
ject, creature* 2.14

vậy PR *so, thus*. Cf. thế 1.14

vé N *ticket* 2.8

vẽ V *to draw, sketch* 2.14

vẻn vẹn A *only, just* 2.8

về V *to come back* (*to*), *return*
(*to*) 1.4

về CV *about, concerning, regard-
ing* 1.15

vi-la N *villa* 2.1

ví N *billfold, wallet* 2.3

ví FV *to compare* 2.13

ví tiền N *billfold, wallet* 2.3

vì C *because, since* 1.3

vì sao *why (is it that)?* 1.7

việc N *job, work, affair, thing,
business* 1.15

viện N *institute* 2.4

viện đại-học N *university*

viếng V *to visit* 2.4

viếng thăm V *to visit* 2.4

viết V *to write* 1.10

Việt N *Vietnamese* 1.10

Việt-Anh *Vietnamese-English* 1.10

Việt-nam N *Vietnam; Vietnamese*
1.2

vịt N *duck* (CL. con) 1.9

vịt quay N *roast duck* 1.9

vô V *to enter, go into; to go in/
in, into* (=vào) 2.1, 2.4

vô-địch SV/N *to be unequalled, be
a champion; champion* (CL. nhà)
2.2. Giải vô-địch *championship*

vô kể SV *to be innumerable* 2.8

vô tả SV *to be indescribable* 2.6

vô-tuyến truyền-hình N *television*
2.5

vỗ V *to flap* 2.5

võ tay V *to clap one's hands,
applaud* 2.5. Tiếng vỗ tay N
applause

vội SV *to be in a hurry, be
hasty, be urgent, be pressing*
1.12

vội vàng SV *to be in a hurry*
1.12

vơ V *to snatch, grab* 2.12

vỡ SV [*of glassware, chinaware,
etc.*] *to be broken.* Cf. gãy
1.13

vợ N *wife* (CL. người, cô, bà)
1.6

vợ chưa cưới N *fiancée* 2.5

với CV *to act together (with);
and* 1.4

vua N *king* (CL. ông) 2.14

vui SV *to be gay, joyful, fun.*
Vui-vẻ 1.15

vui-vẻ SV *to be gay, joyful* 1.15

vùng N *area, region, zone* 2.12

vừa AV *to have just, has just
[done something]* 1.4

vừa SV *to be just right, fit, be
appropriate* 2.3

vừa vặn V/SV *to act in time; be
fitting* 2.14

vừa...vừa... V *to do two actions
at the same time; both...and...*
1.7

vườn N *garden* 1.7

vườn hoa N *flower garden, park*
1.7

vườn Bách-thảo N *Botanical Gar-
den* 1.7

xa SV *to be far away* 1.7

xà-phòng N [*Fr. savon*] *soap* 1.12

xa-hội N *society*/SV *social, so-
cietal* 2.6

xã-luận N *editorial* 2.11

xác N *body, corpse* 2.14

xách V *to carry [hanging from
hand or by means of a handle]*
2.10

xám SV *to be gray* 2.15

xanh SV *to be blue, be green*
1.11

xanh SV *to be unripe* (≠chín) 2.7

xào V *to stir-fry* 1.9

xấu SV *to be bad (opposite of
tốt); to be ugly, be unattrac-
tive* (≠đẹp); [*of weather*] *to be
foul, bad, nasty* [*subject
trời/giời*] (≠tốt *or* đẹp) 1.7

xấu mặt SV *to be ashamed* (≠đẹp
mặt) 2.6

xe N *vehicle* (CL. chiếc) 1.8

xe V *to transport, take* 1.13/

xe buýt N *bus* 1.9

xe díp N *jeep* (CL. cái, chiếc)
2.7

xe đạp N *bicycle* 1.11

xe đò N *bus* (=xe buýt) 2.2. Bến
xe đò N *bus terminal, bus
depot*

xe hơi N *automobile* (CL. chiếc)
1.8

xe lửa N *train* 1.8

xem V *to see, watch* 1.2

xem nào *let me see, let's see*
1.13

xén V *to trim around the edge,
prune* 2.13

xích-lô N *pedicab* 2.3. Xe xích-
lô N *pedicab*

xin V *to ask, beg; please* 1.2

xin lỗi V *to apologize* 1.6

xin lỗi ông! *Excuse me! I'm
sorry! Forgive me! I beg
your pardon* 1.6

xoa V *to erase, cross* [đi out]
1.10

xoá đi V *to erase* 1.10

xoài N *mango* (CL. quả, trái) 2.7

xong V *to finish; to finish doing
something* [*preceding verb de-
notes action completed*]; *after
...ing* 1.7

xoong N *saucepan* 2.3

xoong-chảo N *pots and pans* 2.3

xô V *to push, shove.* Đô-xô
[*of crowd*] *to rush in* 2.10

xô đẩy V *to shove and push,
jostle* 2.10

xốc-xếch SV *to be in disarray*
2.10

xơi V *to eat* [*polite verb used
of other people*] 1.9

xuân N *spring* 1.6

xuất V/N *to advance, exit, go
out* (=ra);*performance* 2.13

xuống V/CV *to go down, come
down; down* 1.10

y-tá N *nurse* (CL. cô)

y-tế *public health, sanita-
tion* 2.2. Bộ Y-tế *Ministry
of Public Health*

ý N *opinion, thought; idea* 1.8

Ý N *Italy* Ý-đại-lợi 2.11

yên-tĩnh SV *to be quiet* 1.12

yêu V *to love* 2.10

yếu SV *to be weak* (≠khoẻ) 2.7

INDEX TO GRAMMAR NOTES

15.6 means Grammar Note 6 in Lesson 15.
10F means Pattern Drill F in Lesson 10.

expressions 7.1, 7.8, 10, 14.5, 14.6

final particles 1F, 1.14
  dây 3A, 11E, sao 1.10
first and next 11A
for me 12D
forget (quên) 8.4, 8F
four-syllable reduplications 6.3
French loan-words 7.7
FV cho SV 15D
gì 7B
giving, verbs of 10B, 10.1
gui 13D, 13E
half 6D
honorifics 14.10
how is the weather out? 14F
how often 9.7
hộ 13.5
hỏi 3E
hơn 5B, 5C
hơn hết 5B

identification 7C
idiomatic expression việc gì 7.1
indefinites 3D, 7A, 7B, 8A
independent verbs 15.7
indirect and direct quotations 12.
indirect content-questions 14B
insertion drill 6H
interrogatives 4E, 5D
invitation question 3.1
invite 11H

khám 9.6
...không 1.12, 7.6
không lấy gì làm...9B, 13G
không nhưng 2.4
không phải là 1E
kinship terms 1.6, 1.7, 6.5 9.10

là .4.1, 4.2, 4.3, 4A, 4E; 7.3
  7.4, 9.2, 9.3
...lại 11.3, 15.3, 15.4, 15.5
làm. 4.4, 4B, 13.6
làm. 3E
lấy 7.5
lên, co-verb 15.3, 15.4

loan-words 6.7, 7.7, 13.1
locators 12.3, 12.4, 13.2, 14K

mà 2.4, 2.5
mà lị 7.2
Malay loan-words 13.1
may mà...9C
mất (co-verb) 12.6, 12I
measures 3.3
modification 3.4
motion, verbs of 12.1
movable adverbials 2.26
mọ 9.6
mới 'only then' 2.2, 2A
mời 11H, 11I
muốn 9A, 11J

names of Chinese foodstuffs 6.7
nào...nào...5.9
...nào, bất cứ...14.8
...nào cùng 3D, 8A
...nào...nầy 10D
này 5A
nầy. 5A
này in enumerations 10.4
negations 1E, 15G
negatives 2E, 7A
next 11A
nếu...thì... 5.8
ngoài (locator) 14K
người nào cùng 14H
người thì...người thì...8.2, 8C
nhất 5B
nhiều vào 15C
nhưng 2.4
nhưng mà 2.4
nhưng...là...1B
nọ 13.3
nỗi 1.2, 9.4
nominal phrases 12.7
nominal predicates 9, 9.1
not very...either 6A
noun phrase as topic 5.6
numbers 4C, 6E
numerals, Sino-Vietnamese 1.3 1.4, 1C
numerated nouns 6F
numbering of school grades 1.5
nữa 11C

oneself (lấy) 7E
only (chỉ có...là...thôi) 9G